D9900178

भटक्या विमुक्त जमाती आरक्षण आणि भूमिका

संपादक

संतोष जाधव । शीतल भांगरे

गोल्डनपेज पब्लिकेशन

गोल्डनपेज पब्लिकेशन

भटक्या विमुक्त जमाती : आरक्षण आणि भूमिका

(वैचारिक लेखसंग्रह)

संपादक : **संतोष जाधव आणि शीतल भांगरे**

Bhatakya Vimukta Jamati : Aarakshan Aani Bhumika

(Socio-Ideological Book)

Editor : Santosh Jadhav & Sheetal Bhangare

© **संतोष जाधव**

मु.पो. निरवांगी, ता. इंदापूर, जि.पुणे

संपर्क : ७२७६२२२२०५

ई-मेल : santosh.spmm@gmail.com

प्रथम आवृत्ती : **३१ ऑगस्ट २०२१ (विमुक्त दिन)**

प्रकाशन क्रमांक : **२०**

शब्दांकन : **शीतल भांगरे**

मुखपृष्ठ- कलानिर्देशन : **प्रदीप खेतमर**, आर्ट ॲडव्हर्टायझिंग, पुणे

प्रकाशक : **अमृता खेतमर, गोल्डनपेज पब्लिकेशन,**

फ्लॅट नं. १४, श्री दत्त कॉर्नर, दत्तनगर, आंबेगाव बुद्रुक, पुणे ४११०४६.

संपर्क : ७७२२००५०८१, इ-मेल : goldenpagepublication@gmail.com

वेबसाइट : goldenpagebooks.wordpress.com

ISBN : 978-81-951637-8-6

भटक्या-विमुक्तांच्या चळवळी-आंदोलनामध्ये वेगवेगळे मतप्रवाह आहेत.
त्या सर्व विचारधारांचा आम्ही आदर करतो. या पुस्तकात व्यक्त
झालेल्या मत-मतांतरांशी संपादक-प्रकाशक सहमत असतीलच असे नाही.

© All rights reserved. No part of this publication may be reproduced or transmitted in any form or by any means, electronically or mechanically, including photocopying, recording, broadcasting, podcasting of any information storage or retrieval system without prior permission in writing form the writer or in accordance with the provisions of the Copy Right Act (1956) (as amended). Any person who does any unauthorised act in relation to this publication may be liable to criminal prosecution and civil claims for damages.
Disclaimer : Although, the authors have made every effort to ensure that the information in this book was correct at the time of printing, the author and publisher do not assume and hereby disclaim any liability to any party for any loss, damage, or disruption caused by errors or omissions,whether such errors or omissions result from negligence,accident,or any other cause
The views expressed in this book are those of the Authors and do necessarily reflect the views of the Publishers

भटक्या
विमुक्तांच्या
उद्धारासाठी
झिजणाऱ्या,
झटणाऱ्या
प्रत्येकाला…

■

Ours is a battle not for wealth; nor for power, ours is a battle for freedom; for reclamation of human personality."

''आमची लढाई संपत्तीसाठी किंवा सत्तेसाठी नाही; आमची लढाई स्वातंत्र्याची, मानवी व्यक्तिमत्त्वाच्या पुनरुत्थानाची आहे.''

- डॉ. बाबासाहेब आंबेडकर

■

मागासलेल्या लोकांना प्रगतीच्या प्रवाहात आणावयाचे असेल, तर त्यांच्यासाठी राखीव जागांची तरतूद केली पाहिजे. हा व्यापक दृष्टिकोन डोळ्यासमोर ठेवून **२६ जुलै १९०२ रोजी कोल्हापूर संस्थानात मागास जातींना ५० टक्के जागा राखीव राहतील अशी घोषणा राजर्षी शाहू राजांनी केली** व तिची त्वरित अंमलबजावणी करून संबंधित अधिकाऱ्यांकडून अहवाल मागविले.

■

पुस्तकाच्या निमित्ताने...

"भटके विमुक्त जमातींच्या घटनात्मक आरक्षणा संदर्भात गेली अनेक वर्षे भटके विमुक्त संघटना, कार्यकर्ते आणि संस्था विविध पातळ्यांवर लढत आहेत. मात्र या समूहांच्या घटनात्मक आरक्षणाचा प्रश्न आजही सुटला गेला नाही. तसेच या संदर्भात विस्तृत अशी माहिती कोठेही उपलब्ध नाही किंवा या संदर्भात संकलनसुद्धा केलेले आढळून येत नाही. म्हणूनच भटके विमुक्त चळवळीतील एक कार्यकर्ता, अभ्यासक या नात्याने या संदर्भात सविस्तर अभ्यास करणे आवश्यक वाटले. त्या पार्श्वभूमीवर महाराष्ट्रातील अभ्यासक, विचारवंत, लेखक आणि कार्यकर्ते यांच्याशी सखोल चर्चा केली गेली; विविध स्तरांवर चर्चासत्रे, परिषदा आयोजित केल्या गेल्या. त्याचाच परिपाक म्हणजे प्रस्तुत पुस्तक होय. या पुस्तकामध्ये भटके विमुक्त जमातीं विषयी महाराष्ट्रातील अभ्यासक, विचारवंत, लेखक आणि कार्यकर्त्यांचे अनुभव आणि घटनात्मक आरक्षण या विषयांवर अभ्यासपूर्ण व विस्तृत विवेचन आले आहे.

काम करत असताना भटके विमुक्त जमातींच्या आरक्षणाबातीत अनेक समज आणि गैरसमज निर्माण झालेले दिसून येतात. त्यामुळे 'भटके विमुक्त जमातींचे घटनात्मक आरक्षण' या विषयावर सखोल मंथन, चिंतन आणि अभ्यास करावासा वाटला. एकंदरीतच, मूळ प्रश्नांची सोडवणूक कशी करता येईल यासाठी भटके विमुक्त चळवळीतील विचारवंत, लेखक, कार्यकर्ते आणि अभ्यासक यांचे अनुभव व संघटनात्मक कार्य जाणून घेण्याचा प्रयत्न केला. आरक्षणाबाबतचे त्यांचे वैयक्तिक अनुभव नमूद केले. अर्थातच, त्या सर्व मतांशी संपादक, प्रकाशक वा वाचकांनी पूर्णतः

अथवा अंशतः सहमत असावेतच असा कुठलाही आग्रह नाही/नसावा. परंतु या सर्व विचारवंत, अभ्यासक वा लेखक यांच्या अनुभवातून आणि अभ्यासातून भटके विमुक्त चळवळीला भटक्या विमुक्त जमातींच्या घटनात्मक आरक्षणाबाबत सखोल अशी विस्तृत माहिती आणि पुढील निश्चित अशी दिशा मिळण्यास मदत होईल, यात तिळमात्र शंका वाटत नाही.

मागील १४ वर्षांपासून या समुदायांबरोबर काम करत असताना एक भटके विमुक्त कार्यकर्ता या नात्याने खालील प्रमुख मुद्द्यांवर सविस्तर विमोचन करत आहे-

ब्रिटिशांच्या काळात १८७१ साली भटक्या विमुक्त जमातीतील १९८ समूहांना कायद्यानुसार 'गुन्हेगार जमात' म्हणून घोषित केले गेले होते. त्याचा परिणाम म्हणून या जमातींना जन्मतःच गुन्हेगार ठरविण्यात येऊ लागले. त्यांना गावात प्रवेश मिळण्यासाठी गावातील पोलीस पाटील अथवा जवळील पोलीस स्टेशनमध्ये आपल्या मुशाफिरीची नोंद करावी लागू लागली. इतकेच नव्हे, तर दिवसातून तीन वेळा पोलीस स्टेशन अथवा पोलीस पाटीलाकडे जाऊन हजेरी द्यावी लागू लागली. या जमातींना गावा शेजारी तीन दिवसांपेक्षा जास्त दिवस राहता येईनासे झाले. एका ठिकाणी वस्ती नाही, परिणामी घर नाही, शेतीवाडी नाही, शिक्षण नाही, कुठलाच विकास नाही. नागरी जीवन कसे असते? कसे जगतात? त्यातले सुख काय? विकास काय? असे त्यांना पडणारे प्रश्न म्हणजेच या जमातींचे जीवनमान संपूर्णतः उद्ध्वस्त झाल्याचे द्योतक होय.

१९५२ साली - म्हणजे कायदा लागू झाल्यानंतर सुमारे ऐंशी वर्षांनी आणि देश स्वतंत्र झाल्यानंतर पाच वर्षांनी- हा कायदा रद्द करण्यात आला. कायदा तर रद्द झाला; परंतु गुन्हेगारीचा कलंक आजही तसाच ठसठशीत आहे. उर्वरित समाजाचा या वर्गाकडे पाहण्याचा दृष्टिकोन 'हा गुन्हेगार!' असाच आहे. उर्वरित समाजच काय परंतु शासन यंत्रणेकडूनही भटके विमुक्त जमातींना हरघडी त्रास सहन करावा लागतो आहे. या जमातींवर होणाऱ्या अन्याय-अत्याचाराला प्रतिबंध करण्याचा कायदासुध्दा महाराष्ट्र राज्यामध्ये अस्तित्वात नाही, हे दुर्दैव!

भटके विमुक्त जमातींच्या लोकसंख्येच्या संदर्भात पाहता असे दिसते की, वेगवेगळे आयोग, समित्या, अभ्यासकांनी महाराष्ट्रातील आणि देशातील भटके विमुक्त जमातींची लोकसंख्या ही वेगवेगळी सांगितली आहे. १ मे १९६० रोजी महाराष्ट्र राज्याच्या स्थापनेनंतर राज्य सरकारने प्रत्येक जिल्हाच्या समाजकल्याण अधिकाऱ्यांकडून विमुक्त जमातीच्या लोकसंख्येविषयी माहिती मागवून घेतली होती.

त्यानुसार महाराष्ट्रातील २६ जिल्ह्यांतील विमुक्त भटक्या, निमभटक्या जमातींची एकूण लोकसंख्या १५ लाख ३२ हजार इतकी सांगण्यात आली. पुढे १९९०च्या सुमारास 'वसंतराव नाईक विमुक्त जाती, भटक्या जमाती आर्थिक विकास महामंडळा'ने तयार केलेल्या अहवालानुसार हीच लोकसंख्या १९ लाख ७७ हजार ८६० इतकी नमूद करण्यात आली. प्रा. मोतीराज राठोड यांच्या अभ्यासानुसार भटके विमुक्त जमातींची महाराष्ट्रातील लोकसंख्या ५० लाख व देशातील लोकसंख्या ६ कोटी इतकी अनुमानित करण्यात आली आहे (संदर्भ : महाराष्ट्रातील भटके विमुक्त जमाती अहवाल २०००). सन २००८ साली मा. बाळकृष्ण रेणके यांच्या अध्यक्षतेखाली नेमलेल्या 'राष्ट्रीय विमुक्त, भटके आणि निमभटके आयोगा'ने आपला अहवाल भारत सरकारला सादर केला. त्या अहवालानुसार १० कोटी ७४ लाख ५० हजार १८ इतकी लोकसंख्या नमूद केली गेली. प्रत्येक वेळी भटके विमुक्त जमातींची लोकसंख्या ही अंदाजानुसार नमूद केली गेली आहे. १९३१ सालच्या जनगणनेच्या आधारावरून या जमातींची लोकसंख्या ठरविली जाते. भटके विमुक्त जमातींची निश्चित अशी लोकसंख्येची आकडेवारी उपलब्ध नसल्यामुळे वेगवेगळ्या विभागांतील धोरणे व आर्थिक तरतूद ठरविताना अनंत अडचणींना आजही सामोरे जावे लागत आहे.

महाराष्ट्रातील मूळ विमुक्त जाती (अ) व भटक्या जमाती (ब) ह्या शासनाच्या विकासात्मक व कल्याणकारी योजनांपासून   नेहमीच दुर्लक्षित राहिल्या आहेत. आजही या जमाती अन्न, वस्त्र, निवारा, शिक्षण, रोजगार या मानवी आणि संविधानिक हक्कांपासून पासून वंचित आहेत. जीवनाच्या प्रत्येक पावलापावलांवर या जमातींना गुन्हेगारीचा कलंक आणि भेदभावाला सामोरे जावे लागत आहे. या जमातींचे पारंपरिक व्यवसाय हे विविध कायद्यानुसार बेकायदेशीर ठरले आहेत. त्यामुळे चिरस्थायी उपजीविकेची कोणतेही साधने उरली नाहीत. राहायला घर नाही आणि कसायला जमीन नाही, नागरिकत्वाचे पुरावे मिळत नाहीत. परिणामी, या जमातींना शासनाच्या कल्याणकारी योजनांचा लाभही घेता येत नाही. एकंदरीतच, या जमातींची सामाजिक, आर्थिक, शैक्षणिक आणि राजकीय परिस्थिती ही अतिशय हलाखीची बनली आहे.

भटके विमुक्त जमातींच्या विकासासाठी शासनाने अनेक आयोग आणि समित्या गठीत केल्या होत्या. यामध्ये खालील प्रमुख समित्या आणि आयोगांची भूमिका सविस्तर मांडत आहे.

'आर्थिक न्याय ही भारतीय संविधानातील सर्वाधिक महत्त्वपूर्ण तरतूद होय. केंद्राच्या आणि राज्याच्या अर्थसंकल्पात शोषित, पीडित जनतेसाठी भरीव तरतुदी

नसतील, तर त्यांचा विकासच होऊ शकत नाही', असे मत डॉ.बाबासाहेब आंबेडकरांनी वेळोवेळी व्यक्त केले आहे. आर्थिक तरतुदी व अर्थसंकल्प हा त्यांच्या प्रत्येक घोषणापत्राचा भाग होता.

सरकारची आर्थिक धोरणाप्रती कर्तव्य :

संविधानातील कलम ३८(१)नुसार राज्य, त्यास शक्य होईल तितक्या परिणामकारक रीतीने सामाजिक, आर्थिक व राजकीय न्यायाद्वारे राष्ट्रीय जीवनाच्या सर्व घटकांमध्ये प्रेरणा निर्माण करील, अशी समाज व्यवस्था प्रस्थापित करून व तिचे जतन करून लोककल्याणाचे संवर्धन करण्यासाठी प्रयत्नशील राहील.

संविधानातील कलम ४६ राज्य, जनतेतील दुर्बल घटक आणि विशेषतः अनु.जाती, अनु.जमाती, यांचे शैक्षणिक व आर्थिक हितसंवर्धन विशेष काळजीपूर्वक करील आणि सामाजिक अन्याय व सर्व प्रकारचे शोषण यांपासून त्यांचे रक्षण करील.

भटके विमुक्तांसाठी सरकारच्या समित्या/आयोगाच्या शिफारशी :

१. इदाते समिती अहवाल, महाराष्ट्र १९९९ :

अपुरा निधी : भटके विमुक्त जाती-जमातींसाठीच्या योजना राबविताना पुरेसा निधी उपलब्ध करून दिला जात नाही. निधी उपलब्ध होण्यास विलंब झाल्यास त्या योजना राबविताना त्यांच्या यशस्वीतेवर परिणाम होतो.

भटके व विमुक्तांच्या योजना राबविण्यासाठी संविधानिक उपाय योजना नाहीत. अनुसूचित जाती-जमातींच्या योजना राबविणे, या जाती-जमातींसाठी उपलब्ध करून दिलेला निधी त्यांच्याचसाठी खर्च केला जावा, असे संबंधित अधिकाऱ्यावर बंधनकारक आहे. त्याचे उल्लंघन झाल्यास याबाबतीत अधिकाऱ्यावर दंडात्मक कारवाई करता येते. भटके विमुक्त यांच्या योजना राबविण्यासाठी अशीच संरक्षणात्मक उपाय योजना करणे गरजेचे आहे.

भटके व विमुक्तांसाठी सध्या ज्या योजना आहेत त्या पुरेशा नाहीत. विमुक्त जाती, भटक्या जमातींसाठी विशेष घटक योजना राबविणे अत्यंत गरजेचे आहे.

२. Technical Advisory Group 2006:

एस.सी., एस.टी.च्या धर्तीवर भटक्या विमुक्त जमातींच्या विकासासाठी स्वतंत्र आर्थिक तरतूद करण्यात यावी.

एस.सी., एस. टी.च्या धर्तीवर भटक्या विमुक्त जमातींना स्वतंत्र घटनात्मक संरक्षण देण्यात यावे. We may call it Scheduled Denotified Nomadic Tribes.

३. National Commission for Denotified, Nomadic and Semi

Nomadic Tribes 2008:

दि. २ जुलै २००८ रोजी भारत सरकारला सादर केलेल्या आयोगाच्या एकूण ७६ शिफारशीं पैकी ३४ क्रमांकाच्या शिफारशीमध्ये असे म्हटले आहे की, एस.सी., एस.टीच्या धर्तीवर भटक्या विमुक्त जमातींचा स्वतंत्र 'उप-योजना' (Sub-Plan) बनविण्यात यावा.

शिफारस क्रमांक ५३ नुसार अनुसूचित जाती आणि अनुसूचित जमातींपेक्षा विमुक्त, भटक्या, निमभटक्या समुदायाची सामाजिक, आर्थिक परिस्थिती अत्यंत बिकट असून या जमातींना अनुसूचित जाती आणि अनुसूचित जमातींच्या धर्तीवर संविधानातील कलम ३४१, ३४२, प्रमाणे घटनात्मक संरक्षण देण्यात यावे. त्यासाठी संविधानामध्ये ३४२अ, कलम समाविष्ट करून पुढील प्रमाणे घटनादुरूस्ती करता येईल.

३४२ (अ) अनुसूचित समुदाय :

१. राज्य, केंद्रशासित प्रदेश ह्यांच्या सहकार्याने आणि राज्य असल्यास राज्यपालांसोबत सल्ला मसलत करून मा. राष्ट्रपतीच्या सार्वजनिक अधिसूचनेद्वारे जाती, वंश, जमाती किंवा जाती, वंश किंवा जाती अंतर्गतचे गट ह्यांना ह्या संविधानासंदर्भात अनुसूचित समुदाय (Schedule Communities Denotified and Nomadic Tribes) म्हणून राज्य किंवा केंद्रशासित प्रदेशाच्या संदर्भात घोषित करेल.

२. संसद कायदा करून कोणतीही जात, वंश, जमात किंवा जात, वंश, जमात अंतर्गत येणाऱ्या गटाला वरील तरतूद (१) मध्ये नमूद केलेल्या सूचीमध्ये समाविष्ट करू शकते किंवा त्यातून बाहेर काढू शकते; परंतु वरील अधिसूचनेमध्ये दिलेली तरतूद अन्य अधिसूचनेमुळे बदलणार नाही.

४. विधिमंडळ : भटक्या विमुक्त जमाती कल्याण समिती :

जिल्हा परिषदेचा निधी खर्च करताना भटक्या विमुक्तांसारख्या उपेक्षित घटकांकडे विशेष लक्ष ठेऊन त्यांच्या लोकसंख्येच्या प्रमाणात कल्याणकारी योजनावर खर्च करावा (अहवाल २००७-२००८)

कल्याण समितीने वेळोवेळी काढलेल्या आपल्या वार्षिक अहवालात शिफारशी केल्या आहेत कि या प्रवर्गातील रिक्त पदे भरताना उमेदवार मिळत नाहीत म्हणून त्यांच्या उच्च शिक्षणासाठी सामाजिक न्याय विभागाचे अंदाज पत्रक वाढवून मिळावे. (अहवाल २००८-२००९).

५. National Advisory Council 2011:

दि. १८ ऑक्टोबर २०११ रोजी श्रीमती सोनिया गांधी यांच्या अध्यक्षतेखाली राष्ट्रीय सल्लागार परिषद अंतर्गत डॉ. नरेंद्र जाधव यांच्या कृतीगटाने दिलेल्या अहवालात अशा शिफारशी केल्या आहेत की, भटक्या विमुक्तांसाठी आर्थिक सामाजिक उन्नतीसाठी विशेष पॅकेज व सब प्लान बनवणे आवश्यक आहे. त्या सबप्लॅनमध्ये निधीच्या योग्य उपयोगाची खात्री करण्यासाठी व निधी अन्यत्र वळवला जाऊ नये यासाठी योग्य त्या सुरक्षितता तरतुदी असाव्यात.

तसेच आमदार, खासदार यांच्या स्थानिक विकास निधींपैकी १० टक्के रक्कम ही भटक्या विमुक्तांच्या विकासासाठी खर्च व्हावी. तसेच इंदिरा आवास योजना, आर्थिक विकास महामंडळ/बँकतर्फे सवलती दराने कर्जे, स्वयंरोजगार योजना, खादी ग्रामोद्योग व लघु उद्योग मंत्रालयाच्या सर्व योजना लागू कराव्यात.

उपजीविकेमध्ये विस्तार आणि सुधारणा करण्यात यावी : नवीन कार्यक्रम आणि योजनांची आखणी करण्यात यावी आणि चालू असलेले कार्यक्रम व योजनांना अधिक सक्षम करून भटक्या विमुक्त समुदायांना सुधारित उपजीविका उपलब्ध करून द्यावी.

६. राज्य मागासवर्ग आयोग २००६ : (न्यायमूर्ती आर. एम. बापट कमिशन, खंड - १८, पुष्ठ क्रमांक ४६.)

विमुक्त जाती, जनजाती या फार पूर्वी गुन्हेगार जमाती (criminal tribes) म्हणून ओळखल्या जात असत आणि नंतर त्या नोंदीत गुन्हेगार जमाती म्हणून नोंदल्या गेल्या. तद्नंतर त्या (Denotified Tribes) झाल्या. आणि त्या Denotified Tribes (नोंदीत जमाती) म्हणून संबोधल्या जातात. त्यांना पोलीस निगराणीत असणाऱ्या गुन्हेगार वसाहतीतून म्हणजेच सेटलमेंट्स (वसाहती) मधून मुक्त करण्यात आले असल्यामुळे पंडित जवाहरलाल नेहरूंच्या सूचना मान्य करून त्यांना 'विमुक्त जमाती' नाव देण्यात आले.

भारतातील आदिम जमातींचा इतिहास पाहता या सर्व समूहांना संभाव्यत: पहिल्यांदा जमाती (Tribes) म्हणून संबोधण्यात आले. १८९७ च्या भारतीय कौन्सिल ऑफ गव्हर्नर जनरल यांनी केलेल्या कामांचा सारांश पाहता असे नमूद करण्यात आले की, इंडियन पिनल कोड १८६० व क्रिमिनल प्रोसीजर कोड १८६१ हे दोन्ही कायदे लागू होण्यापूर्वी (Regulation XXII of 1793)च्या अंतर्गत दंडाधिकाऱ्याना असे अधिकार देण्यात आले की, या काही निश्‍चित (त्याच) जमातीतील लोकांना ठग, पेंढारी या गुन्हेगार टोळ्यांप्रमाणे भटकंती करणाऱ्या टोळ्यांना आणि संशयित व्यक्तींना रस्त्यावर कामाला लावू शकत होते, आणि जर ते काम सोडून पळून गेले, तर त्यांना ६

महिन्यांची तुरुंगवासाची शिक्षा दिली जात होती. म्हणजेच इतिहास पाहिला तर १७९३ सालच्या या कायद्यान्वये जमात हा शब्द अस्तित्वात आला आहे. सध्या ज्या समूहांना जमाती म्हणून ओळखले जाते त्या जमाती बऱ्याच कालावधीनंतर घटनात्मक सूचीनुसार अनुसूचीत जमाती घटनात्मक म्हणून कागदोपत्री नोंदविण्यात आल्या आहेत.

पहिला गुन्हेगार जमाती कायदा १८७१ साली मंजूर करण्यात आला व त्याची जागा १९११ सालच्या गुन्हेगार जमाती कायद्याने घेतली. या १९११ सालच्या गुन्हेगार जमाती कायद्यानुसार काही जमातींना कोणत्याही रहिवासाच्या किंवा जगण्याची साधने देण्याच्या तरतुदी करण्याच्या गरजेशिवाय त्यांना गुन्हेगार जमाती म्हणून घोषित करण्याचा अधिकार स्थानिक शासनाला मिळाला. गव्हर्नर जनरल मंडळाच्या माननीय गृहमंत्र्यांनी सादर केलेल्या १९११ च्या कायद्यानुसार जमाती पुढीलप्रमाणे वर्गीकृत केल्या गेल्या.

१. ज्या जमाती मुलतः गुन्हेगार होत्या पण प्रामाणिक उद्योगधंद्यात स्थायिक झालेल्या आहेत, पण ज्यांच्यापैकी काही सदस्यांचा इतिहास गुन्हेगारी स्वरूपाचा आहे.
२. ज्या जमाती स्थायिक झालेल्या आहेत आणि सामान्यतः त्यांचे दाखवण्याचे व्यवसाय हे फसवे आहेत; परंतु घरापासून लांब जावून दरोडे घालतात, लुटालूट करतात आणि त्यावर उदरनिर्वाह करतात.
३. ज्या भटक्या जमाती कायम देशभर भटकत असतात आणि संधी मिळताक्षणी लुटालूट करतात.

गुन्हेगार जमाती संबंधातील सर्व कायदे हे १९२४ च्या कायद्या अंतर्गत एकत्रित करून एकच कायदा करण्यात आला. उदा. गुन्हेगार जमाती कायदा १९२४. हा कायदा नंतर गुन्हेगार जमाती सुधारित कायदा १९४६ असा करण्यात आला. त्यानंतर मुंबईमध्ये १९४९ साली हा कायदा रद्द केला गेला आणि सर्वत्र १९५२ साली तो मागे घेतला गेला. त्यामुळे कायद्याने कथित गुन्हेगार जमाती विमुक्त झाल्या. १९६१ सालच्या जनगणनेने दिलेल्या आकड्यानुसार यांची संख्या २७,१०२,१८० इतकी होती, मात्र या जनगणनेत काही जमाती गणल्या गेल्या नाहीत.

यानंतर मुंबई राज्याने साधारणपणे १९४९ साली विमुक्त जमातींची यादी तयार केली. ज्यामध्ये पुढील जमातींचा समावेश होता- १. लमाणी, २. बेरड (बेडर), ३. भामटा किंवा (परदेशी किंवा बांटीबोरी), ४. भिल्ल, ५. कैकाडी (किंवा कोराह) ६. मांग गारुडी, ७. पारधी, ८. सांसी ९. तडवी.

हैद्राबादमध्ये चारण बंजारा आणि मध्य भारतात बंजारा अनुसूचित जातीत समाविष्ट आहेत. सध्या महाराष्टात भिल्लांचा समावेश अनुसूचित जमातीत असून बंजारा आणि लमाणी हे विमुक्त जाती जनजातीमध्ये समाविष्ट आहेत.

कैकाडी जमातींचा समावेश अकोला, अमरावती, भंडारा, बुलढाणा, नागपूर, यवतमाळ या जिल्ह्यांत व चंद्रपूर जिल्ह्यातील राजुरा तालुका वगळता चंद्रपूर जिल्ह्यात अनुसूचित जातीमध्ये केला आहे; तर मुंबई, ठाणे, कुलाबा, रत्नागिरी, नाशिक, धुळे, जळगाव, पुणे, अहमदनगर, सातारा, सांगली, कोल्हापूर, सोलापूर, औरंगाबाद, बीड, परभणी, उस्मानाबाद व नांदेड जिल्हा आणि चंद्रपूर जिल्ह्यातील फक्त राजुरा तालुका येथे तो विमुक्त जाती जनजातीमध्ये आहे.

हे वर्गीकरण विलक्षण आणि विसंगतीपूर्ण असून संबंधित अधिकाऱ्यांची अवस्था किती गोंधळलेली आहे हेच दर्शवते. अगोदर नमूद केल्याप्रमाणे इतर काही जमातीतील समूह आणि व्यक्तीसुद्धा अधूनमधून किंवा नियमितपणे लुटालूट, दरोडा, चोरी, इत्यादी प्रकारामध्ये गुंतलेले होते. उदाहरणार्थ, कोरकुसमधील मोवासी हे सधन भागात लुटालूट आणि दरोडे घालण्याचे काम करीत असत; तर काही कोलाम जमातीतील व्यक्ती दरोडेखोरांच्या टोळ्या चालवण्यात गुंतलेले होते. आता या दोन्ही जमातींचा समावेश अनुसूचित जमातीत झाला आहे. मात्र बंजारा व इतर गुन्हेगार जमाती विमुक्त जाती जमातींमध्येच राहिला.

'जमात' म्हणजे काय?

वस्तुत १७९३ पासून अधिकृतरीत्या झालेल्या कायद्यामध्ये, आदेशामध्ये या समूहांसाठी 'जमात' या शब्दाचा वापर केला गेला आहे. मात्र 'अनुसूचित जमाती' म्हणून संविधानिक दर्जा देतेवेळी केवळ 'गुन्हेगार' विशेषण लागल्यामुळे या जमातींना इतर जमातीपासून वेगळे करण्यात आले.

'जमात' या शब्दाची व्याख्या करणे हाच मूलतः प्रश्न आहे. १९५३ साली दिलेल्या अहवालात आंतरराष्ट्रीय कामगार संघटनेने असे नमूद केले आहे की, जगभरातील आदिम जमातींची व्याख्या करत असताना एकच निकष लावता येणार नाही.

वेगवेगळ्या समाजशास्त्रज्ञानी, मानववंश शास्त्रज्ञानी वेगवेगळ्या व्याख्या देण्याचा प्रयत्न केला आहे. सर्वसाधारणे या समूहाचा दर्जा जमात असा ठरविण्यासाठी काही वैशिष्ट्यांची गोळाबेरीज त्यांनी केली आहे. ती खालीलप्रमाणे,

१. एक ठरावीक / निश्चित निवास आणि जागा

२. प्रामुख्याने रक्तसंबंधाने बंदिस्त असलेली समाजरचना

३. सांस्कृतिक देवदेवता, पूजापद्धती व वंश

४. सामाईक चालीरीती, बोलीभाषा

प्रो. क्रिस्तोफ वॅन यांच्या मतानुसार, एका जमातीहून दुसरी जमात ही वेगळी आहे हे ओळखण्यासाठी रक्तसंबंधाने बंदिस्त असलेली समाजरचना, सामाईक देवदेवता, सामाईक बोलीभाषा यांना महत्त्व दिले पाहिजे.

जर वर नमूद केलेले निकष आपण या विमुक्त जाती जनजातीच्या समूहांना किंवा अगदी कथित भटक्या जमातींना लागू केले, तर संभवतः पहिले वैशिष्ट्य एक ठरावीक / निश्चित निवास आणि जागा वगळता इतर सर्व वैशिष्ट्ये लागू होतात. मात्र आपण हेदेखील लक्षात घेतले पाहिजे की, सध्या अगदी उत्तम सुस्थापित असलेल्या जमाती उदाहरणार्थ, गोंड (एक मोठी भारतीय जमात). या जमातीला स्थलांतरीत होण्याचा खूप जुना इतिहास आहे. त्यांनी सरंजामदारी आणि किल्ले बांधण्याची उत्क्रांती करेपर्यंतचा आहे. त्यामुळे जमातींना जमात म्हणून पात्र होण्यासाठी आणि घटनेच्या कलम ३४२(i) नुसार अनुसूचीमध्ये घालण्यासाठी केवळ स्थलांतराच्या सवयी हा अडथळा बनू नये, असे वाटते.

आपण जर योग्य ऐतिहासिक क्रम लावून पाहिल्यास असे दिसते की, ज्या सर्व गुन्हेगार जमाती १९१३ मध्ये वसाहतींमध्ये ठेवल्या गेल्या त्या १९६०-६१ साली त्या वसाहतीतून बाहेर काढल्या गेल्या आणि विमुक्त जाती, भटक्या जमाती किंवा अनुसूचित जमाती अशा वेगवेगळ्या संवर्गामध्ये वर्गीकृत करण्यात आल्या.

महाराष्ट्रामध्ये पारधी, फासेपारधी, टाकणकर यांचा समावेश अनुसूचित जमातींमध्ये झाला. मात्र त्यांच्या वसाहतीतील भामटा, टकारी, उचले, आणि इतर १३ अशा सहनिवासी जमाती विमुक्त जमातींमध्ये समाविष्ट केल्या. उदाहरणार्थ, बेरड व बेडर या एकच जमाती आहेत. त्या वसाहतीमध्ये होत्या; परंतु बेरड विमुक्त जातीमध्ये समाविष्ट केली गेली, तर त्यांची भगिनी जमात बेडर ही अनुसूचित जातीमध्ये समाविष्ट केली गेली. त्याचप्रमाणे टाकणकर आणि टकारी या एकाच व्यवसायात गुंतलेल्या जातींबद्दल सांगता येईल. टकारी वसाहतीतही होते; परंतु त्यांचा समावेश विमुक्त जमातींमध्ये आहे, तर टाकणकर हे अनुसूचित जमातींमध्ये आहेत. वस्तुतः १९१३ साली वसाहतीमध्ये ठेवण्यात आलेल्या सर्व गुन्हेगार जमातींची वैशिष्ट्ये सारखीच किंवा एकच आहेत. मात्र तरीही जेव्हा त्यांना वसाहतीतून बाहेर काढण्यात आले, तेव्हा कोणत्याही वाजवी किंवा तार्किक निकषांशिवाय वेगवेगळ्या वर्गांत किंवा गटांत त्यांना समाविष्ट करण्यात आले. विमुक्त जाती, भटक्या जमाती ही वर्गवारी फक्त महाराष्ट्रामध्ये आहे. तसेच ज्या सगळ्या जमाती या वर्गवारीमध्ये आहेत त्या घटनात्मक तरतुदीच्या

बाहेर आहेत. ह्याचे एक कारण हे असू शकेल की, या जमाती ३१ ऑगस्ट १९५२ रोजी गुन्हेगार वसाहतीतून मुक्त झाल्या; परंतु त्या अगोदरच घटनेच्या अंतर्गत योजना राबविल्या गेल्या होत्या. परिणामी, त्यातून काही विसंगती निर्माण झाल्या. उदाहरणार्थ, बंजारा हे महाराष्ट्रामध्ये विमुक्त जातीमध्ये गेले; मध्यप्रदेशात अनुसूचित जातीमध्ये गेले आणि आंध्रप्रदेशात अनुसूचित जमातींमध्ये समाविष्ट झाले.

तेव्हा अशा जाती जमाती गटांना योग्य तो विभागणीसंबंधीचा न्याय देण्यासाठी राष्ट्रपतींच्या योग्य त्या अध्यादेशाद्वारे घटनेच्या कलम ३४२(i) मधील तरतुदीनुसार या विमुक्त जाती जमाती ज्या पूर्वी जमाती, गुन्हेगार जमाती आणि अगदी भटक्या जमाती (जरी भटके असतील तरी त्यांना जमाती असे ओळखले जाईल) यांना इतर जमातींबरोबर एकत्रित करून अनुसूचित जमातीच्या वर्गात ठेवण्यात यावे, असे त्या जाती जमातींच्या उत्कर्षासाठी प्रकर्षाने वाटते.

सद्यस्थितीत चालू असलेले भटक्या विमुक्त जमातींचे आरक्षण हे यानंतर अनुसूचित जमातींमध्ये समाविष्ट व्हावे. ते भटक्या विमुक्तांना मिळविण्यासाठी सध्याच्या गुणोत्तरानुसार अनुसूचित जमातीच्या गटात उप आरक्षणाची टक्केवारी असावी. विविध राज्यांत, राज्याराज्यांमध्ये आणि केंद्रात असलेल्या समान समूहांसाठी असलेल्या वेगवेगळ्या संवर्गाची विसंगती दूर करण्यास हे मदत करेल.

अखेरीस एकच म्हणावेसे वाटते की, वरील सर्व संदर्भ लक्षात घेता महाराष्ट्रातील भटके विमुक्त जमातींच्या घटनात्मक आरक्षणा बाबतीत अधिक स्पष्टता येण्यास मदत होईल. मात्र त्यासाठी जोपर्यंत या जमाती संघटित होऊन सामाजिक आणि राजकीय ताकत उभी करून लढणार नाहीत, तोपर्यंत हा प्रश्न सुटणार नाही. त्यामुळे या जमातीतील प्रत्येक जमातींनी वेगवेगळा लढा देण्यापेक्षा संयुक्तपणे चळवळ उभी केली, लढा दिला, तर निश्चितपणे यश मिळण्यास मदत होईल, यात शंका नाही.

एकूणच, या पुस्तकाच्या निर्मितीमुळे भटक्या विमुक्तांच्या चळवळीच्या इतिहासात प्रथमच अशा प्रकारची विस्तृत, अभ्यासपूर्ण अशी माहिती संकलित होऊ शकली. त्यामुळे भटके विमुक्त जमातींच्या घटनात्मक आरक्षणबाबतीत सखोल ज्ञान मिळण्यासाठी या पुस्तकाची मदत होईल आणि घटनात्मक आरक्षणाचा लढा उभा करण्यास, तीव्र करण्यास आणखी बळ मिळेल, अशी आशा वाटते.

या पुस्तकाची संकल्पना आणि प्रत्यक्ष मुलाखतींना २०१४ मध्ये जरी सुरूवात झाली असली तरी विषयाचा आवाका आणि पुस्तकाचे स्वरूप पाहता त्याचे अंतिम रूप आकालाराला येईतो २०२१ उजाडले. दरम्यानच्या काळात या पुस्तकासाठी मुलाखती देणारे आमचे मार्गदर्शक मोतीराज राठोड आणि डॉ. चंद्रकांत पुरी हे

आपल्यामधून निघून गेले; त्यांना भावपूर्ण श्रद्धांजली.

सदरील पुस्तकाच्या प्रस्तावनेत मा. धीमान. विजय मानकर सरांनी विस्तृत अशी मांडणी करून वरील प्रश्न कसा सुटला जाऊ शकतो, त्याचे अभ्यासपूर्ण विवेचन केले, त्याबद्दल त्यांचे आभार मानावे तितके थोडेच! हे पुस्तक आकाराला येण्यासाठी ज्या ज्या लेखक, विचारवंत, अभ्यासक, आणि कार्यकर्त्यांनी मुलाखती दिल्या, स्पष्टपणे मते मांडली त्या सर्वांचा मी ऋणी आहे. तसेच शीतल भांगरे यांनी प्रत्यक्ष मुलाखतींद्वारे विस्तृत असे लेख तयार केले आणि त्याला प्रदीप खेतमर यांनी मुखपृष्ठ व मांडणीद्वारे आकार दिला, त्याबद्दल दोघांचे आभार. या विषयाची संकल्पना-मांडणी करण्यासाठी वैशाली भांडवलकर यांनी प्रोत्साहित केले. तसेच सदरील उपक्रम तडीस नेण्यासाठी पाठपुरावा केला, त्यामुळेच माझ्या हातून हे महत्त्वपूर्ण काम पूर्ण होऊ शकले आणि मी माझे निरीक्षण नोंदवू शकलो. त्यासाठी वैशाली भांडवलकर यांचे आभार शब्दांत व्यक्त करता येणे शक्य नाही. किशोर बिडवे यांनी संपूर्ण पुस्तक नजरेखालून घालून निर्दोष केले, त्याबद्दल त्यांचे आभार. त्याचबरोबर 'गोल्डनपेज पब्लिकेशन'च्या अमृता खेतमर यांनी उत्तम निर्मितीद्वारे वाचकांपर्यंत पुस्तक पोहचविण्याची जबाबदारी घेतली, त्याबद्दल त्यांचेही आभार. शेवटी या पुस्तकाच्या निर्मितीसाठी ज्या ज्या व्यक्ती-संस्था-संघटनांनी मदत केली त्या सर्व हितचिंतकांचे आभार.

आपणास हे पुस्तक वाचून काय वाटले, ते कृपया आम्हास अवश्य कळवावे. भटक्या-विमुक्तांच्या उत्कर्षाच्या अनुषंगाने उपयुक्त विचारच हा लढा यशस्वी करतील, यात शंका नाही!

- संतोष जाधव

संदर्भ :

१. गुन्हेगारी जमाती कायदा, १८७१
२. सवयीचा गुन्हेगार जमाती कायदा, १९५२
३. इदाते समिती अहवाल, महाराष्ट्र, १९९९
४. प्रा. मोतीराज राठोड, महाराष्ट्रातील भटके विमुक्त जमाती अहवाल, २०००
५. Technical Advisory Group, 2006
६. महाराष्ट्र राज्य मागासवर्ग आयोग, २००६ (न्यायमूर्ती आर. एन. बापट कमिशन, खंड १८, पृष्ठ क्रमांक ४६)
७. National Commission for Denotified, Nomadic and Semi-Nomadic Tribes, 2008
८. National Advisory Council, 2011

प्रस्तावना

“‘भटक्या विमुक्त जमाती : आरक्षण आणि भूमिका’ हे पुस्तक देशातील भटक्या -विमुक्तांचा (DTs, NTs & SNTs) आरक्षणाचा प्रश्न समजून घेऊन त्यावर उत्तर शोधण्याचा एक प्रशंसनीय प्रयास आहे. म्हणून त्यात भटक्या विमुक्तांमधील अभ्यासक, ज्येष्ठ नेते आणि कार्यकर्त्यांचे मत समाविष्ट करण्यात आले आहे. बाळकृष्ण रेणके, लक्ष्मण माने यांच्यापासून भीमराव जाधव, प्रा. मोहन चव्हाण, डॉ. कैलास गौड, लक्ष्मण गायकवाड, मच्छिंद्र भोसले, मोतीराज राठोड, व्यंकप्पा भोसले यांच्यापर्यंत लेख समाविष्ट करण्यात आले आहेत. नव्या पिढीतील डॉ. चंद्रकांत पुरी यांचाही लेख आहे. धीमान संतोष जाधव व धीमान मोहन चव्हाणांनी मला या पुस्तकाची प्रस्तावना लिहिण्याची विनंती केली. त्याबद्दल त्यांचे धन्यवाद! ही प्रस्तावना लिहिताना मला आनंद होत आहे आणि जबाबदारीचा बोधही. कारण हा माझ्या बारा कोटी दु:खी आणि शोषित बांधवांचा ज्वलंत प्रश्न आहे. पुस्तकात अनेक मान्यवरांनी आपले अनुभव, विषयाचे ज्ञान, समस्येची रूपरेखा आणि त्यावरच्या उपायांवर प्रकाश टाकला आहे. तो काही प्रमाणात योग्य असला तरी त्यात काही उणिवाही आहेत. यासंबंधी कायमस्वरूपी तोडगा, चळवळ, संस्कृती, धर्म, राजकारण या पैलूंची साधकबाधक चर्चा होणे गरजेचे आहे असे मला वाटते. या बाबींवर मी प्रकाश टाकण्याचा एक प्रयत्न करतो आहे. प्रस्तावनेची विभागणी मी तीन संदर्भांत केली आहे.

‘एम्बस’ ही देशातील एक मोठी आंबेडकरी चळवळ आणि संघटना निर्माण करीत असताना आम्ही २००६-०७ मध्ये ‘नॅशनल प्लान टु सक्सीड इन

आंबेडकरीजम' [NPTSIA] बनवलं, ज्याला आता आमच्या 'चळवळीचे संविधान' म्हणून स्वीकारल गेले आहे. २००७ मध्ये धीमान मोहन चव्हाण माझ्या संपर्कात आले. त्यांनी मला भटक्या विमुक्तांच्या आरक्षणाच्या समस्येवर झालेल्या २००७ पर्यंतच्या काही प्रयत्नांची माहिती दिली. ते ऐकून वाटले, की ह्या समस्येवर शास्त्रीय पद्धतीने संशोधन करून तोडगा काढणे गरजेचे आहे, जे अद्यापही झालेले नाही. मग आम्ही ठरवले, की भटक्या विमुक्तांमधील राष्ट्रीय पातळीवरचे जे महत्त्वपूर्ण लोक आहेत त्यांच्यासाठी एक सेमिनार घेऊन या प्रश्नांवर त्यांचे विचार जाणून घ्यायचे आणि त्याचे एक घोषणापत्र तयार करायचे. आम्ही १३-१४ जून २००८ ला हा सेमिनार नागपूरला घेतला आणि त्याच्या महिनाभर आधी एक तेरा प्रश्नांचा 'थीम पेपर' सर्व मान्यवरांना पाठवला. सेमिनार झाल्यानंतर मी ताबडतोब एक प्राथमिक ड्राफ्ट बनवून आम्हा दोघांच्या सहीने जुलै २००८ मध्ये रेणके आयोगाला पाठवला. त्यानंतर आणखी अभ्यास करून 'Manifesto of the Justice, Rights, Planning and Movement of the Denotified & Nomadic (Semi-Nomadic) Tribes' हे डॉक्युमेंट तयार केले. हे पुस्तक वामनरावजी सिंघम, लिनकुमार बावणे, प्रा. मोहन चव्हाण, मखराम पवार, अवतार सिंग इत्यादी कार्यकर्त्यांच्या उपस्थितीत १४ एप्रिल २००९ ला 'डॉ. आंबेडकर-म. फुले जयंती' च्या दिवशी भुसावळ इथे 'एम्बस'च्या राष्ट्रीय आयोजनात प्रकाशित झाले.

भटक्या विमुक्तांची समस्या ही भारतीय राज्यघटनेद्वारा लोकांना सुनिश्चित केलेल्या मूलभूत हक्कांचे उल्लंघन आहे, म्हणून २०११ला एक याचिका (WP(Civil) No. 56 of 2011) सर्वोच्च न्यायालयात धी. मोहन चव्हाणांमार्फत आम्ही दाखल केली. त्यापूर्वी २०१० मध्येही आम्ही जनगणनेच्या पूर्वी असा प्रयत्न केला होता. जनगणनेमध्ये भटक्या विमुक्तांचे सामाजिक-आर्थिक आकडे भारत सरकारद्वारा मिळवून धोरण बनवण्याबाबत आमचा आग्रह होता; पण तो न्यायालयाने मान्य केला नाही. त्यानंतर नव्याने दाखल केलेली ही २०११ ची केस आता सर्वोच्च न्यायालयात चालू आहे आणि सकारात्मक घटनाक्रमात पोहोचलेली आहे. न्यायालयाने १० सप्टेंबर २०१४ ला जो आदेश भारत सरकारला दिला आहे, त्यावर २४ सप्टेंबर, २०१४ ला सरकारच्या सामाजिक न्याय मंत्रालयाची एक महत्त्वपूर्ण बैठक झाली. त्यात सरकारद्वारा घेण्यात आलेला निर्णय आणि विभिन्न योजनांविषयी एक शपथपत्र १७ ऑक्टोबर २०१४ ला दाखल केलेले आहे (पण ते पर्याप्त नाही). १२ फेब्रुवारी २०१४ ला 'National Commission for Denotified, Nomadic and Semi-Nomadic Tribes' (NCDNT)चे गठन झाले ते ह्याच याचिकेच्या दबावामुळे आणि

रेणके आयोगाच्या काही शिफारशींवर झाले आहे. त्यामुळे भटक्या विमुक्तांच्या धोरणांसंदर्भात थोडी तरी वाचा फुटली आहे, किमान सरकार तसे मानू लागली आहे. परंतु रेणके आयोगाने सुचवलेल्या महत्त्वपूर्ण सूचनांवर अद्याप सरकारने कोणतेच ठोस पाऊल उचललेले नाही. बाराव्या पंचवार्षिक योजनेत किंवा आजच्या नवगठित नीती आयोगाच्या धोरणांमध्येही त्या संदर्भात काहीच झाले नाही, ही गंभीर बाब आहे.

२०११ च्या याचिकेमध्ये आम्ही महत्त्वपूर्ण दोन मुद्दे घेतले आहेत :

(I) डिनोटिफाईड आणि नोमॅडिक ट्राइब्जचा समावेश शेड्युल्ड ट्राइब्ज/शेड्युल्ड कास्ट्समध्ये करावा.

(ii) त्यांचे जीवन जगण्याचे घटनात्मक अधिकार 'विशेष नीती'द्वारा सुनिश्चित व्हावेत. असे न करणे हा जात किंवा वंशाधारे केला जाणारा भेदभाव आहे, जे आमच्या मूलभूत हक्कांचे उल्लंघन आहे.

भटक्या विमुक्तांच्या राष्ट्रीय आयोगाची अधिसूचना १२ फेब्रुवारी २०१४ ला काढण्यात आली आहे. त्याद्वारे मूलतः राज्यवार भटक्या विमुक्तांची सूची बनवण्यात येईल. एससी/एसटी/ओबीसी सूचीमध्ये असलेल्या/नसलेल्या डीटी/एनटी जमातींचा शोध घेईल व नसलेल्यांना समाविष्ट करून त्यांची सघन जनसंख्या असलेले जिल्हे/राज्य- विकासाच्या स्थितीचे मूल्यांकन करून हा आयोग त्यावर उपाय सुचवेल. या आयोगासमोर शिस्तबद्ध आणि शास्त्रीय पद्धतीने आपल्या प्रश्नांची मांडणी करण्याची गरज आहे. ते आम्ही करणारच. 'संघ' एम्बस अशी तयारी करत आहे.

हा आयोगसुद्धा रेणके आयोग आणि 'नॅक'ला अनुसरून पुढील कार्य करणार आहे हे निश्चित. मग या दोन संशोधनांमध्ये ज्या अतिमहत्त्वाच्या बाबी आहेत त्यावर शासनाला निर्णय घ्यायला काय हरकत आहे? तसे त्यांनी करावे. आपण संविधानिक मार्गाने त्यांना हे करायला भाग पाडू शकतो. रेणके आयोगाच्या अनेक शिफारशींवर आज सरकार निर्णय घेऊ शकते.

त्यांच्या ७ व ८ क्रमांकाच्या शिफारशी सांगतात, की एससी, एसटी किंवा ओबीसी म्हणून एका जमातीला एकच जातीचा दाखला मिळायला हवा. पण डीटी/एनटी हे मुळात ओबीसी नाहीत. याने घटनात्मक प्रश्न किचकट होणार, सुटणार नाही. आम्ही आदिवासी आहोत आणि हिंदुधर्माच्या प्रभावामुळे आपल्याशी अस्पृश्यता पाळली गेली आहे. डॉ. बाबासाहेब आंबेडकरांनी १९२८ मध्ये सायमन आयोगासमोर पूर्वाश्रमीच्या गुन्हेगार जमातींना अस्पृश्य आणि त्यांच्यापेक्षाही कनिष्ठ मानले आहे. (pp. 463-4, BAWS Vol. 2). तसेच त्यांना वर्णबाह्यसुद्धा मानले

आहे. म्हणजे जसे पूर्वाश्रमीचे अस्पृश्य आणि आदिवासी, तशाच गुन्हेगार जमातीही वर्णव्यवस्थेत नव्हत्या. म्हणजेच आपण हिन्दू नाही (pp. 165-9, 100-2, 138, BAWS Vol.5) पण हिंदू (अ)सभ्यता व समाजव्यवस्थेमुळे प्रताडित झालो.

त्यांची ५३, ५४ आणि ६६ क्रमांकाची शिफारस आरक्षणाच्या मुद्द्यासाठी महत्त्वाची आहे. मात्र त्यानुसार घटनेच्या अनुच्छेद ३४२, ३३२, ३३५, १५(४), १६(४), ४६, २४४, २४४ अ, ७, ११ आणि १२ यानुसार अनुसूचीत मोठे फेरबदल करावे लागतील. त्याची तपासणी करणे आवश्यक आहे.

७६ क्रमांकाच्या शिफारशीतही, क्षेत्रबन्धन उठवून प्रत्येक जमात एका राज्यात व देशात एकाच सूचीत (एसटी/एससी/ओबीसी) समाविष्ट करावी, असे आयोगाने सांगितले आहे. (संदर्भ : पृ. 105-31, Renke Commission Report, Vol. I)

रेणके आयोगाच्या उपरोक्त शिफारशींमध्ये आणखी सुधारणा अपेक्षित असू शकतात ; मात्र, इतर शिफारशींची शासनाने त्वरित अंमलबजावणी करण्यास काहीच हरकत नाही.

स्थायी संविधानिक समाधान :

भटक्या विमुक्तांच्या समस्या आणि सोडवणूक यावर आम्ही 'डीटी/एनटी मेनिफेस्टो' मध्ये पुष्कळ बाबी स्पष्ट केल्या आहेत. तरी यासंबंधी या प्रश्नाच्या कायमस्वरूपी संविधानिक उत्तराविषयी काही महत्त्वाचे बोलू या. आपल्या राज्यघटनेत सध्या तीन आधारांवर आरक्षण आणि विशेष सवलती आहेत. कलम ३४१, १६(४) व ३६६ (२४) मध्ये एससी; ३४२, १६(४) व ३६६ (२५) मध्ये एसटी आणि ३४०, १५(४) व १६(४) मध्ये ओबीसींचे वर्गीकरण आपल्याला मिळते. याव्यतिरिक्त २४४, २४४अ (V आणि VI अनुसूची), २७५ (१); २४३M, २४३ZC, ३७१ (A-C, F-H) मध्ये एसटीसाठी विशेष संरक्षण आहे. तसेच ३३५, १५(४), ४६, XI व XII अनुसूचीमध्येसुद्धा एससी/एसटीसाठी प्रयोजन आहे. तसेच २४३D, २४३T मध्ये एससी/एसटी/ओबीसीसाठी स्थानिक संस्थांमध्ये राजकीय आरक्षणाचे प्रयोजन आहे, तर ३३० व ३३२ मध्ये एससी/एसटीचे लोकसभा व विधानसभेमध्ये आरक्षण सुनिश्चित केले गेले आहे.

एससी/एसटीच्या वर्गीकरणाचा इतिहास फार जुना आहे. एसटीचा इतिहास तर १८८१ मधली जनगणना आणि Scheduled Districts Act 1874च्या रूपात आपल्याला मिळतो. GOI Act 1919 मध्येसुद्धा त्यासंबंधी आपल्याला माहिती मिळते (p. 416 BAWS Vol. 2; pp. 175, 265-6, Keith). गोलमेज परिषदेमध्ये

त्यावर विचार झाला आणि GOI Act १९३५ मध्ये त्यांच्यासाठी तरतूद करण्यात आली. (pp. 315, 356-7, 345, Keith). त्यांना GOI Act १९३५ अंतर्गत विधानसभेत आरक्षित जागा देण्यात आल्या (pp. 872-77, Anand). तसेच एससीचे वर्गीकरण जरी १९३५ मध्ये झाले, तरी १९११ मध्ये दहा निकषांवर डिप्रेस्ड क्लासेस म्हणून अस्पृश्य व आदिवासींची स्वतंत्र जनगणना सर्वप्रथम करण्यात आली होती (pp. 229-36, BAWS Vol. 5; Hutton J. H. 1931 Census Report Vol. 1).

मुंबई प्रांतामध्ये 'बॅकवर्ड क्लासेस'मध्ये डिप्रेस्ड क्लासेस, हिल ट्राइब्ज व क्रिमिनल ट्राइब्जचा समावेश करण्यात आला होता (p. 41, BAWS Vol. 2). स्टार्ट समिती (१९२८-३०), ज्यावर डॉ. आंबेडकर सदस्य होते, तिच्यासमोर आणि सायमन कमिशनसमोरसुद्धा या तिन्हींच्या राजकीय, शैक्षणिक, आर्थिक नोकऱ्या, आरक्षण इ. अधिकारांविषयी डॉ. आंबेडकरांनी स्पष्ट मत दिले आहे (pp. 1-491, 51-3, 61-3, 312, 338, 350, 394-6, 400-1, 422 BAWS Vol. 2; pp. 41-4, 470-2, कित्ता ; pp. 246-7, Omvedt).

डॉ. आंबेडकरांचे आदिवासींसाठी व गुन्हेगार जमातींवर सायमन कमिशनपासून गोलमेज परिषदेपर्यंत दिलेले विचार त्यांच्या घटनात्मक तरतुदींसाठी अत्यंत महत्त्वपूर्ण आहेत. जरी हे सत्य असले, की डॉ. आंबेडकरांनी अस्पृश्यांचा वेगळा प्रवर्ग बनवून त्यांची घटनात्मक ओळख, अधिकार आणि संरक्षण सुनिश्चित केले ; पण त्याचबरोबर आदिवासी, गुन्हेगार जमाती व मागासवर्गाच्या हक्क व संरक्षणाबद्दलही त्यांनी आमूलाग्र विचार दिले आहेत, ज्याच्यामुळे 'एसटी' प्रवर्ग अस्तित्वात आला आणि मराठासारख्या मागासवर्गीय जातींना राजकीय आरक्षण मिळाले. विशेषरीत्या त्यांना 'मताचा अधिकार', आणि याच घटनेमध्ये 'विभिन्न 'संरक्षण' (शैक्षणिक, आर्थिक, राजकीय इ.) मिळावे अशी डॉ. आंबेडकरांची अट होती. BAWS Vol. 2 मध्ये तसे भरपूर संदर्भ आहेत, आणि त्यातील महत्वपूर्ण संदर्भ मी वर दिलेले आहेत. डॉ. आंबेडकरांनी अस्पृश्यांचे वेगळे वर्गीकरण ते 'हिंदू नाहीत' तर 'अल्पसंख्याक' आहेत म्हणून करून घेतले व गुन्हेगार जमातीची त्याच्यापेक्षाही परिस्थिती बिकट आहे, असे मत सायमन कमिशनसमोर आधीच दिलेले आहे. एक महत्त्वाची बाब म्हणजे 'एससी'चे वेगळे वर्गीकरण झाले म्हणून 'एसटी' चेही झाले आणि आरक्षण हक्क, १९३५ च्या घटनेत मिळाले. म्हणजेच डॉ. आंबेडकरांनी घटनेत एससी/एसटीचे हक्क व संरक्षण सुनिश्चित केले. सूची त्यांनी बनवली नाही. GOI Act १९३५ च्या पहिल्या व पाचव्या अनुसूचीच्या आधारावर १९३६ मध्ये, १९३१ च्या जनगणनेनुसार एससी/एसटी सूची तयार झाली (p. 943-71, Anand, GOI Act 1935). ही विशेष

बाब आपल्याला लक्षात घेणे गरजेचे आहे. आता सूचीमध्ये जे जे एससी/एसटीच्या निकषांमध्ये बसत होते त्यांना समाविष्ट करून घेणे ही प्रांतिक सरकारांची जबाबदारी होती. १९३७ च्या निवडणुकीत काँग्रेस व अन्य पक्षांची सरकारे होती. स्वतंत्र मजूर पक्षाची नाही. १९४१ ची जनगणना दुसऱ्या विश्वयुद्धामुळे अपुरी राहिली. १९५१ च्या जनगणनेच्या आधारावर एसटी/ एससी सूचीमध्ये लोकांना समाविष्ट करणे ही राज्य सरकार व केन्द्र सरकारची जबाबदारी होती, हे समजून घेणे गरजेचे आहे.

संविधान सभेत, मसुदा समितीत (व अन्य १८ समित्यांवर) डॉ. आंबेडकर यांनी एससी/एसटीबरोबर ओबीसींचे हक्क व संरक्षण काँग्रेसच्या घोर विरोधानंतर सुनिश्चित केले (Chapter XVII, 1-3, Mankar Vijay, Poona Pact). पण मुसलमानांचे आरक्षण त्यांच्याच चुकीमुळे गेले (p. 377-8, कित्ता). सर्वांत पहिले राजकीय आरक्षण १९०९ मध्ये मुस्लिम लोकांना मिळाले, आणि तसेच ४ जुलै १९३४ च्या आदेशानुसार २५% आरक्षण नोकऱ्यांमध्ये. एससी/डिप्रेस्ड क्लासेसला राजकीय आरक्षण देशामध्ये मॅकडोनाल्ड अवार्ड (१७ ऑगस्ट १९३२)द्वारा मिळाले, तर नोकऱ्यांमध्ये सर्वप्रथम ११ ऑगस्ट १९४३ ला(८.३३%) आणि १५ जून १९४६ ला(१२.५०%) मिळाले (कित्ता आणि Ch. VI कित्ता).

इथे एक गोष्ट महत्त्वाची, की GOI Act १९३५ च्या Sch. 1 26 (1) मध्ये एससीची अशी परिभाषा दिली आहे :

"the Scheduled Castes" means such castes, races or tribes or parts of or groups within castes, races or tribes, being castes, races, tribes, parts or groups which appear to His Majesty in Council to correspond to the classes of persons formerly known as "the depressed classes", as His Majesty in Council may specifiy'

आणि आदिवासींची Sch. 5.19 मध्ये परिभाषा अशी आहे :

"backward areas" and "backward tribes" mean respectively such areas and tribes as His Majesty in Council may from time to time declare to be areas and tribes to which a special system of representation is more appropriate (pp. 855, 875, Anand).

तर आपल्या भारतीय राज्यघटनेमध्ये अनुसूचित जाती-जमातींच्या परिभाषा पुढीलप्रमाणे दिल्या आहेत :

341. Scheduled Caste -

(1) The President may with respect to any state [or Union territory I and where it is a state, after consultation with the Governor thereof, by public notification, specify the castes, races or tribes or parts of or groups within castes, races or tribes shall for the purposes of this Constitution be deemed to be Scheduled Castes in relation to that State or Union Territory, as the case may be.

(2) Parliament may by law include in or exclude from the list of Scheduled Caste specified in a notification issued under clause (1) any caste, race or tribe or part of or group within any caste, race or tribe, but same as aforesaid a notification issued under the said clause shall not be varied by any subsequent notification.

366(24) "Scheduled Castes" means such castes, races or tribes or parts of or groups within such castes, races or tribes as are deemed under Article 341 to be Scheduled castes for the purposes of this Constitution.

342. Scheduled Tribes -

(1) The President may with respect to any state or union territory, and where it is a state, after consultation with the Governor thereof, by public notification, specify the tribes or tribal comunities or parts for groups within tribes or tribal communities which shall for the purposes of this Constitution be deemed to be Scheduled Tribes in relation to that state [or Union terrotiry, as the case my be].

(2) Parliament may by law include or exclude from the list of Scheduled Tribes specified in a notification issued under clause (1) any tribe or tribal community or part of or group within any tribe or tribal community, but same as aforesaid a notification issued under the said clause shall not be varied by any subsequent notification.

366 (25) "Scheduled Tribes" means such tribes or tribal communities or parts of or groups within such tribes or tribal

communities as are deemed under article 342 to be Scheduled Tribes for the purpose of this Constitution.

तसेच कलम ३४०, १५(४) मध्ये आपल्याला "socially and educationally backward classes of citizens", तर १६(४) मध्ये "any backward classes of citizens" अशी परिभाषा मिळते. GOI Act १९३५ आणि आपल्या राज्यघटनेत या वर्गीकरणाच्या काही बाबी स्पष्ट होतात. GOI Act १९३५ मध्ये शेड्युल्ड कास्ट (एससी) आणि बॅकवर्ड ट्राइब्ज (प्रिमिटिव्ह ट्राइब्ज, हिल व फॉरेस्ट ट्राइब्ज आणि कुठे कुठे क्रिमिनल वंडरिंग ट्राइब्जसुद्धा), असे वर्गीकरण करण्यात आले (pp. 943-71, Anand; pp. 366-7 Shoobert). अर्थात एससी आणि एसटी हे दोन प्रवर्ग मुस्लिम व अन्य अल्पसंख्याक (अँग्लो इंडियन, शीख, युरोपियन इ.)पेक्षा वेगळे होते.

एससी किंवा पूर्वीच्या डिप्रेस्ड क्लासेसला मुख्यत: 'अस्पृश्यतेचे' निकष लावले गेले. एसटीसाठी 'भौगोलिक व सांस्कृतिक वेगळेपण आणि वैशिष्ट्ये' हे निकष लावले गेले. भारतीय राज्यघटनेमध्ये ओबीसीचा निकष 'सामाजिक व शैक्षणिक मागासलेपणा' करण्यात आला. म्हणजे हे तीन निकष राज्यघटनेने मान्य केले आहेत. एससी, एसटी, ओबीसी तीन प्रवर्ग मानले आहेत. आता प्रश्न असा उद्‌भवतो, की भटके-विमुक्त किंवा भटकणाऱ्या आणि गुन्हेगार जमाती हे मुळात कोण? ते ह्या सूचीमध्ये का नाही? पुष्कळ आदिवासींना आणि काही जातींना गुन्हेगार जमाती कायदा १८७१ [व १८९७, १९११, १९२४]पासून १९५२ पर्यंत गुन्हेगार जमाती म्हणून समाविष्ट करण्यात आले होते. हे सर्व ब्रिटिशांविरुद्ध कोळी, रामोशी, भिल्ल, नाईक, नाईकडा, मुण्डा, संथाल या जमातींच्या १८५७ च्या बंडानंतर झाले. गुन्हेगार जमाती कायद्यातली १९११ सालची दुरुस्ती जास्त अमानवीय होती व त्यात गुन्हेगार जमाती कोण हे ठरवणे स्थानिक शासनाचा अधिकार होता (pp. 27-39, Radhakrishna; p. 17-8, Bijoy & others). २८ सप्टेंबर १९४९ला 'अय्यंगार समिती'ने केंद्र सरकारला एक सूची तयार करून दिली होती. त्या सर्वांना विमुक्त जमाती मानता येईल. १९३१ च्या जनगणनेत, तसेच काका कालेलकर आयोगामध्ये आपल्याला भटक्या जमातींची काही सूची मिळते. ह्या दोन, आणि एल. आर. नाईकद्वारा मंडल आयोगामध्ये दिलेली २१०८ जमाती/जातींची सूची व स्वत: रेणके आयोगाने (Anx 9, 10, 11, Vol. II) बनवलेली सूची ही उपयुक्त ठरू शकेल. आपल्याला राष्ट्रीय सर्वेक्षणात संपूर्ण डीटी/एनटीची सूची स्पष्ट करता येईल. इदाते आयोग तसे करेल याची आपल्याला काळजी घ्यायला पाहिजे.

आपण जर इतिहास बघितला आणि सर्व इथनोग्राफिक अभ्यास बघितले (डब्ल्यू क्रुक, रसेल ॲण्ड हिरालाल, इन्थोवन, इडगर थर्स्टन, रोज, इब्बिनटसन, के. एस. सिंग) तसेच अन्य शोधकर्त्यांचे मत (क्लारेन्स पॅट्रिक, निर्मलकुमार बोस इ.) तपासले तर आपली संस्कृती 'आदिवासीच' आहे असे लक्षात येते. आपण मूळचे आदिवासीच आहोत. तर कुठे कुठे गावांच्या संपर्कात आल्यावर आपल्याशी 'अस्पृश्यता'ही पाळण्यात आली.

रेणके आयोगानुसार २६ राज्ये व ६ केन्द्रशासित प्रदेशांमध्ये एकूण ८१२ भटक्या समुदायांपैकी २५९ (एससी), १४६ (एसटी), २८९ (ओबीसी) तर ११८ कोणत्याच प्रवर्गात नाहीत. (पृ. 1-59, Anx 9, Vol. II, Renake Commission Report). १९३६ ची आपण जर एसटी/एससी सूची बघितली तर पुष्कळ डीटी/एनटी जमातींचा समावेशसुद्धा त्यात आहे (pp. 182-93, Shiva Rao, Vol. 3). तसेच गुन्हेगार जमाती कायदा १८७१ ला निरस्त करण्याबाबत स्वतः डॉ. आंबेडकर व एच. जे. खांडेकर इ. मान्यवरांनी मार्च-एप्रिल १९४७ मध्ये संविधान सभेच्या 'मायनॉरिटी सबकमिटी'मध्ये आपले मत मांडले आहे, म्हणजे ३१ ऑगस्ट १९५२ च्या पूर्वी. गुन्हेगार जमाती चौकशी समिती १९४७ (यूपी)ने काही शिफारशी दिल्या (pp. 201, 208, 327, Vol. 2, Shiva Rao; p. 86 Radhakrishna). तरीसुद्धा पुष्कळ डीटी/एनटी जमाती, एससी/एसटी सूचीमधून सुटल्या. आजच्या आणि १९३६ च्या सूचीमध्ये फरक आहेच. जे. एच. हट्टन च्या अनिश्चित, संशयित वर्गीकरणामुळे हा घोळ झालेला दिसतो. (pp. 41-2, Chp. IV. DT/NT Manifesto, Mankar Vijay) आणि १९४१ ची जनगणना अपूर्ण राहिल्यामुळे 'संविधान सभा व मसुदा समिती'समोर तीच सूची (१९३६) होती. नंतर १९५१ मध्ये नेहरू सरकारने जनगणना केली, पण एससी-एसटीशिवाय बाकींची जातिनिहाय जनगणना त्यांनी निरस्त केली. नेहरू व पटेल, त्यांच्या हयातीतला हा निर्णय दिसतो. म्हणून समस्त भटक्या विमुक्त जमाती-जातींची नावे, जनसंख्या व सामाजिक-आर्थिक परिस्थिती राज्य व राष्ट्रीय पातळीवर एका जागी मिळत नाहीत. नेहरूंनी ३१ ऑगस्ट १९५२ मध्ये आम्हाला कायद्यातून मुक्त तर केले, पण त्यानंतरच्या आपल्या बारा वर्षांच्या हयातीत एसटीमध्ये नोटिफाय केले नाही. अय्यंगार समिती (१९४९), काका कालेलकर आयोग (१९५५) व मंडल आयोग (१९८०) यांच्या जातींच्या सूचीमध्ये उर्वरित नावे आम्हाला मिळतात. मंडल आयोगाचे मेंबर एल. आर. नायकांनी तर २१०८ अशा भटक्या-विमुक्त व तत्सम जमातींना-जातींना, एससी-एसटीसारख्या

मानून त्यांना डिप्रेस्ड बॅकवर्ड क्लासेस असे वेगळे वर्गीकरण करून १५% स्वतंत्र आरक्षण देण्याची शिफारस केली; पण मंडलने ते फेटाळलं (pp. 355-57, 358-93, Mandal Commission Report). महाराष्ट्रात थाडे समिती (१९६०), इदाते समिती (१९९९), बापट आयोग (२००५) इ.नी आपल्या शिफारशी दिलेल्या आहेत. मोहन चव्हाण व इतरांनी त्याचा उल्लेख इथे केलेलाच आहे. आपण आदिवासी आहोत आणि म्हणून आपल्याला एसटीमध्ये समाविष्ट करून ३४२-ब चा प्रवर्ग बनला पाहिजे. काही जमातींबरोबर जर अस्पृश्यता पाळण्यात आली असेल तर त्यांना एससी प्रवर्गात ३४१-ब म्हणून समाविष्ट करायला पहिजे. तसे केल्याने जे संविधानिक हक्क व संरक्षण, एससी-एसटीला सुनिश्चित केले आहे ते सर्व मिळतील.

दुसरे महत्त्वाचे असे, की एसटीमध्ये आल्यानंतर V & VI अनुसूची; PESA १९९६; The STs and Other Forest Dwellers (ROR) Act 2006; Land Acquisition, Resettlement & Rehabilitation Act 2013 इ.चे फायदे मिळतील. एससी-एसटीची टक्केवारी आरक्षण वाढवायला काहीच घटनात्मक अडचण राहणार नाही. ते सध्याच्या २२.५% पासून ३०% पर्यंतही नेता येईल व ओबीसींची टक्केवारी ॲडजस्ट करता येईल. मुळात संसदेद्वारे आरक्षण अधिनियम बनवून आरक्षण ५०%च्या वर सुद्धा करता येईल. त्याला नवव्या अनुसूचीमध्ये समाविष्ट करता येऊ शकते. क्षेत्रबंधनसुद्धा उठवता येईल. कैकाडी, पारधी, बंजारा एका क्षेत्रात; एका राज्यात एसटी तर दुसऱ्या राज्यात एससी व ओबीसी, हा घोळ संपवता येईल.

एससी-एसटी मध्ये समाविष्ट करण्याची प्रक्रिया ही फार सोपी आहे. राज्य सरकार त्याला केन्द्राकडे पाठवते, तर रजिस्ट्रार जनरल ऑफ इंडिया आपले विचार देऊन त्याला 'एससी-एसटी राष्ट्रीय आयोगाकडे' पाठवते. त्यांची जर संमती असेल तर ते मंत्रिमंडळाकडे ठरावासाठी आणले जाते. आणि संसदेद्वारा [341(2), 342(2)] अधिनियमामध्ये दुरुस्ती करून त्याला समाविष्ट [किंवा वगळले] केले जाते आणि राष्ट्रपतींच्या हस्ताक्षराने नोटिफिकेशन निघते. अनुसूचित जाती-जमाती आयोगाचे मत सूचीमध्ये समाविष्ट/वगळण्यासाठी अत्यंत महत्त्वाचे असते. त्यांनी तशी स्वीकृती देणे गरजेचे आहे हे महत्त्वाचे. एससी-एसटी आयोग स्वत:सुद्धा अशी शिफारस देऊ शकतो आणि त्यांनी जर अशी शिफारस दिली तर त्याला रजिस्ट्रार जनरल ऑफ इंडिया व राज्य शासनाच्या विचारासाठी पाठवले जाते. त्यांनी संमती दाखवली तर उपरोक्त पद्धतीने सूचीमध्ये समाविष्ट केले जाते किंवा वगळण्यात येते. (संदर्भ : Revised Modalities for deciding claims for inclusion in/ exclusion from and other modifications in the orders specifying SCs/STs lists, 25.6.2002, GOI.) इदाते आयोगाद्वारे डीटी/एनटीची सूची व जनसंख्या बरोबर बनवून ती एससी-एसटी आयोगाला या संदर्भात (केन्द्र शासनाद्वारे) पाठवता येईल. किंवा ३३८अ (५) (ष), ३३८ (५) (ष) द्वारा भारत सरकारही सरळ एससी-एसटी आयोगांना ते पाठवू शकते. आपणसुद्धा या आयोगासमोर ते मांडू शकतो.

आता प्रश्न असा उठतो, की त्यासाठी अनुच्छेद ३६८(२) अनुसार घटना दुरुस्ती लागेल काय? ज्याच्यात संसदेच्या २/३ बहुमताबरोबर अर्ध्या राज्यांची संमती आवश्यक असते. माझे असे मत आहे, की एसटी/एससीच्या सूचीमध्ये समाविष्ट होण्यासाठी ते लागणार नाही. फक्त संसदेचे २/३ बहुमत लागणार. ते काही दुसऱ्या गोष्टींसाठी, जसे आरक्षण ३३०, ३३२ अंतर्गत इ. साठी लागेल. म्हणजे जेवढे वाटते तेवढे कठीण घटनात्मकदृष्ट्या ते नाही. अवघड फक्त वैचारिक व राजकीयदृष्ट्या आहे, ब्राह्मणी व्यवस्थेमुळे आहे, चळवळीच्या कृतीमुळे आहे. मग ते आपल्याला कसे साध्य करून घेता येईल? माझ्या मते दोन मार्ग आहेत.

चळवळ आणि न्यायिक उपाय :

भटक्या विमुक्तांची परिस्थिती आज भयंकर हलाखीची आहे. ते भूमिहीन, बेघर, अशिक्षित, बेकार, कौशल्ये नसलेले (पारंपरिक कौशल्ये बाळगणारे आहेत) आणि त्याचबरोबर गुन्हेगारीचा कलंक लागलेले आहेत. तो कलंक नाहीसा करून प्रतिष्ठेने जीवन जगण्याचा अधिकार साकार करण्यासाठी 'विशेष धोरणे' हवीत. ती नाहीत म्हणून आपल्या राज्यघटनेच्या मूलभूत हक्कांचे ते उल्लंघन होय. शासन (केंद्र व राज्य) जर जनगणना/नीती आदी बनवत नसेल तर घटनेच्या अनुच्छेद ३२ प्रमाणे आपण सर्वोच्च न्यायालयामध्ये आणि २२६, २२७ अनुसार उच्च न्यायालयात याचिका दाखल करू शकतो. आम्ही 'संघ' एम्बसच्या वतीने 'Mohan Dhansing Chavhan Vs. UOI and Others W.P. No. 56 of 2011' अशी केस सर्वोच्च न्यायालयामध्ये आधीच दाखल केली आहे. ॲड. नितीन मेश्राम यांनी त्याची जबाबदारी घेतली आहे. आवश्यकतेनुसार वरिष्ठ वकीलही केससाठी येतात. धी. मोहन चव्हाण यासाठी भरपूर मेहनत घेत आहेत. माझे लक्ष पिटिशन बनविण्यापासून ते आतापर्यंत आहेच आणि पुढेही राहील. कारण या याचिकेद्वारेच पुष्कळ घटनात्मक अधिकारांचे द्वार आपल्यासाठी उघडणार. आम्ही याचिकेमध्ये काही महत्त्वाचे मुद्दे घेतले आहेत ते असे-

१. डीटी/एनटी मूलत: आदिवासी आहेत आणि त्यांची २०११च्या जनगणनेमध्ये नोंद घयावी; 'सामाजिक-आर्थिक सूचकांकां'सह, जेणेकरून त्यांच्या खऱ्या परिस्थितीचे आकडे समोर येणार. नीती बनविण्यासाठी हे गरजेचे आहे. तसे न करणे हे अनुच्छेद १४, १५, १६, १७, १९, २१, २१अ, २५, २९ आणि ३८, ३९ए, २४४, २४४अ चे उल्लंघन आहे.

२. भटके विमुक्त हे भारताचे मूळ निवासी आहेत.

३. त्यांच्या बरोबर जाती भेदभाव/वंश भेदभाव होत आहे, जो घटनासंमत, लोकशाही संमत नाही.

४. घटनेच्या VII Schedule, Concurrent list, entry 15 मध्ये vagarancy; nomadic and migratory tribes ८ ची entry असतानासुद्धा [ही १९३५ च्या GOI Act मध्येही होती व १९१९ च्या कायद्यामध्ये तो गव्हर्नरसाठी आरक्षित विषय होता (pp. 255, 375, Keith)]. आजपर्यंत यावर विधिमंडळांनी कायदे बनवले नाहीत. धोरण ठरवले नाही. तसेच त्यांचे वर्गीकरण झाले नाही. पूर्ण डीटी/एनटी, एसटी/एससीच्या सूचीमध्येसुद्धा आजवर समाविष्ट करण्यात आलेले नाहीत.

५. भटक्या विमुक्तांची स्वतंत्रपणे जनगणना २०१०-११ मध्ये करून त्यांना एसटी/एससीमध्ये समाविष्ट करून 'विशेष धोरण' बनविण्यासाठी केंद्र व राज्यांना आदेश देण्यात यावेत. केस चालू असताना आम्ही रेणके आयोगाच्या शिफारशी, TAG, राष्ट्रीय मानव अधिकार आयोग अहवाल २००६-०७ [उतारा ५०, ५१, ५२] च्या शिफारशी, तसेच १९९८ च्या अहवालावरही न्यायालयाचे लक्ष वेधले आहे. त्यावर केन्द्राला सखोल उत्तर न्यायालयाने विचारले आहे. ते त्यांनी १७ ऑक्टोबर२०१४ ला दिले आहे, पण ते पर्याप्त नाही. पुढील तारखेला जेव्हा सुनावणी होणार तेव्हा आपण उचित पाऊल उचलूच. मला खूप आशा आहे, की न्यायालयाच्या मार्गाने काही सकारात्मक बाबी आपल्या हाती लागणार. हा निर्णय लागेल तो लागेल. न्यायिक प्रक्रियेला तसाही भारतामध्ये उशीर लागतो. म्हणूनच अन्याय जशाच्या तसाच राहतो. आपल्याला तोपर्यंत हातावर-हात ठेवून बसायचे नाही. इदाते आयोग २०१४ च्या समोर आपली मांडणी स्पष्टपणे ठेवली पाहिजे.

आम्ही 'आंबेडकराइट पार्टी ऑफ इंडिया'च्या वतीने १८ फेब्रुवारी २०१५ ला इदाते आयोगाच्या कार्याविषयी एक माहिती अधिकारांतर्गत अर्ज केला आहे. 'डीटी/एनटी मॅनिफेस्टो' व काही अधिक मुद्द्यांवर आम्ही आयोगाला पिटिशन

करणारच. त्याची ही पूर्वतयारी. कारण डीटी/एनटीचे घटनात्मक हक्क, उत्कर्ष व विशेष आंबेडकरी नीती आम्ही ए.पी.आय.च्या 'नीती पत्र' (Dr. B. R. Ambedkar Plan of Individual, Society, State and Nation [DAPIS2N]) मध्ये समाविष्ट केले आहे व एपीआयच्या घटनेमध्ये ते बंधनकारक केले आहे. असे करणारा हा देशातला पहिला पक्ष होय.

संघ 'एम्बस'ने तर २००९ मध्ये चळवळीच्या संविधाना [NPTSIA]मध्ये डीटी/एनटी मॅनिफेस्टोला अनुसूची म्हणून समाविष्ट केले आहे. तसे करणारे देशातील पहिले केन्द्रीय संघटन एम्बस आहे हे विशेष.

त्याबरोबरच नीती आयोगाला आपण डीटी/एनटीच्या 'विशेष धोरणा'साठी पिटीशन देऊन सामाजिक-राजकीय दबाव आणायला पाहिजे. याचप्रमाणे विभिन्न राज्यांमध्ये ते करणे इष्ट आहे. आपण ह्याबरोबर मानव अधिकार आयोगासमोर आपल्या मानव अधिकारांचे कसे उल्लंघन होते ते मांडायला पाहिजे. आवश्यकता राहिली तर संयुक्त राष्ट्रांमध्ये ते मांडायची तयारी करावी लागेल हे विशेष. संयुक्त राष्ट्र मानव अधिकार व PHRA १९९३ अंतर्गत ते आपल्याला करता येईल.

डॉ. बाबासाहेब आंबेडकरांद्वारे निर्देशित संविधानिक मार्गांनी आपल्याला न्यायिक, प्रशासनिक लढाई लढता येईल. ही एक प्रक्रिया आहे. तिचा अंगीकार केल्याने आपली समस्या 'अधिकृत' होईल, आणि काही प्रमाणात याची सोडवणूक होईल. पण त्यामुळे पूर्ण प्रश्न सुटणार नाही. त्यासाठी न्यायिक लढाईच्या बरोबर चळवळ आवश्यक असते. खरे तर न्यायिक लढाई ही चळवळीचाच भाग असते.

न्यायिक लढाई असो, की सामाजिक, सांस्कृतिक, राजकीय प्रबोधन- हे सर्व फक्त आपल्याला चळवळीच्या मार्गानेच गाठता येईल. कारण आपला प्रश्न ब्राह्मणी विचारसरणी व व्यवस्थेमुळे निर्माण व किचकट झाला आहे. आपण वर्णबाह्य होतो. देशातील आदिवासी, भटके-विमुक्त व अस्पृश्य ही ३२-३५% जनसंख्या कधीच हिंदू नव्हती. ती मुळात 'नागवंशी' (द्रविडीयन, अनार्य) होय. १०,००० वर्षांपूर्वी प्रस्तापित झालेली 'सिंधू संस्कृती' ज्या असुर-नागवंशीय लोकांनी प्रस्थापित केली त्यांचे आम्ही वंशज आहोत. म्हणजे प्रथम नागरी, कृषी, व्यापार, धर्मनिरपेक्ष, प्रकृतिप्रणीत संस्कृती वसवणारे आम्ही लोक आहोत. आर्यांबरोबर सांस्कृतिक-राजकीय संघर्षामुळे आर्यांनी युद्धानंतर वैदिक धर्म बनवून त्यांना शुद्र, दास, दस्यू, म्लेंछ संबोधले व तिरस्कार केला. 'जे लोक आपला इतिहास जाणत नाहीत ते लोक आपला इतिहास बनवू शकत नाहीत.' डॉ. आंबेडकरांची ही सूचना इथे अति महत्त्वाची आहे.

आपल्या समस्येच्या सोडवणुकीसाठी आपल्याला 'मानवतावादी क्रांतिकारी विचारधारेची' आवश्यकता आहे. ती आपला उत्कर्ष करता करता आपल्याला समतावादी, मानवतावादी 'आदर्श समाज' बनवण्याचा मार्ग दाखवेल. जर कुठली विचारधारा, तत्त्वज्ञान, नीती जी एकविसाव्या शतकात व समोर आपल्याला मार्ग दाखवू शकेल तो निश्चितच आंबेडकरवाद आहे. भारतीय इतिहासातील मुख्य धारेचा विचार विषमतेचा आहे. तो क्रांतिकारी नाही. मार्क्सचा वर्गसिद्धांत भारताच्या जाती-वर्ग व्यवस्थेवर लागू पडत नाही व धर्म, संस्कृतीवर तो काहीच उपाय देत नाही. म्हणून आपल्याला आपली चळवळ आंबेडकरवादाच्या आधारावरच उभारावी लागेल. ती शिस्तबद्ध पद्धतीने करावी लागेल. त्या आधारावर प्रशिक्षण देऊन संघटन निर्माण करावे लागेल. हे कार्य महाराष्ट्र व देश पातळीवर प्रत्येक राज्यात/जिल्ह्यामध्ये करणे गरजेचे आहे. त्याशिवाय चळवळीला 'गती' आणि 'शक्ती' येत नसते.

चळवळ व संघटना उभारत असतानाच आपल्याला 'स्थायी संविधानिक सोडवणुकी'साठी वर सांगितलेले उपाय करावे लागतील, त्याबरोबर 'जनआंदोलन' मोठ्या प्रमाणावर करावे लागेल, ज्याने आपला प्रश्न राष्ट्रीय पातळीवर येईल. आपल्याला राजकीय पाऊलसुद्धा 'आंबेडकरी राजकारण करून टाकावं लागेल, स्वतंत्रपणे, ब्राह्मणी किंवा यथास्थितीवादी पक्षांमध्ये राहून नाही. आपली नीती व नेतृत्व तिथे कधीच फुलू शकत नाही. आतापर्यंतचे जे अनुभव आहेत त्यापासून आपल्याला शिकायला पाहिजे. सामाजिक शहाणपणा आणायला पाहिजे. आपण एसटी-एससीमध्ये वर्गीकृत होणार; म्हणून आपण ३२-३५% लोक आंबेडकरी राजकारण करून स्वत: निवडून येऊ शकतो. आपले लोकप्रतिनिधी, आमदार, खासदार असले, सत्ता असली की प्रश्न त्वरीत सुटणार. त्यासाठी जय्यत तयारी करावी लागणार. आपण तसे केले तर ओबीसी व धार्मिक अल्पसंख्याक (व अन्यही) येतील. विचारधारा, धोरण, चळवळ, संघटन, नेतृत्व व शासन मात्र आपले असायला पाहिजे. त्यात गैर काहीच नाही. कारण ते भटक्या-विमुक्तां (एसटी/एससी)बरोबर सर्व भारतीयांसाठी राहणार. येत्या एक-दोन दशकांमध्ये ते व्हायला हवे. जाती व अधर्माबरोबर जातीय भांडवलशाही ब्राह्मणी व्यवस्था अंगीकारतेय आणि राज्यघटनेच्या समांतर एक व्यवस्था स्वत:साठी बनवू इच्छिते. शेवटी अतिमहत्त्वाचे म्हणजे 'धम्म'. डॉ. आंबेडकरांनी १३ ऑक्टोबर १९३५ मध्ये येवल्या (नाशिक)ला घोषणा केली, ''मी हिन्दू म्हणून जन्माला आलो, पण हिन्दू म्हणून मरणार नाही.'' तर तत्पश्चात ३०-३१ मे १९३७ ला नायगांव परिषद (मुंबई)ला ऐतिहासिक ''मुक्ती कोन पथे?'' हे अमूल्य मार्गदर्शन दिले. त्यात डॉ. आंबेडकरांनी असे आवर्जून सांगितले,

की ;

'धर्म माणसासाठी असतो, माणूस धर्मासाठी नाही.' ही धर्माची नवीन मांडणी बाबासाहेबांनी केली. पण हिन्दुधर्माचे तसे नाही. इथे तुमची जाती, वर्ग, अस्पृश्यता तुमच्या जन्माने ठरत असते. तुम्ही ते ठरवत नसता, ठरवू शकत नाही. माणसाला व्यक्तिस्वातंत्र्य नाही. धर्म हा ईश्वरनिर्मित आहे, शास्त्रसिद्ध आहे असे पुरोहित वर्ग सांगतो. तसे वेद व अन्य शास्त्रे सांगतात. ते जाती/वर्णाला पावित्र्य प्रदान करतात. कनिष्ठ मानल्या जाणाऱ्या पुरुष, स्त्रिया, मुले यांचा सवर्णांचा हा धर्म शोषण करतो, अपमान करतो. जो धर्म माणसाला माणूस मानत नाही, जो धर्म माणसाला जनावरांपेक्षा नीच मानतो, जो धर्म आईच्या पोटातून जो बाळ जन्माला आला नाही त्याला गुलाम बनवितो. जन्मताच त्याला गुन्हेगार माणतो, अस्पृश्य मानतो, कनिष्ठ व नीच मानतो. त्या धर्माला आपण जर धर्म मानत असू तर आपण निर्बुद्ध आहोत. अशा धर्मात आपण एकही क्षण राह्यला नको.

१४ ऑक्टोबर १९५६ (नागपूर)ला विश्वातील सर्वांत महान व मोठी धर्मक्रांती बाबासाहेबांनी केली.

१४, १५ व १६ ला दहा लक्ष लोकांनी 'बुद्ध धम्मा'ची दीक्षा घेतली. १५ तारखेला बाबासाहेबांनी फार इष्ट असे भाषण दिले. ते म्हणतात :

''मनुष्यमात्राच्या उत्कर्षाला धर्म ही अत्यंत आवश्यक गोष्ट आहे. मला माहीत आहे, की कार्ल मार्क्सच्या वाचनामुळे एक पंथ निघाला आहे. त्याच्या म्हणण्याप्रमाणे धर्म म्हणजे काहीच नाही. त्यांना धर्माचे महत्त्व नाही... आर्थिक उन्नतीची चळवळ आवश्यक आहे असे मी मानतो. त्या चळवळीविरुद्ध मी नाही. माणसाची आर्थिक उन्नती व्हावयास पाहिजे. पण मी याबाबत एक महत्त्वाचा फरक करतो. रेडा, बैल व माणूस यामध्ये फरक आहे. रेडा व बैल यांना रोज वैरण लागते. माणसासही अन्न लागते. मात्र, दोहोंत फरक हा आहे, की

रेडा व बैल यांना मन नाही; मनुष्याला शरीराबरोबर मनही आहे. म्हणून दोन्हींचाही विचार करावयास हवा.

मनाचा विकास झाला पाहिजे. मन सुसंस्कृत झाले पाहिजे. ते सुसंस्कृत बनविले पाहिजे.

हिंदू धर्मात अशी काही विलक्षण तत्त्वप्रणाली ग्रथित केलेली आहे की त्यामुळे उत्साहच वाटत नाही. माणसाला निरुत्साही करून टाकणारी परिस्थिती हजारो वर्षे टिकली तर कारकुनी करून पोटे भरणारे लोक जास्त होतील, यापलीकडे दुसरे काय होणार?..

मनुष्याच्या उत्साहाला काही कारण असेल तर मन!... हिंदू धर्मामध्ये राहून कोणाचा काहीही उद्धार होणार नाही. हिंदूधर्मरचनेप्रमाणे वरिष्ठ वर्णांना व जातींना फायदे आहेत हे खरे आहे. पण इतरांचे काय?... उत्कर्ष हा फक्त बौद्ध धर्मातच होऊ शकेल. धर्माची आवश्यकता गरिबांना आहे. पीडित लोकांना धर्माची आवश्यकता आहे. गरीब मनुष्य जगतो तो आशेवर. जीवनाचे मूळ आशेत आहे. आशाच नष्ट झाली तर जीवन कसे होईल?...

बौद्ध धर्माचा मूळ पाया काय आहे? इतर धर्मात व बौद्ध धर्मात फार फरक आहे. इतर धर्मांत बदल हा घडून यावयाचा नाही, कारण मनुष्य व ईश्वर यांचा संबंध ते धर्म सांगतात... देव व आत्मा यांना बौद्ध धर्मात जागा नाही. भगवान बुद्धांनी सांगितले, जगात सर्वत्र दुःख आहे. ९०% माणसे दुःखाने पिडलेली आहेत. त्या दुःखातून पिडलेल्या गरीब माणसांना मुक्त करणे हे बौद्ध धर्माचे मुख्य कार्य आहे....''

आपल्या जीवनामध्ये नवीन आशा, ज्ञान, प्रज्ञा, उत्साह व ओळख ही अति महत्त्वाची तत्त्वे आहेत. त्याने मनुष्यबळ निर्माण होते. महाराष्ट्र व देशातल्या काही अस्पृश्यांनी 'बुद्ध धम्म' स्वीकारून धर्मांतरात जी सर्वांगिण प्रगती अवघ्या ५८ वर्षांमध्ये केली ती फक्त बाबासाहेबांच्या तत्वज्ञानाने. आजही ते या मार्गाने प्रगतिपथावर जाताहेत! बौद्धांना बघून दलित, आदिवासी व काही प्रमाणात ओबीसीही आता धर्मांतरावर विचार करत आहेत. आपली सन्मान्य ओळख व उत्कर्ष (identity & emancipation) ह्याच मार्गाने आपल्याला मिळेल. 'भटकंती' ही सामाजिक-आर्थिक-न्यायिक-सांस्कृतिक समस्या आहे तशीच ती 'मानसिक'सुद्धा आहे. हजारो वर्षे ती चालूच आहे. आता ती नको. आणि म्हणून सामाजिक-आर्थिक-न्यायिक-सांस्कृतिक भटकंती जर संपवायची असेल तर सर्वप्रथम 'मानसिक भटकंती' आपल्याला थांबवावी लागेल. हे आपल्या हातात आहे. धर्मांतराने, बुद्धांच्या धम्माने, आंबेडकरवादानेच ते शक्य आहे. हाच आपला जीवनमार्ग आहे. बाबासाहेबांना अनुसरून धीमान लक्ष्मन मान्यांनी जे पाऊल उचलले तेच योग्य. ती वेळही योग्य. डॉ. आंबेडकरांना घटनात्मक समाधान बहुजनांचा करावयाचा होता; बुद्ध धम्माची नवीन नीव ठेवायची होती, राष्ट्र निर्मिती करायची होती, म्हणून त्यांना २१ वर्षे लागली. त्यांना २१ वर्षे धर्मांतरणाला लागली म्हणून आपण ही तेवढे लावायला पाहिजे; हे काही शहाणपण नाही. तशी आपली कृती ही नाही. १९१९ मध्ये, १९५६ मध्ये अस्पृश्यांकडे 'भाकर' नव्हती पण आंबेडकरी तत्त्वज्ञान होते, धम्म होता म्हणून ते यशस्वी झाले. भाकरीपेक्षा स्वाभिमानाला अधिक महत्त्व आहे. 'भाकरीचा' प्रश्न 'विचारा'शिवाय

सुटत नसतो. कर्माला, कृतीला ज्ञानाची, सुजाणतेची, प्रज्ञेची साथ असते हे विसरून चालणार नाही. वैचारिक व मानसिक परिवर्तनातून आचार परिवर्तन व व्यवस्था परिवर्तन घडत असतात. ते चारही परिवर्तने आपल्याला हवीत. नवीन समाज हवा, मार्ग हवा. अर्थ व उत्कर्ष हवा. ते आपल्याला मिळवता येईल. धम्म व भाकर दोन्ही आपण आंबेडकरवादाने मिळवू या.

शिक्षित व्हा ! चळवळ करा ! संघटित व्हा! आत्मविश्वास बाळगा! कधीही धीर सोडू नका !

आपला बांधव,

विजय मानकर

नॅशनल आर्गनाइझर, एम्बस

Abbreviations :

- BAWS - DR. B. R. Ambedkar Writings and Speeches
- bso - brahmanical social order
- BVB - Bahujan Vision Bulletin (English)
- DAPIS2N - Dr. B. R. Ambedkar Plan of Individual, Society, State and Nation (Policy Document of API)
- DNTs - Denotified Nomadic Tribes [also DTs/NTs/SNTs]
- GOI - Government of India
- ILO - International Labour Organization
- MOSJ&E - Ministry of Social Justice & Empowerment
- NAC - National Advisory Council
- NHRC - National Human Rights Commission
- NPTSIA - National Plan To Succeed In Ambedkarism (Constitution of Movement)
- P/PP - Page no./Page numbers
- PESA - Panchayat Extension To Scheduled Area Act
- PHRA - Protection of Human Rights Act
- SCSP - Scheduled Caste Sub Plan
- SHRC - State Human Rights Commission
- TAG - Technical Advisory Group
- TSP - Tribal Sub Plan
- UN - United Nations

संदर्भ ग्रंथ :

- Ambedkar, Dr. B. R., Dr. Babasaheb Ambedkar Writings and Speeches Vol. 2, 3, 4, 5, 7, 18, Part 1, 2,3 Education Department, Government of Maharashtra, Bombay (India).
- Anand, C. L., Constitutional Law and History of Government of India, 2008, Universal Law Publishing Co. Pvt. Ltd., Delhi (India).

- Bahujan Vision Bulletin, Nagpur, India. Nayak, Bhimniputra, Kranti Singh Sevalal, 2012, Todavalo, Gorbanjara Sahitya Sangh, Umarkhed, Dist. Yeotmal (India).
- Omvedt, Gail, Building the Ambedkar Revolution, Sambaji Tukaram Gaikwad and the Kokan Dalits, 2011, Bhashya Prakashan, Mumbai (India). Rathod, Motiraj, Sidhu Sanskruti Purva Gore Banjara Sanskruti Thi (Marathi), 2008, Vishwa Sant Sevalal Maharaj Charitable Trust, Sevagad, A.P. (India). Renake Commission, Report of National Commission for DTs/NTs (SNTs) Vol. 1 & 2, 2008, MOSJ&E, GOI, New Delhi (India). Shendge, Malati, The Civilized D emons : The Harappans in Rigveda, 1977, Abinav Pub., New Delhi (India). Shiva, Rao, The Framing of India's Constitution, Vol. 2, 3, 2006, Universal Law Publishing Co. Pvt. Ltd., Delhi (India).
- Shoobert W.H., Census of India, 1931, Central Provinces & Berar Part I - Report, 1932, reprint 1992, Manohar Pub., New Delhi (India).
- Viyogi, Navalkumar, Nagas : The Ancient Rulers of India, Their Origin and History, 2002, D. K. Publishers, New Delhi (India).
- _____, The Founders of Indus Valley Civilization and Their Later History 2003, D. K. Publishers,New Delhi (India).
- Radharkrishna, Meena, Dishonoured by History : Criminal Tribes and British Colonial Policy, 2001, Orient Longman Ltd., New Delhi (India).

■

अनुक्रमणिका

भीमराव जाधव

ब्रिटिश काळापासून भटक्या-विमुक्तांची परिस्थिती आणि प्रवासाचे साक्षीदार म्हणून चळवळीतील भीमराव जाधव या वयोवृद्ध खंद्या कार्यकर्त्याची ओळख सांगता येते. गुन्हेगार जमातींची सेटलमेंटमधून मुक्ती आणि पुढील विकासासाठी सरकारकडे पाठपुरावा करणाऱ्या त्यांच्या नेतृत्वाने काही चांगल्या योजना निर्माण केल्या. सोलापूर महापालिकेचे ते माजी महापौर होते. विमुक्त जमातींच्या शिक्षणाबाबत आग्रही राहून त्यांनी सोलापूर सेटलमेंटमध्ये पहिली आश्रमशाळा सुरू केली. प्रत्यक्ष सेटलमेंटमध्ये असलेलं गुन्हेगार जमातींचं वास्तव त्यांनी आपल्या 'तीन तारेचे कुंपण' या आत्मवृत्तातून मांडलं आहे.

“ भारताला स्वातंत्र्य मिळतेवेळी आम्हा विमुक्त लोकांच्या बाबतीत ज्या घडामोडी घडल्या त्यांचा मी एक साक्षीदार आहे. १९४७ पूर्वी निवडणुका होऊन काँग्रेसचं मंत्रिमंडळ आलं. त्यानंतर हळूहळू कायद्याप्रमाणे गोरे लोक आपला अधिकार सोडून जाऊ लागले. त्याच सुमाराला सोलापूरच्या सेटलमेंटच्या शाळेत लेडी सुपरिंटेंडंट म्हणून बाळूताई खरे यांची नेमणूक झाली. आमच्या जीवनावर 'बळी' या नावाची कादंबरी त्यांनी लिहिली होती. ब्रिटिशांनी लादलेल्या गुन्हेगार कायद्यांविरुद्ध लढा देण्यासाठी त्यांनीच आम्हाला प्रोत्साहन दिलं. त्यांच्या प्रेरणेने गुन्हेगार जमातीतल्या आम्हा तरुणांचा एक गट तयार झाला आणि ब्रिटिशांच्या विरुद्ध आम्ही चळवळ सुरू केली.

सुरुवातीला आमचे लोक ब्रिटिशांना भीत असत. अनेक दशकं आम्ही सेटलमेंटमध्ये जगत होतो. आपल्याला तुरुंगात टाकतील, खानापूर सेटलमेंटला बदली

करतील, लेकरंबाळं सोडून कसं जायचं म्हणून ब्रिटिशांविरुद्ध जाण्याचं सुरुवातीला कुणाचं धाडस होत नव्हतं. म्हणून आम्ही प्रत्येक गल्लीत जाऊन रात्रीच्या वेळी बैठका घेत होतो, लोकांना समजावून सांगण्याचा प्रयत्न करत होतो. एका सभेत आम्ही बोललो म्हणून आम्हाला धरून नेलं आणि शिक्षा झाली. सुटून आल्यानंतरसुद्धा आम्ही प्रयत्न करतच होतो. गुन्हेगारी कायदा रद्द व्हायला हवा, ही आमची पहिली मागणी होती. तेव्हा सगळाच देश पारतंत्र्यात होता, पण इतरांपेक्षाही मोठे गुलाम आम्ही होतो. सेटलमेंट सोडून बाहेर कामाला जाताना आमच्याबरोबर इन्स्पेक्टर असायचा. त्याच्या देखरेखीखाली आम्ही सगळं काम करत असू. आमच्यासोबत तिथे काम करणाऱ्या बाहेरच्या कामगारांना आश्चर्य वाटायचं. आम्ही त्यांना मोठे गुन्हेगार वाटायचो. हे शल्य आम्हाला बोचायचं. या गुलामगिरीतून आम्हाला मुक्तता हवी होती. त्यातून हळूहळू लढा उभा राहिला. आमचं पहिलं अधिवेशन पुण्यात झालं. बावन्न सेटलमेंटमध्ये फिरून लोकांमध्ये आम्ही जागृती निर्माण केली आणि १९४५ साली पुण्याच्या गोखले हॉलमध्ये आम्ही मोठी सभा घेतली. त्या सभेचे अध्यक्ष श्रीधर माटे हे होते. साताऱ्याचे कर्मवीर भाऊराव पाटीलही तेव्हा उपस्थित होते. त्यानंतर १९४७ साली दुसरं अधिवेशन सोलापूर सेटलमेंटमध्ये झालं. त्याचे उद्घाटक म्हणून मुद्दाम आम्ही बाळासाहेब खेर यांना आणलं. ते त्या वेळच्या मुंबई इलाख्याचे मुख्यमंत्री होते. आमची मुलं शिकायला पाहिजेत, त्यासाठी त्यांना पूर्ण स्वातंत्र्य पाहिजे आणि त्यासाठी हा कायदा रद्द व्हायला पाहिजे, या आमच्या मागण्या आम्ही त्यांच्यासमोर तेव्हा मांडल्या.

हा कायदा रद्द करायचा शब्द तेव्हा आम्हाला मिळाला. पुढे देश स्वतंत्र झाला. सत्तेचाळीस साल संपत आलं. पुढच्या वर्षीही कायदा रद्द करण्याविषयी काही हालचाल दिसेना. त्या सुमाराला पंडितजी मुंबईला येणार आहेत असं आम्ही ऐकलं. आमचे सर्व कार्यकर्ते जमले आणि आम्ही पंडितजींना भेटायचं ठरवलं. त्यांना भेटण्यासाठी माझी आणि नगरकरांची निवड झाली. आम्हाला सहज भेट मिळाली नसती, म्हणून आम्ही भाऊराव पाटील यांना बरोबर घेऊन गेलो. भेटल्यावर पंडितजींनी विचारलं, ''क्या तकलीफ है आपको?'' आम्ही म्हटलं, ''देश को आपने आझादी तो दिलवायी है लेकिन हम तो आज भी गुलाम हैं। हम को भी आझादी दिला दो।'' त्यावर पंडितजींनी कायदा रद्द करण्याबद्दल चौकशी केली आणि सूचना दिल्या. १३ ऑगस्ट १९४९ या दिवशी सोलापुरात त्या वेळचे मागासवर्गीय मंत्री गणपतराव तपासे हे आले आणि त्यांनी आमच्या सेटलमेंटचं तारेचं कुंपण तोडलं. नेहरूंनी १९६० साली हे कुंपण तोडलं, असं म्हटलं जातं ते चुकीचं आहे.

तारेचं कुंपण तोडल्यानंतर काँग्रेसने डॉ. अंत्रोळीकर यांच्या अध्यक्षतेखाली आमच्यासाठी पुनर्वसन समिती स्थापन केली. त्या समितीचा अहवाल सुंदर आहे. त्यात सगळ्या गोष्टींबद्दल विचार केला गेला. हे करत असताना आमची शिक्षणाच्या बाबतीत आग्रहाची मागणी होती. आमच्या सहा वर्षांच्या लेकरांनासुद्धा त्यांच्या आईबापांपासून अलिप्त ठेवून शिक्षण द्यावं, ही आमची भूमिका होती. आमचे लोक सकाळी उठल्यानंतर आपल्या बायकोला लाथ मारून उठवणार, शिव्या देत जगणार. याचा मुलांवर परिणाम होऊ नये यासाठी त्यांना वेगळंच ठेवायला पाहिजे हा उद्देश होता. ही मागणी या समितीने मान्य केली. त्यातून आश्रमशाळेची संकल्पना पुढे आली. पहिली आश्रमशाळा महाराष्ट्रात सोलापुरात सेटलमेंटमध्ये आम्ही सुरू केली.

अंत्रोळीकर समितीचा हा अहवाल कितीही चांगला असला तरी १९५८ साल उजाडलं तरी या अहवालाचं फारसं पुढे काही होत नव्हतं. एक शाळा आणि थोडी शिष्यवृत्ती एवढंच आमच्या पदरात पडलं. शिक्षण पूर्ण झाल्यानंतर उद्योगधद्यांसाठी जे भांडवल मिळालं पाहिजे ते आम्हाला मिळालं नाही. आम्हाला शिक्षणात आरक्षण आणि इतर कुठल्याही सवलती मिळाल्या नाहीत. आम्ही सवलती घेणाऱ्या मागासवर्गीयांच्या यादीत नव्हतो. संधींच्या दृष्टीने आम्ही दिशाहीनच होतो. आश्रमशाळा मात्र अनेक सेटलमेंट्सच्या ठिकाणी सुरू झाल्या. आम्ही तेव्हा शेतकरी वसाहत स्थापन करण्याच्याही प्रयत्नात होतो. काही तरी पावलं पडतील याची वाट बघून आम्ही थकलो तेव्हा पुन्हा एकदा पंडितजींची भेट घेण्याचं आम्ही ठरवलं. एक शिष्टमंडळ घेऊन पंडितजींना भेटायला पुन्हा दिल्लीला गेलो. त्यांना ही सगळी हकीकत सांगितली. आमच्या विद्यार्थ्यांना महाविद्यालयीन शिक्षण फी देऊन घ्यावं लागत होतं. आमची परिस्थिती ऐकून त्यांनाही थोडंसं आश्चर्य वाटलं. पुढे पंडितजींनी देशातल्या विमुक्त जातींच्या लोकसंख्येची चौकशी केली. विमुक्त लोकांना शैक्षणिक सवलती देण्याविषयी त्यांनी आदेश दिले. सेटलमेंटला भेट देण्याविषयी आम्ही त्यांना विनंती केली. त्यांनीही ती मान्य केली.

११ एप्रिल १९६० या दिवशी सेटलमेंटला पंडित नेहरूंनी भेट दिली. त्यांच्यासमोर आम्ही आमची महत्त्वाची मागणी ठेवली : ''ज्याप्रमाणे 'एसटी'च्या लोकांना राखीव सवलती आहेत त्याप्रमाणे आम्हालाही मिळायला हव्यात. आमचे पूर्वजसुद्धा टोळ्या करूनच जगलेले आहेत. म्हणून आमच्या लोकांना 'एसटी'मध्ये टाका.'' पंडितजींना आमचं म्हणणं पटलं. १९६१ साली पंडितजींनी आम्हाला दिल्लीला बोलावून घेतलं. तिथे आमच्या लोकांचा मेळावा घेतला. आमच्या मागण्यांबाबत विचार करण्याचं आश्वासन दिलं. लोकसभेत पंडितजींनी जेव्हा विमुक्त

जातींना 'एसटी'मध्ये घेण्याविषयी प्रश्न उपस्थित केला होता, तेव्हा त्याच्यासाठी बजेट तयार करावं लागेल, घटनेला अनुसरून दहा वर्षांनी आपण कालावधी वाढवतो, तेव्हा त्यांचा विचार करू, असं इतरांनी सांगितलं होतं. १९७० ला आम्ही ते निश्चित करतो, असं आश्वासन आम्हाला मिळालं आणि तो प्रश्न सत्तर सालापर्यंत पुढे ढकलला गेला. पण आमचं दुर्दैव हे, की पंडितजी १९६४ मध्ये गेले.

राज्याचा विचार करायचा तर सगळी अंदाधुंदीच होती. ब्रिटिश शासनाच्या दप्तरामध्ये 'पारधी हे शिकार करून जगणारे' असं लिहिलं आहे, म्हणून त्यांना 'एसटी'मध्ये टाका; 'मांग-गारुडी'मधले मांग हे 'एससी'चे म्हणून त्यांना त्या वर्गात टाका, असं चाललं होतं. त्या वेळच्या काँग्रेस मंत्रिमंडळाने बाबासाहेब आंबेडकरांच्या समोर प्रश्न उपस्थित केला असता तर आमचं हे काम झालं असतं. पण त्या सुमाराला आमच्या लोकांमध्ये नेतृत्वं करणारं कुणी नव्हतं. आदिवासींसाठी ठक्करबाप्पा यांनी आवाज लावून धरला होता. 'शेड्युल्ड कास्ट'च्या बाबतीत स्वतः आंबेडकर हेच भक्कम नेतृत्व होतं, पण बाकीच्या जमातींसाठी बाजू मांडणारं कोणी नव्हतं. आम्ही फार लहान होतो. आमचे विचार त्यांच्यापर्यंत पोचत नव्हते.

अनुसूचित जमातींच्या यादीत विमुक्त आणि भटक्या जाती जाव्यात म्हणून आम्ही सतत प्रयत्न केले. व्ही.पी. सिंग यांचं सरकार आलं, त्या वेळी समाजकल्याण खात्याचे मंत्री रामविलास पासवान होते. देशातल्या नव्वद जातींच्या लोकांना 'शेड्युल ट्राइब्ज' आणि 'शेड्युल कास्ट'मध्ये टाकायचं, असं त्यांनी वर्तमानपत्रात जाहीर केलं होतं. मी लक्ष्मण मानेला फोन करून पासवान यांची भेट घेतली. महाराष्ट्र सरकार जर शिफारस करणार असेल तर तुमच्याबद्दल जरूर विचार करू, असं त्यांनी आम्हाला सांगितलं. त्या वेळी महाराष्ट्राचे मुख्यमंत्री शरद पवार होते. त्यांना मागासवर्गीयांच्या प्रश्नांची थोडी जाण होती. ते विचार करतो म्हणाले. त्यांनी शिफारस केली. त्यानंतर वीस-पंचवीस दिवसांनी आम्ही पुन्हा दिल्लीला गेलो. तोपर्यंत रजिस्ट्रार जनरल ऑफ इंडियाकडे अभिप्रायासाठी ती शिफारस पोचली होती. त्यांच्या अभिप्रायानंतर राष्ट्रपतींकडे प्रकरण जाईल आणि मग त्याला कायद्याचं स्वरूप येईल, असं आम्हाला सांगितलं गेलं. मात्र, पुढे त्याचं काहीही झालं नाही. तेव्हापासून ते घोंगडं तसंच भिजत पडलेलं आहे.

१९८८ साली भटक्या-विमुक्तांचा एक मेळावा आम्ही भरवला. त्याच्या उद्घाटनासाठी सुशीलकुमार शिंदे यांना बोलावलं. त्यांनाही आम्ही या प्रकरणात पुढे सहकार्य करण्याविषयी विनंती केली. तेव्हा त्यांनी आमची दिल्लीत त्या वेळचे गृहमंत्री बुटासिंग यांच्याशी भेट घालून दिली. त्याच वेळी राजीव गांधी यांच्याशीही आमची भेट

झाली. त्यांनाही 'एसटी'मधल्या समावेशाबद्दल सगळं सांगितलं. कर्नाटक, आंध्र प्रदेश या राज्यांत आम्हाला 'एससी', 'एसटी'मधून सगळ्या सवलती आहेत, पण महाराष्ट्रातच नाहीत. राजीवजींनी तीनही प्रांतांकडून अहवाल मागवून आमचं काम करण्याचं आश्वासन दिलं. पण आमच्या लोकांचं दुर्दैव, की त्यांचीही हत्या झाली. यानंतर मात्र मी थकलो. माझे अनेक सहकारी गेले. आता आमचे इतर काही कार्यकर्ते प्रयत्न करत आहेत.

भटक्या-विमुक्त जातींना 'शेड्युल्ड ट्राइब्ज'मध्ये का टाकावं? कारण आता महाराष्ट्र सरकार भटक्या-विमुक्तांच्यासाठी जे आरक्षण आणि योजना देत आहे त्या जुजबी सवलती आहेत. त्याही नीटपणे आमच्या पदरात पडत नाहीत. आम्ही आदिवासींशी जवळीक साधणारे आहोत. तिथली जनसंख्याही कमी आहे. 'शेड्युल्ड कास्ट'मध्ये गेल्यानंतर मागणारे फार आहेत. आम्हाला लवकरात लवकर ज्या हक्काच्या सवलती मिळायला हव्यात त्या 'शेड्युल ट्राइब्ज'मध्ये मिळू शकतील म्हणून त्या वर्गात टाकणं योग्य आहे. रेणके आयोगाची तिसऱ्या शेड्युलची शिफारस ही फार व्यवहार्य नाही असं माझं मत आहे. त्याच्यासाठी बजेट, तितक्या खासदारांचा पाठिंबा हे सर्व होऊ शकणार नाही.

आरक्षणाच्या बाबतीत अनेकदा पुन्हा पुन्हा नव्याने सगळं सुरू करण्याचा प्रयत्न होत राहतो. मला वाटतं, आतापर्यंत आमचं प्रकरण रजिस्ट्रार जनरल ऑफ इंडियाच्या टेबलावर पोचलं आहे. तिथून ते पुढे न्यायला हवं. 'एसटी'मध्ये टाकताना किंवा तिसरं शेड्युल बनवण्यासाठीही लोकसभेत घटनादुरुस्ती आवश्यक आहे. त्यासाठी दोन तृतीयांश सभासदांचं बहुमत पाहिजे. पण माझं आता असं मत झालंय, की घटनेत दुरुस्ती करण्याची काही गरज नाही. क्षेत्रबंधनाचा कायदा उठवून एकाच ठिकाणचा कायदा सर्व देशभर करायला हवा, या निष्कर्षापर्यंत मी आता आलेलो आहे. क्षेत्राचं बंधन भटक्या-विमुक्त जमातींसाठी उठलं, तर आंध्र प्रदेश, केरळ, कर्नाटक आदी भागांत ज्या ज्या जमाती आहेत त्या सगळ्यांना एकच कायदा त्यामुळे आपोआप लागू होईल. त्यातून सुसूत्रीकरण येईल. सध्या या जमातींना निरनिराळ्या प्रांतांमध्ये निरनिराळ्या नावांखाली सवलती चालू आहेत. कर्नाटकात जो कायदा आहे तो कर्नाटकापुरता, आंध्राचा आंध्रापुरता, असं न ठेवता या कायद्याचा अंमल सबंध देशात करण्यासाठी क्षेत्राचं बंधनच उठवायचं. आंध्रातला कायदा देशभरात लागू करायचा. त्याला घटनादुरुस्ती करण्याची गरज नाही. स्वतंत्र बजेटची गरजही नाही. राजपत्रित आदेश काढला की काम होतं. मी सध्या कार्यकर्त्यांना हेच सांगतो, की घटनादुरुस्तीच्या पाठीमागे आता लागायचंच नाही. या भटक्या लोकांना किती दिवस

खितपत ठेवणार? ते सतत फिरतच राहावेत, ही भावना राज्यकर्त्यांनी काढून टाकावी. त्यांचे जे हक्क इतर ठिकाणी दिले जात आहेत त्याचा विचार करावा. महाराष्ट्रात तर एका भागात कैकाडी ही जात एका वर्गात आणि दुसऱ्या भागात शेड्युलमध्ये, असे गोंधळ आहेत. हे कधी निस्तरणार? किमान एका राज्यात तरी एकच कायदा लागू व्हायला हवा, असा ठराव विधानसभेत मांडायला हवा.

मध्यवर्ती शासनाच्या योजना आणि सवलती आमच्या लोकांना चालू करायला हव्यात. त्यातून सामाजिक हक्क मिळेल, शैक्षणिक हक्क मिळतील आणि सर्वांत महत्त्वाचं म्हणजे राजकीय हक्क मिळतील. एखाद्या ठिकाणी भटक्यांच्यापैकीच कोणी तरी निवडणुकीला उभं राहील, त्या ठिकाणी दुसऱ्यांना उभं केलं जाणार नाही याबाबत कायद्याने बंधन यायला हवं. राजकीय हक्कांतून आवाज उठवण्याचं महत्त्वाचं व्यासपीठ मिळतं. आज अशा पद्धतीने बाजू मांडणारं कुणी नाही. आज आमचा लमाण समाजाचा आमदार जातो, तो ब्राह्मण होतो. करायचं म्हणून काम करतो, पण लमाणांपुरतंच. वसंतराव नाईकांच्यामुळे हा समाज शिक्षणाच्या बाबतीत फार पुढे गेला आहे. उद्योगधंद्यांच्या बाबतीत वडार समाज पुढे आहे. पण यातून एखादा कार्यकर्ता निर्माण होतो तो त्याच्या जातीपुरताच. सामुदायिक पद्धतीने जे नेतृत्व निर्माण व्हायला पाहिजे ते होऊ शकत नाही. कारण यात अठरापगड जातींचे लोक आहेत. नाव विमुक्त-भटक्या जातीच्या संघटनेचं लावायचं आणि काम करायचं आपापल्या जातीचं. मला हे पटत नाही. आपल्या खालच्यांना जवळ करायचं म्हटलं तर अपमान वाटतो. आता महाराष्ट्र सरकारने विमुक्त-भटक्या जमातींसाठी काही चांगल्या योजना सुरू केलेल्या आहेत, पण त्यांचा अंमल होत नाही. कारण त्यासाठी झटणारा मनुष्य तिथे जात नाही. अशी आमची दुःखं आहेत.

आमच्या काही लोकांच्या प्रयत्नांमुळे ह्या वर्गात नऊ जातींचे लोक आहेत, ते आमच्याकडे सोलापुरात आजही एकविचाराने काम करतात. असा विचार प्रत्येक ठिकाणी व्हायला पाहिजे आणि सर्वांनी मिळून शासनदरबारी भक्कमपणे बाजू मांडायला पाहिजे. सत्याग्रहाला बसायला पैसा लागत नाही. पण आमच्या लोकांमधला न्यूनगंड अजून गेलेला नाही.

ज्यांची शक्ती त्यांचाच विचार करायचा, हे आजचं राजकारण आहे. महाराष्ट्रात मराठ्यांचं राज्य आहे. राज्यकर्ते त्यांचे आहेत. त्यांनी आरक्षणासाठी उठाव केला तर त्यांना आरक्षण देण्यात येतं, कारण सत्तेत त्यांचे लोक आहेत. धनगरांचाही पाठिंबा मिळावा म्हणून त्यांनाही आरक्षण देण्याच्या विचारात आहेत. शरद पवारांचं अलीकडचं विधान तसं सांगणारं आहे. शरद पवारांकडे मी आणि माझे कार्यकर्ते पूर्वी

आमचे प्रश्न घेऊन जात होतो. त्या वेळी ते विचार करायचेही. पण पुन्हा तुम्ही तुमची मागणी त्यांच्यासमोर वारंवार ठेवली तरच ते विचार करणार, नाही तर नाही. आता केंद्रात तर भाजपचं सरकार आलं आहे. पण त्यांना आमच्याबद्दल जी कल्याण करण्याची तीव्रता पाहिजे ती भावना असेलच असं मला वाटत नाही. त्यांच्या पूर्वजांनी आमचं शोषण केलं. त्यांचं राज्य आता आलेलं आहे. महात्मा गांधी, पंडितजींनी काँग्रेसमध्ये राहून जे विचार मांडले होते ते इतर पक्षांकडे नाहीत.

माझं कार्यक्षेत्र तारेच्या कुंपणात ज्या जाती होत्या त्यांच्यापर्यंतच होतं. कायदा रद्द करून त्यांना मुक्त करणं हे आमचं पहिलं ध्येय होतं. माझ्या वैयक्तिक प्रयत्नांनी काही गोष्टी झाल्या पण हक्काचं जे मिळायला पाहिजे ते मिळेना. कायदा हे सांगतो, की भटके-विमुक्त लोक ज्या ठिकाणी पाच वर्षांपेक्षा जास्त वर्षं राहत असतील ती जागा शासकीय मालकीची असेल तर त्या रहिवाशांना मोफत द्यायला हवी आणि खासगी मालकीची असेल तर शासनाने ती खरेदी करून त्या कुटुंबांना द्यावी; पण याची अंमलबजावणी होत नाही. कारण प्रश्नांविषयी जिव्हाळा नाही, तळमळ नाही. आम्ही सेटलमेंटच्या जमिनी नावावर करून घेण्यासाठी गेली बारा वर्षं झगडतो आहोत; पण अजूनही ते झालेलं नाही. जिवंत असेपर्यंत समाजाला न्याय मिळण्याची वाट पाहणे, एवढंच आता माझ्या हातात आहे.

●

मोतीराज
राठोड

मोतीराज राठोड हे महाराष्ट्रातील भटक्या-विमुक्त चळवळीतील ज्येष्ठ नेते असून गेली चाळीस वर्षं चळवळीसाठी कार्यरत होते. 'भारतीय आदिवासी भटके-विमुक्त यूथ फ्रंट' या संघटनेचे संस्थापक-अध्यक्ष होते. आतापर्यंत त्यांच्या नेतृत्वाखाली झालेल्या मोर्चे वा आंदोलनांची संख्या एक हजारावर गेली आहे. डॉ. बाबासाहेब आंबेडकर मराठवाडा विद्यापीठातून ते प्राध्यापक म्हणून निवृत्त झाले. चळवळीला दिशा देणे, वंचितांमध्ये परिवर्तन घडवून आणणे आणि चळवळीच्या अनुषंगाने झालेल्या अभ्यासातून त्यांची आजवर एकवीस पुस्तकं प्रकाशित झालीत.

भटके-विमुक्त हे संबोधनच मुळात चुकीने तयार झालं आहे. खरं पाहिलं तर ते 'आदिम जमाती' किंवा 'आदिवासी जमाती' असं असायला हवं होतं. याची पार्श्वभूमी अशी, की ज्या काळात इंग्रज भारतातलं एकेक राज्य आपल्या ताब्यात घेण्याचा प्रयत्न करत होते, त्या काळात जंगलात राहणाऱ्या आदिवासी जमातींनी इंग्रजांना पहिल्यांदा विरोध केला. त्यात डोंगरामध्ये राहणाऱ्या रामोशी, भिल्ल, वडार, बंजारा अशा जमाती होत्या. त्यांच्या प्रतिकारामुळे इंग्रजांची कायदा आणि सुव्यवस्था ढासळली. त्या वेळचे इतर राजेमहाराजे इंग्रजांना शरण येऊन त्यांच्याकडून पेन्शन वगैरे घेत होते. पण तंट्या भिल्ल, गोविंदगीर बंजारा, उमाजी नाईक, बिरसा मुंडा ही आदिवासी माणसं मात्र इंग्रजांना शरण गेली नाहीत. दहा, पंधरा, वीस गावं एवढीच त्यांची पारंपरिक राज्यं होती. हे आदिवासी लोक शरण येत नसत. अचानक हल्ला करून ते इंग्रजांना बेजार करत. त्यामुळे या जातींचा कायमचा बंदोबस्त आपण केला पाहिजे असं इंग्रजांना वाटू लागलं. १८१८ पासून १८५० पर्यंतच्या

काळात या लोकांनी इंग्रजांना बरंच छळलं होतं. म्हणून त्या काळात पेंढारी आणि ठग या विशेषतः उत्तर भारतात राहणाऱ्या वर्गाचा बंदोबस्त करण्याकरता इंग्रजांनी गुन्हेगार जमाती कायदा असा एक कायदा १८७१ साली केला. या कायद्याच्या नावातच ट्राइब्ज म्हणजे जमाती असा उल्लेख होता. त्यात त्या वेळच्या जवळपास दीडशे आदिवासी जमातींना गुन्हेगार कायदा पहिल्यांदा लागू झाला.

भारत स्वतंत्र झाल्यानंतर १९५० साली जेव्हा अनुसूचित जाती (शेड्युल्ड कास्ट्स) आणि अनुसूचित जमातींची (शेड्युल्ड ट्राइब्ज) सूची बनवली गेली तेव्हा देशभरातल्या या गुन्हेगार जमातींचा समावेश या वर्गांमध्ये केला गेला. मात्र, महाराष्ट्र आणि मध्य प्रदेशात त्या 'विमुक्त जाती-भटक्या जमाती' (व्हिजेएनटी) या वेगळ्याच वर्गात आणल्या गेल्या आणि त्यामुळे त्यांना घटनात्मक सवलती मिळाल्या नाहीत. याचं पहिलं कारण हे, की १९५० साली सूची तयार झाली आणि ब्रिटिशांनी बनवलेला 'गुन्हेगार जमाती कायदा' रद्द झाला १९५२ साली, म्हणजे त्यानंतर दोन वर्षांनी. त्यामुळे गोंधळ झाला आणि बंजारा, भिल्ल, वडार, बेरड अशा काही जातींना महाराष्ट्रात आदिवासींच्या सवलती मिळाल्या नाहीत. पण प्रत्यक्षात या आदिवासी जमातीच आहेत. म्हणून ब्रिटिशांनी बनवलेल्या यादीत ज्या ज्या गुन्हेगार जमातींची नावे आहेत त्या सगळ्यांना आदिवासी म्हणून देशभर एकच मान्यता मिळाली पाहिजे आणि त्यांना असलेल्या सवलती मिळाल्या पाहिजेत हे आमचं म्हणणं आहे. घटनेने आदिवासी जमातींचे जे निकष ठरवलेले आहेत ते या जातीसुद्धा पूर्ण करू शकतात. म्हणूनच त्यांना इतर सर्व राज्यांमध्ये या सवलती मिळतात. तिकडे या जाती निकष पूर्ण करतात तर इकडेही पूर्ण करतात. पण या गोंधळामुळे एक तर शासनाला काय करावं हे वेळेवर समजलं नाही. आणि त्या वेळी भटक्या-विमुक्तांची बाजू संविधानासमोर किंवा घटना समितीसमोर मांडू शकतील असे नेतेही नव्हते. त्यामुळे यांच्या प्रश्नांकरता कोणी फारसं लक्ष त्या वेळी दिलं नाही.

दुसरी एक महत्त्वाची घटना घडली ती म्हणजे भाषावार प्रांतरचना. ज्या जातींना एखाद्या प्रांतात सवलती मिळत होत्या ते दुसऱ्या प्रांतात गेल्यामुळे त्यांच्या सवलती गेल्या. उदा. १९६० ला महाराष्ट्र स्थापन होताना मध्य प्रदेशातले आठ जिल्हे महाराष्ट्रात आले, मराठवाड्यातले पाच जिल्हे म्हणजे निजाम राजवटीच्या सतरा जिल्ह्यांपेकी पाच महाराष्ट्रात आले. आता वडार, बंजारा, रामोशी या जातींचे जे लोक आंध्र-कर्नाटकात आहेत त्यांना घटनात्मक सवलती मिळतात, पण महाराष्ट्रात जे जिल्हे आले त्यातल्या याच जातींच्या लोकांना या सवलती मिळत नाहीत. म्हणजे एकच जात, आपसात नातीगोती, भाषा एक, रीतिरिवाज एक, गुन्हेगार जमाती कायदा त्यांना लागू. आदिवासी असण्याचे निकष ते पूर्ण करतात, पण केवळ भाषेवर आधारित

प्रांतरचनेमुळे त्यांच्यावर अन्याय झाला.

त्याच्यानंतर पुन्हा एक गोंधळ आहे, की काही जिल्ह्यांत काहींना आदिवासी असण्याच्या सवलती मिळतात आणि दुसरीकडे मिळत नाहीत. इंदिरा गांधींच्या काळात 'क्षेत्रबंधन मर्यादा' नावाचं एक विधेयक आणलं गेलं होतं. त्यानुसार सवलती या तो लाभार्थी राहत असलेल्या प्रांतातच मिळतील, अशी मेख मारली गेली. त्यामुळे या गुंतागुंतीत आणखी भर पडली आहे. खरं तर क्षेत्रबंधन मर्यादा उठवण्यापेक्षा प्रांतबंधन उठवलं गेलं तरी त्यांना न्याय मिळेल. घटनेने जातीच्या आधारावर जर सवलती दिल्या आहेत तर ती व्यक्ती कुठल्याही प्रांतात गेली तरी तिची जात तर बदलणार नाही.

त्यामुळे एकंदरीत आमचं म्हणणं असं आहे, की ब्रिटिशांनी बनवलेल्या यादीत ज्या ज्या जमाती गुन्हेगार म्हणून नोंदल्या गेल्या त्या सर्वांना आदिवासी म्हणून संविधानाने दिलेले हक्क आणि सवलती मिळाल्या पाहिजेत. गुन्हेगार आदिवासी म्हणून कायदा केला, गुन्हेगार आदिवासी म्हणून छळ केला, मग आदिवासी म्हणून सवलती का नकोत ?

हे 'विमुक्त' आणि 'भटके' ही अपमानजनक संबोधनंसुद्धा बदलली पाहिजेत. 'विमुक्त' म्हणजे चोरी करण्यापासून विमुक्त. हा आमचा अपमान आहे आणि 'भटका' हे तर कुत्र्याला म्हटलं जातं. माणसाला भटका म्हणणं हा तर लोकशाहीलाच कलंक आहे. जनावरासारखं भटकत राहण्याची जाणीव देणारं हे संबोधन बदललं पाहिजे.

'अनुसूचित जाती' आणि 'अनुसूचित जमाती' या वर्गात गेल्यानंतर स्वतंत्र बजेट आमच्याकरता तयार होऊ शकतं. सध्या भटक्या-विमुक्तांसाठी केंद्रात आणि महाराष्ट्रात वेगळी अशी नव्या पैशाची तरतूद नाही. इकडून तिकडून भीक मागून आम्हाला भीक वाढल्यासारखं काही तरी करायचं, अशी राज्यकर्त्यांची पद्धत आहे. आम्हाला आमचे हक्क हवे आहेत आणि ते या कलमांनुसार हवे आहेत. या संविधानात्मक सवलती आम्हाला मिळाल्या तर आम्हाला दुसऱ्या काही मागण्या करण्याची आवश्यकता नाही. आम्हाला घर द्या, रेशनकार्ड द्या वगैरे काही म्हणण्याची आवश्यकता राहणार नाही.

आपल्या संविधानात जात म्हणूनच सवलती आणि आरक्षण दिलेलं आहे, आणि आम्हालाही ते जात म्हणूनच मिळालं पाहिजे. गेली शंभर वर्षं गुन्हेगार म्हणून आमच्या अनेक जातींची हेटाळणी होत आली आहे. केव्हाही येऊन पोलिस धरून नेतील, अशा दडपणात त्यांची आयुष्यं गेली आहेत. विकासाची संधीच त्यांना दिली गेलेली नाही. म्हणून त्यांना विशेष सवलती दिल्याच पाहिजेत. आर्थिक सवलती देऊन त्यांचे प्रश्न सुटणार नाहीत. त्यांनाही आमदार-खासदार होता आलं पाहिजे. एकदा या

संविधानात्मक सवलती मिळाल्या की त्यांचेही आमदार होतील, खासदार होतील, मंत्री होतील. ते त्यांचे प्रश्नं मांडतील आणि सोडवतील.

देशात महाराष्ट्राशिवाय कुठल्याही राज्यात 'भटके आणि विमुक्त' अशी वेगळी यादी नाही. महाराष्ट्राने आपल्या राज्याच्या अधिकारात भटक्या-विमुक्तांना आपण चार टक्के सवलती देण्याचं ठरवलं. पण जोपर्यंत केंद्र सरकारचा पैसा त्यासाठी येत नाही तोपर्यंत महाराष्ट्र सरकार तरी काय करणार? महाराष्ट्र सरकारने त्यांना आधार देण्याचा प्रयत्न केला; पण जोपर्यंत त्यांना संविधानात्मक सवलती मिळत नाहीत तोपर्यंत त्या आधाराला काही अर्थ नाही. सूची तयार करताना जी एक छोटीशी चूक झाली, ज्या जाती त्यात टाकायच्या राहून गेल्या ती आता सुधारायला हवी. आमचा आदिवासींमध्ये समावेश करा, असं म्हणताना आम्हाला काही त्यांच्यात वाटा मागायचा नाहीय. आम्हाला आदिवासींसारख्या सवलती स्वतंत्र प्रवर्गात मिळाल्या तरी चालेल. लोकसंख्येच्या प्रमाणात आमचा आमचा टक्का आम्हाला द्यावा. इतर आदिवासींच्या सवलती त्यांनाच मिळाल्या पाहिजेत. तो त्यांचा हक्क आहे.

जवळजवळ चाळीसएक वर्षांपासून आम्ही ही मागणी करतो आहोत. त्यासाठी आजपर्यंत आम्ही अनेक निवेदनं दिली आहेत. पण तरीही शासन काही या प्रश्नाकडे फारसं लक्ष देत नाही. त्यासाठी मग इतके आयोग नेमण्याची आवश्यकताच नाही. कशाला नेमायचे सारखे सारखे आयोग? त्यातही मग सरकारने सुप्रीम कोर्टाच्या निर्णयाप्रमाणे आगरवाल आयोग नेमला आणि त्याला एकच काम सांगितलं, की भटक्या आणि विमुक्तांना नेमकं 'शेड्युल्ड ट्राइब्ज'मध्ये टाकायचं की 'शेड्युल्ड कास्ट'मध्ये टाकायचं, इतकाच निकाल द्या. या आयोगाला चारदा मुदतवाढ दिली गेली. एवढं झाल्यानंतर जेव्हा हा आयोगही सवलती देण्याचीच शिफारस करेल अशी कुणकुण सरकारला लागली, तेव्हा तो आयोगच त्यांनी दडपून टाकला आणि रद्द केला. या विषयावरची शासनाची भूमिका अशी नकारात्मक आहे.

शासन किंवा मोठे नेते हा प्रश्न फारसा गांभीर्याने बघत नाहीत, कारण या समाजाकडे आपलं एकगठ्ठा मतदान नाही. सरकार मतदानाला घाबरतं नाही तर हिंसेला घाबरतं. आता आम्ही हिंसा करू शकत नाही, आणि एकगठ्ठा मतदानही आमच्याकडे नाही. इकडं पाच घरं वडाराची, तिकडं दहा घरं गोसाव्याची, अशी अवस्था आहे. ही माणसंही एकाच भूमिकेतून मतदान करतील अशी परिस्थिती नसते. ही एकगठ्ठा मतदानाची ताकद आमच्याकडे नसल्यामुळे सरकार प्रश्न सोडवत नाही. खरं म्हणजे एक सामाजिक प्रश्न म्हणून सरकारने याकडे बघितलं पाहिजे.

●

बाळकृष्ण
रेणके

बाळकृष्ण रेणके हे भारतातील भटक्या-विमुक्तांच्या चळवळीतील ज्येष्ठ कार्यकर्ते आणि अभ्यासक म्हणून ओळखले जातात. 'राष्ट्रीय विमुक्त, भटके आणि निमभटके आयोग' या भटक्या-विमुक्तांसाठी नेमलेल्या राष्ट्रीय पातळीवरच्या आयोगाचे ते अध्यक्ष होते. 'लोकधारा' या नेटवर्कच्या माध्यमातून राज्य आणि राष्ट्रीय पातळीवर भटक्या-विमुक्तांच्या न्याय्य हक्कांसाठी विविध स्तरांवर ते अनेक वर्षं आवाज उठवत आहेत.

।। भटक्या-विमुक्तांचे संविधानिक हक्क हा प्रश्न राष्ट्रव्यापी आहे. बहुतेक सर्व राज्यांमध्ये भटक्या जमाती आहेत, मात्र त्या वेगवेगळ्या प्रवर्गांत आहेत. विशेष अभ्यास न होता किंवा काही जमातींचं मागासलेपण पटकन जाणवलं म्हणून त्या जमाती काही राज्यांत अनुसूचित जातींच्या (शेड्युल्ड कास्ट्स) सूचीमध्ये, तर काही अनुसूचित जमातींमध्ये (शेड्युल्ड ट्राइब्ज) घातल्या गेल्या. शेड्युलमध्ये असलेल्या याच जमाती त्याच राज्यात आणि इतर काही राज्यांत इतर मागासवर्गीयांतही (ओबीसी) आहेत. असं का आहे?

अनुसूचित जातींची यादी आंबेडकरांच्या प्रयत्नांनी १९३५ च्या काळात 'डिप्रेस्ड क्लासेस'च्या नावाने तयार झाली. ती मुख्यतः परंपरागत अस्पृश्यतेच्या कारणाने मागास राहिलेल्या जातींची यादी होती. आदिवासींचीही स्वतंत्र सूची असावी असा ठक्करबाप्पा यांनी त्या वेळी आग्रह धरला. त्या वेळी असा एक मतप्रवाह होता की शेड्युल्ड कास्टची एकच यादी तयार करावी. त्यात आदिवासी आणि डिप्रेस्ड क्लासेसच्या मागास जाती एकत्र याव्यात. पण ठक्करबाप्पांनी म्हटलं, की अस्पृश्य

जाती मागासलेल्या आहेतच, परंतु जंगलात राहणारे आदिवासी त्यांच्यापेक्षा वेगळे आहेत. त्यांच्या समस्या, संस्कृती, मागासलेपणाची कारणं वेगळी आहेत. विज्ञान-तंत्रज्ञानाच्या प्रसारामुळे विकासाचे जे मार्ग निर्माण झाले ते त्यांच्यापर्यंत आलेले नाहीत. त्यांची संस्कृती नागरी संस्कृतीपेक्षा भिन्न आहे. म्हणून त्यांचा स्वतंत्र विचार व्हायला हवा. त्यांच्यासाठी अनुसूचित जमातींची वेगळी सूची करावी, हे सांगताना ठक्करबाप्पांनी सामाजिक, आर्थिक मागासलेपणासोबत आदिवासींचे वेगळे निकष म्हणून भौगोलिक अलगता, स्वतःच्या प्राचीन संस्कृतीची जपणूक आणि नागरी समाजाच्या संपर्कात येतानाचा लाजाळूपणा हे मुद्दे प्रामुख्याने मांडले. त्याप्रमाणे अनुसूचित जाती (शेड्युल्ड कास्ट्स) आणि अनुसूचित जमाती (शेड्युल्ड ट्राइब्ज) या वेगळ्या याद्या झाल्या.

स्वातंत्र्यानंतर ही शेड्युल्स तयार करताना इंग्रजांच्या काळापासून तयार झालेल्या याद्या होत्याच. त्याशिवाय काही ठिकाणी काहीजणांचं लक्ष इतर काही जमातींकडे गेलं. उदा. गावाबाहेर राहणारे वडार, तांड्यात राहणारे लमाण, दोरीवरची कसरत करणारे नट, साप-माकड खेळवणारे मदारी इ. या भटक्या व विमुक्त जमातीसुद्धा अज्ञान, व्यसनाधीन आणि मागास आहेत, म्हणून काही प्रांतांत त्यांचा विशेष अभ्यास न करताही त्यांना शेड्युलमध्ये नोंदवलं गेलं. इतर काही प्रांतांत किंवा त्याच प्रांतात काही ठिकाणी या जमाती शेड्युलच्या बाहेर राहिल्या.

पुढे केंद्र सरकारने नेमलेल्या कालेलकर आयोगाचा अहवाल राज्य सरकारकडे निर्णयासाठी आल्यावर महाराष्ट्र सरकारने त्यातल्या काही गोष्टी घेतल्या. त्यात ओबीसी जमातींची यादी होती. त्या यादीत काही जमातींना चिन्हांकित केलं गेलं होतं. ते यासाठी, की या जमाती जास्त मागासलेल्या आहेत व त्यांच्याकडे विशेष लक्ष देण्याची गरज आहे. या चिन्हांकित असलेल्या जमाती म्हणजे भटक्या-विमुक्त जमाती. हीच यादी राज्य शासनाने १९६०-६१ ला आयोगाद्वारे नव्याने तपासून भटक्या-विमुक्तांची अधिकृत यादी म्हणून पक्की केली. अतिमागास असलेल्या भटक्या-विमुक्तांची ही मूळ यादी होय.

आज केंद्र आणि राज्य सरकारतर्फे 'विमुक्त जाती आणि भटक्या जमाती' म्हणून जो उल्लेख होतो त्यात तीन उपगट आहेत. त्याला इंग्रजांच्या काळात झालेल्या अभ्यासाचा आधार आहे. १९३१ ची जातवार जनगणना करण्याच्या वेळी भारतीय समाजरचनेचा जो अभ्यास त्यांनी केला त्यानुसार हे गट पाडण्यात आले.

त्यातला पहिला गट म्हणजे गुन्हेगार जमाती. १८७१ च्या कायद्यानुसार ज्या जमाती गुन्हेगार म्हणून नोंदल्या गेल्या, त्यांना आज विमुक्त जमाती म्हटलं जातं.

दुसरा गट भटक्या जमाती. समाजशास्त्र आणि मानववंशशास्त्रानुसार सांगितलेल्या या पशुपालक भटक्या जमाती होय. त्या एका ठिकाणाहून दुसऱ्या ठिकाणी पशू घेऊन फिरत असतात. त्यांना त्यांचं गाव विचारलं, तर वर्षातून पावसाळ्याचे दोन-तीन महिने ते जिथे राहतात तिथल्या गावाचं नाव हे लोक सांगतात. नैसर्गिक मोसमांप्रमाणे चाऱ्याच्या उपलब्धतेनुसार ठराविक मार्गांवरून त्यांची भटकंती होत असते. आता काश्मीर ते कन्याकुमारी आणि राजस्थान ते अरुणाचलपर्यंत या जमाती विखुरलेल्या आहेत. त्या वेगवेगळ्या नावांनी ओळखल्या जातात.

तिसरा गट आहे फिरस्ते किंवा निमभटके यांचा. यांना फिरण्याचे काही नियम नसतात. त्यांचे मार्ग ठरलेले नसतात. यांचाही अभ्यास होण्याची गरज आहे. कारण यातल्या काही जमातींमध्ये वतनं म्हणून रस्ते वाटून घेतलेले आहेत असं लक्षात येतं. वैदू, गोंधळी, वासुदेव, जोशी अशा जाती या निमभटक्यांमध्ये येतात. या तीन गटांच्या एकत्रित कडबोळ्याला 'भटके आणि विमुक्त' असं म्हटलं जातं.

विमुक्त जमातींची व्याख्या ऐतिहासिक आहे. गुन्हेगार जमाती कायदा १८७१ अन्वये नोंदणीकृत गुन्हेगार जमातींच्या यादीत नाव असणे हा त्यांचा मुख्य निकष आहे. १९६०-६१ सालात भटक्या-विमुक्त जमातींची यादी तयार करताना थाडे आयोगापुढे कालेलकर आयोगाचा अहवाल दिशादर्शक होता. नंतरच्या काळात या यादीत इतर आणखी भटक्या जमातींचा समावेश करण्यासाठी शासनाने भटक्या जमातींचे निश्चित स्वरूपाचे निकष ठरवलेले नाहीत. इतर मागासवर्गांचे निकष व पद्धती स्वीकारून भटक्या जमातींच्या यादीत वाढ केल्याने आता ती यादी सदोष आणि भ्रष्ट बनली आहे.

स्वातंत्र्य मिळाल्यानंतर १९५० पर्यंत अनुसूचित जाती-जमातींची शेड्युल्स तयार झाली होती, त्या वेळी विमुक्तांकडे आणि भटक्यांकडे कोणाचं लक्ष गेलं नाही. विमुक्तांकडे लक्ष न जाण्याचं कारण त्या वेळी गुन्हेगार जमाती कायदा व त्या कायद्याला अनुसरून गुन्हेगार जमातींची अधिकृत यादी अस्तित्वात होती. हे एक प्रकारचं कायदेशीर शेड्युलच होतं. त्यांच्यासाठी वेगळा विचार, वेगळ्या योजना आणि यंत्रणा होत्या. भटक्यांकडे लक्ष गेलं नाही, कारण ते कमालीचे विस्कळीत, असंघटित आणि नेतृत्वहीन होते. १९५२ ला गुन्हेगार जमाती कायदा रद्द केला गेला तेव्हा विमुक्तांच्या विकासासाठी त्यांनाही घटनात्मक संरक्षण मिळायला हवं, असा विचार पुढे आलाच नाही. अमानवी कायद्याच्या कचाट्यातून मुक्ती मिळाली, याच आनंदात तेव्हा सारे राहिले.

भटक्यांमधल्या पशुपालक जमाती या जम्मू-काश्मीर सोडला तर बाकीच्या राज्यांत दुर्लक्षित राहिल्या आहेत. जम्मू-काश्मीरमध्ये या जमाती 'शेड्युल्ड

ट्राइब्ज'मध्ये आहेत. दक्षिणेत मात्र त्या शेड्युलमध्ये आल्या नाहीत. अस्पृश्यता हे ज्यांच्या मागासलेपणाचं कारण नाही ते 'शेड्युल्ड कास्ट'मध्ये येण्याचा प्रश्नच नाही. त्यांचं मागासलेपण हे भटकेपणामुळे आहे. त्यातही शैक्षणिक मागासलेपण जास्त आहे. पशुपालकांच्या पशुधनामुळे ते आर्थिकदृष्ट्या मागासलेले आहेत, असं लोक म्हणत नाहीत. या जमाती धनाच्या वाहक आहेत. पाण्याच्या नळातून पाणी वाहतं, पण नळ पाणी पीत नाही. पाणी दुसरेच पितात. तसा या धनाचा उपयोग त्यांच्याऐवजी इतरांना होतो. भौगोलिकरीत्या ते आदिवासींसारखे पूर्णपणे अलगही नाहीत. दूध, लोकर, खत, मांस, कातडी इत्यादींसाठी ते गावाशी निगडित आहेत. त्यांच्याकडे शेती नसली तरी गावाच्या लोकांच्या शेतीशी ते संबंधित आहेत. जनावरांना पावसाळ्यात आसरा म्हणून जनावरांचे वाडे हे त्यांच्या त्यांच्या गावांमध्ये तयार केलेले आहेत. भटक्या जमातींचा हा विभाग निश्चित केलेल्या निकषांना अनुसरून अनुसूचित जाती आणि जमाती या दोन्ही वर्गांत जाऊ शकत नाही.

त्यानंतर फारच दुर्लक्षित असलेला तिसरा भाग म्हणजे फिरस्ते. यांच्यात एकाच जमातीला देशभर वेगवेगळी नावं आहेत. डोंबारी ही लोकांसमोर कसरत करून उपजीविका करणारी जमात. मध्य प्रदेशात तिला 'नट' म्हणतात, राजस्थानात 'राजनट' म्हणतात, ओरिसात 'दंगचिगा' म्हणतात आणि कर्नाटकात 'डोमार' म्हणतात. अशा या फिरस्त्या जमाती आजवर पूर्णपणे दुर्लक्षित राहिल्या आहेत. त्या समोर दिसत नाहीत असं नाही. माकड खेळवणारे माकडवाले सारेच बघतात- पण ते राहतात कुठे, जगतात कसे याचा विचार कुणी केलेला नाही. अनुसूचित जाती-जमातींच्या वंचित घटकांसाठी घटनात्मक संरक्षण दिलं गेलं आहे. म्हणून त्यांच्या समाज, संस्कृतीचा अभ्यास करण्यासाठी संशोधन संस्था निर्माण झाल्या आहेत. पण या फिरस्त्या जमातींसाठी अजूनपर्यंत अशी एकही संस्था नाही. एखादा संशोधक या विषयावर संशोधन करू इच्छित असेल तर त्याला परवानगी मिळत नाही. कारण त्यासाठी निधीच उपलब्ध नसतो. जो निधी येतो तो अनुसूचित जातींसाठी येतो; त्या सूचीच्या बाहेर असलेल्या जातींच्या संशोधनासाठी तो वापरता येत नाही, असं हे दुष्टचक्र आहे.

गावात घर नाही आणि रानात शेत नाही असे हे फिरस्ते. उद्योग-तंत्रज्ञानाच्या विकासाच्या प्रवाहात हे लोक आलेलेच नाहीत. त्यात गेल्या काही वर्षांत आपण पर्यावरण संतुलनाचे काही कायदे बनवले. या कायद्यांनी फिरस्त्यांमधल्या बऱ्याचशा जातींची उपजीविका हिरावून घेतली. कुऱ्हाडबंदी, चराईबंदी आली. त्यामुळे त्यांना सरपण व चारा मिळण्याचं बंद झालं. वन्यजीव संरक्षक कायदा आला. नाडीपरीक्षा करून रोगावर वनस्पतीचं औषध देण्याचा वैदू समाजाचा परंपरागत व्यवसाय बुडाला.

कारण जंगलात जाऊन वनस्पती तोडण्यावर बंदी आली. वनातले साप, अस्वल, माकड यांना पकडून त्यांचा खेळ करण्यावर बंदी आली. त्यामुळे माकडवाले, गारुडी यांचे व्यवसाय बुडाले. अभयारण्याच्या कायद्यामुळे शिकार करणं अवघड झालं. नदीनाल्यांत मच्छीमारीचा व्यवसाय करणाऱ्यांना तलाव, धरणांमुळे मासे मारणं अवघड झालं. महात्मा गांधींची शिकवण डोळ्यांपुढे ठेवून दारूबंदीचा कायदा आपण केला; पण हा कायदा पुढे टिकला नाही. त्याला पर्याय निघू लागले. दारू तयार करण्याची परवानगी मिळू लागली ती खासकरून साखर कारखान्यांना. नारिंगी, मोसंबी नावाने ती तयार होऊ लागली. तिच्या निर्मितीचे परवाने देताना परंपरेने दारू तयार करणारा जो समाज होता (उदा. कंजारभाट, बंजारा) त्याची आठवण झाली नाही. या समाजाचे बुडालेले व्यवसाय नव्या उद्योगात सामावून घेण्याची, प्रशिक्षण देण्याची भूमिका राज्यकर्त्यांच्या डोक्यात आली नाही. दारू विकण्याचे ठेकेसुद्धा कारखानदारांच्या भावकीतल्यांनाच, त्यातही एका ठराविक वर्गात, ठराविक जातीतच जास्त मिळाले आणि ज्या भटक्या-विमुक्त जमातींचा हा पारंपरिक व्यवसाय होता ते परागंदाच झाले. जे अजूनही बेकायदा दारू गाळतात ते या व्यवसायांचे मालक नाहीत, मजूर आहेत. त्यांचे व्यवसाय प्रस्थापित नोकरशहा आणि पुढाऱ्यांच्या आशीर्वादाने चालू आहेत.

पारध्यांना चोर म्हणतात. काही ठिकाणी ते चोर आहेत हे सिद्ध होतं. पण पारध्यांनी चोरलेलं इंजिन, दागिने कुणाच्या शेतात आणि बँकेत जातात? चोरी केली म्हणून पारधी लोक दहा-बारा वर्षं तुरुंगात काढणार, पण जो सोनार त्यांच्याकडून दागिने विकत घेतो त्याला कधी शिक्षा होते का? अलीकडे शहरांमध्ये भिकाऱ्यांचं प्रमाण वाढलं आहे. काही महिला निपचित पडलेली मुलं हातात घेऊन भीक मागताना दिसतात. या बाळांना अफू पाजलेली असते. या बायका बहुतांशी भटक्या-विमुक्त जातींतल्या आहेत. पूर्वी या लोकांची जगण्याची जी तुटपुंजी साधनं होती ती स्वराज्यात हिरावून घेण्यात आली, म्हणून हे लोक बेदखल झाले आहेत.

या लोकांवर झालेल्या या कायद्यांच्या परिणामांचा स्वतंत्रपणे विचार करण्याची गरज आहे. याचा अर्थ कायदा नष्ट करा किंवा यांना साप, माकड खेळवू द्या असा नाही. हे करून आम्ही प्रतिष्ठेचं जीवन जगू शकत नाही. व्यवसायपरिवर्तन झालंच पाहिजे, पण ते आम्हाला सन्मान देणारं ठरलं पाहिजे. त्याच्यासाठी संधी आणि साधनांची व्यवस्था झाली पाहिजे. जगण्याचा अधिकार मिळावा म्हणून आमच्यासाठी बंधुत्वाच्या दृष्टिकोनातून तातडीने उपाययोजना केली जात नाही हे दुःख आहे. ही उपाययोजना कशी करावी हे सरकारला कळत नसेल तर त्यासाठी अभ्यासकांची समिती नेमा,

लोकसंवाद करा. त्यासाठी पाच-सहा महिने गेले तरी चालेल पण प्रयत्न करा, हे आमचं म्हणणं आहे. पण हे होत नाही. कारण इथे मानवतेला महत्त्व देऊन चालणारी लोकशाही नाही. ही बहुमताची लोकशाही आहे. खुर्ची टिकवण्यासाठी राज्यकर्ते नेहमी या बहुमताच्या मागे असतात.

एक ताजं उदाहरण अलीकडचंच आहे. महाराष्ट्रात मराठा समाजाने मागणी केली, की आम्हाला 'ओबीसी'मध्ये घाला. किमानपक्षी आम्हाला शिक्षण आणि नोकऱ्यांत आरक्षण द्या. 'ओबीसी' कमिशनने ही मागणी नाकारली. त्यामुळे सरकारला कायदेशीररीत्या ही मागणी मंजूर करता येत नाही. पण मराठा समाजाचा जोर वाढला. त्यांच्याकडे एकगठ्ठा मतं आहेत. राजकारणात निवडणुकीच्या प्रक्रियेवर परिणाम करण्याची ताकद त्यांच्याकडे आहे. मग सरकारने कमिशनशिवाय त्यावर वेगळा विचार करण्यासाठी राणे समिती नेमली. त्यात मराठा समाजाचं सर्वेक्षण करून त्यांची लोकसंख्या, शिक्षणाचं प्रमाण, आर्थिक परिस्थिती, नोकरशाही, न्यायव्यवस्थेत किती प्रतिनिधित्व आहे, ते कमी असेल तर ते भरून काढण्यासाठी राखीव जागा किती द्यायच्या, असा सगळा अभ्यास समिती करणार होती. त्याचा खर्च चाळीस ते पन्नास कोटी रुपये होता. मराठा आरक्षण बरोबर की चूक यात मला पडायचं नाही, पण कृतीची तत्परता कशी येते त्याचं हे उदाहरण. दुसऱ्या बाजूला भटक्या-विमुक्तांसाठी नेमलेल्या अनेक आयोगांनी असं सांगितलं, की भारत देशात एकूण भटक्या समाजापैकी निम्मा समाज हा रस्त्याकडेच्या पालांमध्ये राहणारा आहे. त्यांना जातीची प्रमाणपत्रं नाहीत. बीपीएलच्या यादीत त्यांचं नाव नाही. त्यांच्याकडे मतदान कार्ड नाही, रेशनकार्ड नाही. या लोकांचं नीट सर्वेक्षण करावं आणि ताबडतोब नियोजन आयोगात त्यांच्यासाठी विकासयोजना ठेवावी. मराठा समाजाची मागणी एकीकडे आणि ज्यांचा जगण्याचा अधिकार हिरावून घेतला गेलाय अशा माणसांचं सर्वेक्षण दुसरीकडे, असा हा प्रश्न आहे. जर संवेदनशीलता असती तर पाच-सहा महिन्यांत हा निर्णय झाला असता, तो त्यांनी सहा वर्षांतही घेतला नाही. मराठ्यांच्या बाबतीत मात्र त्यासाठी सहा महिनेसुद्धा लागले नाहीत. तीन महिन्यांत निर्णय घेऊन चाळीस कोटी खर्चसुद्धा झाले. हे बहुमताचं राजकारण करणे क्रमप्राप्त आहे, माझी खुर्ची टिकली पाहिजे म्हणून बहुसंख्य लोक जे म्हणतात ते मला केलं पाहिजे, असं राज्यकर्त्यांना वाटतं. ते एक वेळ ठीकच आहे, पण मानवतेच्या दृष्टिकोनातून असलेली जबाबदारीही त्यांनी पार पाडली पाहिजे. ते होत नसेल तर काय करायचं हा खरा प्रश्न आहे.

सध्या महाराष्ट्रात भटक्या-विमुक्तांची एक वेगळी यादी बनवून त्यांना सरकारने आरक्षण दिलं आहे. पण प्रत्यक्षात या जमातींच्या वर्गवारीमध्ये खूप गुंतागुंती आणि

गोंधळ आहेत. मुळात महाराष्ट्रात या जमाती वेगळ्या यादीत आणि केंद्रासाठी मात्र ओबीसीमध्ये मोडतात. इतकंच नाही, तर कैकाडी जमातींसारख्या काही जमाती महाराष्ट्रात वेगवेगळ्या भागांत वेगवेगळ्या वर्गांत आहेत. विदर्भात ही जात अनुसूचित जातींमध्ये येते; पश्चिम महाराष्ट्र, कोकण, मराठवाड्यात भटक्या-विमुक्त जमातींच्या यादीत आणि केंद्रासाठी ती ओबीसीमध्ये आहे. ही अंदाधुंदी आहे. इतर राज्यांतही अनेक जमातींसंदर्भात अशी सदोषता आहे.

हा गोंधळ निर्माण झाला, कारण डिप्रेस्ड क्लासेसची यादी तयार झाली त्या वेळी राज्यं नव्हती, प्रांत होते. मध्य प्रांतात कैकाडी ही जात 'एससी'मध्ये होती, पण मुंबई प्रांतात ती 'एससी'मध्ये नव्हती. कैकाडी ही डुक्कर पाळणारी, डुक्कर खाणारी, तशी अस्पृश्यच समजली जाणारी जात आहे. ती डिप्रेस्ड क्लासेसच्या यादीत असायला हवी होती, पण तशी ती महाराष्ट्रात नव्हती. शिवाय राज्य सरकारांनी आपल्या याद्या विशेष अभ्यास न करताच तयार केल्या आणि त्याला केंद्र सरकारने मंजुरी दिली. विदर्भ हा पूर्वीच्या मध्य प्रांतातला प्रदेश. तो नंतर महाराष्ट्रात आला. म्हणून मध्य प्रांताची यादी महाराष्ट्रात विदर्भाला आजही लागू आहे. उर्वरित महाराष्ट्रात मुंबई प्रांताची त्या वेळची यादी लागू आहे. हे सगळं टेबलवर्क आहे. ह्या याद्या तयार करताना जर कुणीही अभ्यासू आणि संवेदनशील असता तर एकाच राज्यात एकीकडे कैकाडी 'एससी'मध्ये आहे, दुसरीकडे 'ओबीसी'मध्ये आहे, हा गोंधळ त्याच्या लक्षात आला असता. ही जात एकाच वर्गात घालावी, असा विचार तेव्हा कुणीही केला नाही, हा एक सदोषतेचा नमुना आहे.

पूर्वीच्या काळी जे निर्णय झाले तेव्हा आतासारखी पद्धत नव्हती. आता शाळेत प्रवेश घेण्यासाठी अर्ज, परीक्षा, कागदपत्रं द्यावी लागतात; पण तेव्हा मूल शाळेत जाऊन बसणं हाच प्रवेश होता. त्याचं रेकॉर्ड तयार करणं हे मास्तर वर्षा-दोन वर्षांतून करायचे. त्या ठिकाणी आमच्या लोकांच्या दाखल्यावर जात म्हणून भिक्षेकरी, फिरस्ते अशा नोंदी लागल्या आहेत. वरच्या राज्यकर्त्यांनी ऑर्डर सोडल्या आणि अशाच याद्या तयार झाल्या. कुणी केल्या, कशा केल्या याचंही फारसं रेकॉर्ड आपल्याकडे नाही. सुरुवातीच्या काळात देशभरात हे जे गोंधळ झालेले आहेत ते आता आम्ही भोगत आहोत. बंजारा जमात देशात एका ठिकाणी 'ओबीसी'मध्ये आहे, कुठे 'एससी'मध्ये, तर काही ठिकाणी 'एसटी'मध्ये आहे. मध्य प्रदेशात पारधी ही जमात 'एससी'मध्ये, 'एसटी'मध्ये आहेच पण 'ओबीसी' आणि जनरलमध्येही आहे. हे कसं? याचं उत्तर सरकारजवळ नाही. याचं काही सुसूत्रीकरण करण्याची गरज आहे की नाही याकडे कोणीच लक्ष देत नाही.

लोकांच्या विचारांचा घोळ कसा आहे पहा. कोणी म्हणतं, आम्हाला शेड्युल्ड कास्टमध्ये टाका. कुणी म्हणतं, शेड्युल्ड ट्राइबमध्ये टाका. कारण तिथे सवलती आहेत. पण शेड्युलमध्ये घालताना घटनादुरुस्तीचा भाग येतो. हा लोकसभेचा विषय आहे. सरकारने प्रस्ताव द्यायचा आणि लोकसभेने मंजूर करायचा, असा तो विषय आहे. घटनेला जोडलेलं जे शेड्युल आहे त्यात राज्यांकडून संमती घेऊनही दुरुस्ती करता येते. एखाद्या राज्यात कुठल्या कुठल्या जाती आहेत याची माहिती घेऊन एखाद-दुसरी सुटलेली जातही त्यात येऊ शकते, किंवा राज्य सरकारही स्वतःहून शिफारस करू शकते.

पण मुळात या जमातींना घटनात्मक संरक्षण मिळावं असं कुणाला वाटतं का, हा प्रश्न आहे. जाता जाता अभ्यास करून आमच्यावर आयोगांनी मारलेल्या शिफारशींच्या आधारावर आमच्या चळवळी आणि संघटना मागणी करत आहेत. भटक्या-विमुक्तांचा अभ्यास करण्यासाठी वेगळा, स्वतंत्र असा एकच आयोग नेमला गेलेला आहे. कालेलकर आयोग, लोकूर कमिटी, मंडल आयोग, वेंकटचलय्या आयोग यांनी जाता जाता या लोकांच्या परिस्थितीवर थोडा प्रकाश टाकला. त्यावर अभ्यास करण्यासाठी राष्ट्रीय आयोग हा माझ्या अध्यक्षतेखाली अडीच वर्षांसाठी नेमला गेला. त्यात काही शिफारशी सरकारला सादर केल्या आहेत. या सगळ्या आयोगांच्या अहवालांचा आढावा घेण्याचं काम भारत सरकारचा सामाजिक न्याय विभाग, नियोजन मंडळ आणि राष्ट्रीय सल्लागार परिषद यांच्या अभ्यासगटाने केलं आहे. त्यांनी संयुक्तरीत्या केलेल्या अभ्यासाचा अहवाल आज इंटरनेटवर उपलब्ध आहे. त्यात लिहिलंय, 'आज भारत देशात मागासवर्गीय समाजघटकांत सर्वांत खालचा थर म्हणजे या भटक्या-विमुक्त जमातींचा होय.' इतरही आयोगांनी हे म्हटलं आहे. हे जर मान्य असेल तर यांच्या विकासासाठी वेगात काम होण्यासाठी काही उपाय सरकारने केले पाहिजेत. पंचवार्षिक योजनांच्या अजेंड्यावर हे विषय आले पाहिजेत. अनुसूचित जाती-जमातींसाठी जसा वेगवेगळा फंड आहे तसा भटक्या-विमुक्तांसाठीही वेगळा फंड ठेवला पाहिजे; पण हे मात्र होत नाही.

भारताच्या पंचवार्षिक योजनेत भटक्या-विमुक्तांसाठी काही तरतूद करावी, ही मागणी आम्ही मांडली. त्यासाठी मी पंतप्रधान आणि नियोजन आयोगाच्या पदाधिकाऱ्यांना भेटलो, जंतरमंतरवर सत्याग्रह केला तेव्हा ते नियोजन मंडळाने मान्य केलं. २००९-१० पासून ही तरतूद केली जात आहे. पण त्याच्या पुढची गोष्ट महत्त्वाची आहे. २००९-१० या एका वर्षात भटक्या-विमुक्तांच्या विकासासाठी नियोजन मंडळाने दहा कोटी रुपये राखून ठेवले. फक्त दहा कोटी रुपये बघून आम्ही रागावलो;

पण काहीच नसण्यापेक्षा अकाउंट तर उघडलं, असं म्हणून आम्हाला गप्प बसवलं गेलं. २००९-१० या वर्षाचा अंमलबजावणीचा अहवाल प्रसिद्ध झाला. त्यात लिहिल्याप्रमाणे संपूर्ण वर्षात या दहा कोटींपैकी केवळ एक लाख रुपये खर्च झालेले आहेत. बाकीची सगळी रक्कम दुसरीकडे वळवण्यात आली. असं होणार असेल तर आमच्या आग्रहाला, आमची मागणी तुम्ही मान्य करण्याला शून्य अर्थ आहे. जोपर्यंत भटक्या-विमुक्तांसाठी राखून ठेवलेला पैसा त्यांच्यासाठीच खर्च झाला पाहिजे अशी घटनेत तरतूद असणार नाही आणि न करणाऱ्याला जाब विचारला जाणार नाही, तोपर्यंत ही मस्तीखोर यंत्रणा तुच्छ लेखलेल्या अशक्त, दुबळ्या, अज्ञान भटक्या-विमुक्तांसाठी पैसे खर्च करणार नाही. घटनात्मक संरक्षण म्हणजे काय? तुम्ही ज्यांच्या विकासासाठी जी जी आश्वासनं देता ती पूर्ण होतील याची गॅरंटी म्हणजे घटनात्मक संरक्षण. सत्तेच्या विकेंद्रीकरणाचं तत्त्व तुम्ही स्वीकारलंय. आदिवासींनाही त्यांचे निर्णय घेण्याचे अधिकार तुम्ही दिले आहेत, पण १३ कोटी भटक्या-विमुक्तांना त्यांचे निर्णय घेण्याचे अधिकारच नाहीत. ग्रामसभेमध्येसुद्धा आमचा समावेश होऊ शकत नाही.

सर्वेक्षण होणं ही सगळ्याच भटक्या जमातींची आज मोठी गरज आहे. त्यातून त्यांची नेमकी स्थिती स्पष्ट होईल. सगळ्यात जास्त अन्याय ओबीसीमध्ये असलेल्या भटक्या-विमुक्तांवर होतो. मध्य प्रदेशातला एक अजित जोगी 'एसटी'च्या आरक्षणामधून निवडणुका लढवतो, खासदार होतो. महाराष्ट्रातला जोगी 'ओबीसी' म्हणून निवडणूकच लढवू शकत नाही. तिकडे एका जिल्ह्यात पारध्याच्या मुलाला साडेचौदाशे रुपये शिष्यवृत्ती मिळते. दुसऱ्या जिल्ह्यात त्याच पारध्याला साडेतीनशे रुपये शिष्यवृत्ती मिळते. शेड्युलमध्ये असण्याचा फायदा होतोच. पण 'ओबीसी'मध्ये असलेल्या त्याच जातीचं काय? अनुसूचित जाती-जमातींच्या उमेदवारांना स्पर्धा परीक्षांसाठी भरतीपूर्व प्रशिक्षण दिलं जातं, सोयी मिळतात, तिथे मग कर्नाटकातला मसणजोगी, जो 'एससी'मध्ये आहे तो या सवलती घेऊ शकतो. पण महाराष्ट्रातला त्याचाच पाहुणा असलेल्या मसणजोग्याला ही सवलत नाही मिळणार. कारण तो इथे 'ओबीसी'मध्ये आहे. जरी अ, ब केलं तरी त्याला काय फायदा होणार? ओबीसीमधून आलेल्या ग्रामपंचायत सदस्यांमध्ये आमचे किती प्रतिनिधी असतात? त्यामुळे कुठल्याही भटक्या जातीला ओबीसीमध्ये ठेवणं हा अन्याय आहे असं माझं मत आहे.

आणखी एक महत्त्वाचा मुद्दा म्हणजे अनुसूचित जाती-जमातींच्या घटनात्मक यादीत असूनसुद्धा काही जमातींच्या लोकांचा विकास होत नाही. ओरिसामध्ये मनकडिया, पेला अशा जमाती 'एसटी'मध्ये आहेत. त्यांची लोकसंख्या दर काही वर्षांत दहा-पंधरा टक्क्यांनी कमी होते आहे. पण काही जमाती नष्ट झाल्या तरी इथे

चंद्रावर जाणाऱ्या लोकांचं काय बिघडणार ? असाच दृष्टिकोन राहिला तर येत्या काही वर्षांत भटक्या जमातींतल्या पाच-दहा टक्के जमाती नष्ट होतील. वेळ आणि यंत्रणेच्या अभावी मी जे तोकडं सर्वेक्षण केलं त्यानुसार एक उदाहरण म्हणजे छत्तीसगडमधला नट समाज. ही जमात तिथे 'एससी'मध्ये आहे, म्हणून दर दहा वर्षांनी त्या जमातीची जनगणना होते. त्यानुसार छत्तीसगडामध्ये त्यांची पंचाऐंशी हजारांपेक्षा जास्त लोकसंख्या (२००१च्या जनगणनेप्रमाणे) आहे. १९४७ पासून २००१ पर्यंत विकासप्रक्रियेचा लाभ होऊन या समाजातल्या फक्त तीन व्यक्ती मॅट्रिक पास झालेल्या आहेत. हा त्या लोकांचा विकास! मसणजोगी जातसुद्धा काही ठिकाणी 'एससी'मध्ये येते. त्यांचा विकास काय झाला हे शोधावं लागेल. हरियाणा आणि पंजाबमध्ये काही विमुक्त लोक काही वर्षांपूर्वी कोर्टात गेले, की 'आम्ही एससीमध्ये आहोत आणि त्याचा आम्हाला काही लाभ होत नाही. कारण या वर्गातल्या ज्या डॉमिनेटिंग कम्युनिटी आहेत त्याच सगळे लाभ घेतात. म्हणून आम्हाला त्या वर्गातून काढा.' कोर्टाने हे मान्य केलं. म्हणून आमचं म्हणणं असं आहे, की आम्हाला एससी वा एसटीचं सर्टिफिकेट हे कुंकवाला धनी म्हणून नको. या वर्गवारीतल्या विकासयोजनांचा लाभ होऊन आम्ही माणसांत आलं पाहिजे, हा आमचा मुख्य मुद्दा आहे. कुणी एखादा मंत्री झाला किंवा आमदार झाला तर हा प्रश्न सुटेल असं नाही. वाल्मीकी समाजात दोन-तीन खासदार, आमदार आहेत; मग त्यांना बघून 'तो समाज सुधारला' असं समजायचं का ?

भटक्या-विमुक्तांमध्ये डॉमिनेटिंग म्हटला जाणारा बंजारा समाज कर्नाटकात एससीमध्ये आहे. राष्ट्रपातळीवर या जातीची संघटना ताकदवान आहे. पण कर्नाटकमधल्या साधारण बंजारा समाजाची काय परिस्थिती आहे? गेल्या साठ वर्षांत (२०१० पर्यंत) गुलबर्गा जिल्ह्यात चिकोडी तालुक्यातल्या लमाण तांड्यावर मुली विकणे हे जीवनाधाराचं साधन आहे हे कुणालाच समजत नाही. ना सरकारचं लक्ष, ना बंजारा पुढाऱ्यांचं लक्ष, ना वर्तमानपत्रांचं. समाजाचे हजारो लोक एससीमध्ये असूनही त्यांच्या योजनांचा लाभ घेऊ शकत नाहीत. कारण जरी त्यांची कागदपत्रं कर्नाटकातली असली तरी कुटुंब राहत असतं दिल्लीत किंवा नागपुरात पालावर. त्यांना तुम्ही रोज शंभर-दीडशे रुपयांची रोजगार हमी योजना देणार. त्यांची खाद्यपद्धतीच रोज हजार रुपयांचं अन्न खाण्याची आहे तिथे ही रोजगार हमी कुठवर पुरणार? १९७२ ला रोजगार हमीवर काम करणाऱ्या माणसाचा नातूही आज रोजगार हमीवर काम करतो. ही विकासाची काय पद्धत आहे? यातून आमची कोणती साधनं निर्माण झाली? इथे माझी जमीन आहे, गुरं आहेत, माझं हक्काचं सरपण आहे, हे आम्ही कधी म्हणणार? म्हणूनच एससी, एसटीमध्ये जे लोक आहेत आणि ज्यांना इथल्या योजनांचा, सोयीसुविधांचा

लाभ होत नाही त्यांचा वेगळा विचार केला पाहिजे असं मला वाटतं. यांना ओळख नाही. जातीचं प्रमाणपत्रच मिळू शकत नाही. अर्ज करायचं म्हटलं तर त्यांना काही कळत नाही. त्यामुळे कमिशन एजंटला ते सहजपणे बळी पडतात. डोक्यावर देऊळ (देव्हारा) घेऊन, अंगावर आसूड मारणाऱ्या कडकलक्ष्मीवाल्याला तुम्ही काय जातीचे पुरावे मागणार? या लोकांना त्यांची कायदेशीर ओळख मिळण्यासाठी सरकारने विशेष मोहीम उघडली पाहिजे. 'ते येतच नाहीत, ते घेतच नाहीत' हे इंग्रजांनी म्हणावं. आमच्या जिल्हाधिकारी, तहसीलदारांनी आमच्या दारात येऊन प्रमाणपत्रं दिली पाहिजेत, तर तुम्ही म्हणू शकता की आम्ही सारे भारतीय बांधव आहोत. खोटी प्रमाणपत्रं देऊ नये म्हणून बंधनं आणि सुलभतेने मिळाली पाहिजेत अशा पद्धतीने मार्ग काढता येतातच, पण इच्छाशक्ती पाहिजे. या इच्छाशक्तीला बाधा येऊ नये म्हणून घटनात्मक संरक्षण आवश्यक आहे.

वडार, कैकाडी, बंजारा या जमातींना संपूर्ण देशात 'शेड्युल्ड कास्ट'मध्ये घाला, अशी मागणी त्यांचे आंध्र आणि कर्नाटकचे पुढारी गेल्या चाळीस वर्षांपासून करत आहेत. राजकारणात ताकद असलेले, सत्तेत असलेले हे लोक आहेत; पण तरीही अजून हे झालेलं नाही. हा प्रश्न केंद्राच्या पातळीवरचा आहे. त्यासाठी राज्य सरकारने शिफारस केली पाहिजे. केंद्र सरकार कमिशनच्या रिपोर्टवरही निर्णय घेऊ शकतं. बाकी जातींचा सुटा सुटा विचार करायचा असेल, तर राज्य सरकारच्या शिफारशीबरोबर शेड्युल्ड कास्ट कमिशनची शिफारस, रजिस्ट्रार जनरल ऑफ इंडिया म्हणजे एन्थ्रॉपॉलॉजी डिपार्टमेंटची शिफारस आवश्यक आहे. या सगळ्यासह प्रस्ताव जेव्हा केंद्र सरकारसमोर जाईल तेव्हा तो विचार करण्यायोग्य होतो. ही केंद्राची कार्यपद्धती आहे. म्हणून जे जे लोक आम्हाला 'शेड्युल ट्राइब्ज'मध्ये घातलं पाहिजे अशी मागणी करतात त्या त्या लोकांनी या सगळ्या शिफारशी घेण्याची गरज आहे. नुसतं सरकारकडे जाऊन काही होणार नाही. सरकारी लोक ऐकतात आणि फारच निकडीची वेळ आली तर 'हे करायला पाहिजे, पण त्याच्यासाठी अट आहे. आपण 'पार्टी'चं मत घेऊ या, मागासवर्गीय आयोगाचं मत घेऊ या' असं म्हणतात. धनगर समाजाचा अनुसूचित जमातीत जाण्याचा विषय इथेच रखडला आहे. अनुसूचित जमाती आयोगाने त्याला विरोध केला आहे. महाराष्ट्र सरकारने धनगर समाजाला 'एसटी'मध्ये टाकावं अशी दोन-तीन वेळा शिफारस करून परत घेतली, तरी परत त्यांचं सुरूच आहे. मोठा मोर्चा निघतो. लोकमताचा रेटा निर्माण होतो. सगळे म्हणतात, हे आरक्षण मिळालं पाहिजे. पण दुबळ्या मसणजोगी, कडकलक्ष्मीवाल्यांसाठी हे सगळं कुणी करत नाही. उपद्रवमूल्य असल्याशिवाय तुमची दखल घेतली जाणार नाही. माझी मागणी ही या

जास्त मागासलेल्यांसाठी आहे. धनगर, वडार, कैकाडी यांच्या मागण्या मंजूर व्हाव्या अशीच आमची इच्छा आहे, पण इतर अतिमागासांना बाजूला ठेवून ती मागणी मंजूर करणे नैतिक ठरणार नाही. मागासलेपणाची तीव्रता लक्षात घेऊन सर्व जमातींचा निःपक्षपातीपणाने सारखाच व एकाच वेळी विचार झाला पाहिजे.

महाराष्ट्राच्या बाबतीत 'व्हिजेएनटी'मध्ये येणाऱ्या सगळ्याच जातींचा विचार निश्चित स्वरूपाचे निकष ठरवून केला पाहिजे. धनगरांचीसुद्धा मूळ ऐतिहासिक पार्श्वभूमी भटकीच आहे. मागासवर्गीयांच्या यादीत घेताना अशी पार्श्वभूमीसुद्धा लक्षात घ्यायला हवी. पूर्वी काही जाती भटक्या होत्या पण आता त्या कुठे भटकतात, असं म्हटलं जातं. हे चुकीचं आहे. भटके लोक फिरत फिरत शहरात आले. कष्टाने त्यांनी पक्की घरं बांधली. इतरांनी मागासवर्गीय म्हणून सवलती घेऊन विकास वेगाने करून घेतला. यांना मात्र सवलती मिळाल्या नाहीत. त्यांना वेळेवर हवं ते मिळालं असतं, 'एससी' किंवा 'एसटी' मध्ये त्याच वेळी त्यांचा समावेश झाला असता तर आज साध्या घरात असलेली ही माणसं बंगल्यात राहू शकली असती. हा विकासाचा वेग तुम्ही मारलात. त्याची भरपाई म्हणून तुम्हाला थोडसं मागे जावंच लागेल. आज रामदास आठवले आणि रा.सू. गवई यांना कोण अस्पृश्य म्हणेल? मग त्यांना कशा सवलती देता? आजची व्यवस्था लक्षात घेऊन तुम्ही न्यायाची भाषा करू शकत नाही. ते फार उथळ आणि वरवरचं होतं.

घटनात्मक संरक्षणाची गरज काय? महाराष्ट्रातलंच एक उदाहरण सांगतो. आम्ही महाराष्ट्र सरकारबरोबर बोलणी करून भटक्या-विमुक्तांना स्थिर करण्यासाठी एक योजना तयार केली. तिला नाव दिलं, 'यशवंतराव चव्हाण पालमुक्त वसाहत योजना'. त्यात प्रत्येक कुटुंबाला पाच गुंठे जमीन द्यायची. एका गुंठ्यात घर आणि बाकीची जागा उत्पन्नाच्या साधनासाठी वापरता येईल. पाण्याची, शौचालयाची व्यवस्था सरकारकडून केली जाईल. ही योजना मंजूर होऊन पहिल्या वर्षी (२०१०) तिला वीस कोटी रुपये मिळाले. पण तिचा लाभ घेण्यासाठी ह्या भटकणाऱ्या लोकांना शोधायचं कुणी? तीन वर्षं संपली. योजनेचे राखून ठेवलेले साठ कोटी रुपये तसेच पडून आहेत. तीन वर्षांत एकही घर बांधलं गेलेलं नाही. ही आपल्या सरकारी यंत्रणेची कार्यक्षमता. जिथे जिथे आमच्या संघटना आहेत तिथे तिथे लोकांना एकत्र करून आम्ही जिल्हाधिकाऱ्यांकडे जाऊन त्याची नोंद केलेली आहे. आज किमान पाच हजार पालधारकांची मागणी सरकारकडे आहे. पाच हजार नाही तर किमान पन्नास लोकांना तरी घरं मिळायला हवी होती; पण तेसुद्धा आजवर झालेलं नाही. ही उदासीनता फक्त महाराष्ट्रात नाही तर सर्वच राज्यांत आहे. प्रेमाने होत नसेल तर किमान भीतीने तरी योजनांची अंमलबजावणी

व्हावी म्हणून घटनात्मक संरक्षणाची गरज आहे. अनुसूचित जाती-जमातींसाठी राखून ठेवलेला पैसा इतरत्र वळवला जाऊ नये, असे नियम केलेले आहेत. असं बंधन आमच्यासाठी का नाही? हे जर पाच-दहा वर्षांत झालंच नाही, तर याच्यात नक्षलवाद किंवा तत्सम काही विचार निर्माण होणारच नाही कशावरून?

सरकारचा भेदभाव साध्या शिष्यवृत्तीतूनही दिसतो. भटक्या जातीच्या मुलांना साडेतीनशे रुपये दरमहा शिष्यवृत्ती मिळते. 'एससी'मधल्या मुलांना दरमहा चौदाशे रुपये शिष्यवृत्ती आहे. आम्ही सगळ्यात खालचे, असं वरिष्ठ अभ्यासगट म्हणतो. मग आमचं म्हणणं आहे, त्यांच्यापेक्षा जास्त नका देऊ, पण त्यांच्याइतकं तर द्या! जे साडेतीनशे आहेत तेसुद्धा वेळेवर मिळत नाहीत. त्यांना मिळू शकतात, कारण तो केंद्र सरकारचा पैसा असतो. शेड्युलमध्ये गेलो तर हे सगळं वेळेवर होण्याचं बंधन येऊ शकतं.

परंतु यात एक व्यावहारिक अडचण आहे. स्वतंत्र शेड्युल असो वा 'एससी'-'एसटी'मध्ये घालण्याची मागणी असो, घटना दुरुस्त केल्याशिवाय ती होणार नाही. मात्र, यासाठी अनुसूचित जाती-जमातींच्या खासदारांचा विरोध असतो. आदिवासी नसलेल्या लोकांचा समावेश अनुसूचित जमातींमध्ये करून आमचा त्रास वाढवू नका, असं आदिवासी नेते ठणकावतात. अनेक वेळेला आलेला हा अनुभव आहे. असा विरोध होतो, कारण आजपर्यंत ज्या जाती 'एसटी' वा 'एससी'मध्ये वेळोवेळी समाविष्ट झाल्या त्या प्रमाणात तिथल्या आरक्षणात टक्केवारी वाढलेली नाही. सात टक्के 'एसटी', तेरा टक्के 'एससी' असे मिळून वीस टक्क्यांचा विरोध असतो. मागणी करणारे धनगर किंवा वडार, बंजारा हे दोन किंवा तीन टक्के पण नाहीत. सगळ्या भटक्या-विमुक्तांची एकूण संख्याही दहा टक्क्यांच्या आसपास. म्हणजे दहा टक्क्यांसाठी राज्यकर्त्यांना वीस टक्क्यांचा विरोध पत्करावा लागतो. हे कुठलंही व्यवहारी, निवडणुकांचं राजकारण करणारं सरकार करणार नाही. हा चाळीस वर्षांचा इतिहास आहे. हे लक्षात घेऊन आणि त्यांच्या समस्येची वेगवेगळी कारणं लक्षात घेऊन त्यांचं स्वतंत्र शेड्युल करावं, अशी आयोगाची शिफारस आहे. ती अभिप्रायासाठी एसटी, एससी कमिशनला पाठवल्यानंतर एसटी कमिशनने एका दिवसात 'नो ऑब्जेक्शन' देऊन टाकलं. म्हणजे आज या शिफारशीला एसटी कमिशनचा विरोध नाही.

जर एसटीमध्येच 'अ' आणि 'ब' वेगवेगळे प्रवर्ग करा, असं म्हटलं तरी त्यांना राखीव जागा, पैशाची तरतूद वेगवेगळी करायला हवी, म्हणजे मग एकमेकांचा एकमेकांना त्रास होणार नाही. उद्या यात पर्याय काढायचा म्हणून असं केलं तर आमचा विरोध असायचं कारण नाही. पण हे करतानाही घटना दुरुस्त करावीच लागणार. आहे

त्या शेड्युलमध्ये बदल करणे म्हणजे घटनेत बदल करणे. इच्छाशक्ती असेल तर हा बदल करणे किंवा स्वतंत्र शेड्युल तयार करणे या दोन्हीही गोष्टी शक्य आहेत. ज्यांना इच्छाशक्ती नाही त्यांना काही माणसं धरायची आणि एकमेकांना भांडायला लावायचं हे काम आहे. आम्हाला न्याय मिळवायचा असेल तर आमच्यात एकवाक्यता असली पाहिजे. रोटीबेटी व्यवहार आहे, एकच जात आहे, मागासलेपण एकच आहे, मग एकच प्रवर्ग असला पाहिजे, हा न्याय आहे. ते करायचं की नाही हा तुमचा प्रश्न आहे. मग ते करायला कमिटी नेमावी लागेल, त्याला खर्च येईल, घटनादुरुस्ती करावी लागेल, या गोष्टींचा बाऊ करायचं कारणच काय? दर साल चार-पाच घटनादुरुस्त्या होतात. एखादी जात अमुक वर्गातून वगळून दुसऱ्या वर्गात घातलेलीही शेकडो उदाहरणं आहेत. शेड्युलमधून काही जमातींना वगळलं व दुसऱ्या शेड्युलमध्ये घातलं तर राज्यघटनेचा भंग होत नाही, असा पंजाब उच्च न्यायालयाने निर्णय दिला आहे. ज्या काळात आम्ही अहवाल दिला त्या मनमोहन सिंगांच्या काळात पाच वेळा घटनादुरुस्ती झाली, तेव्हा कुठे होतं दोन तृतीयांश बहुमत? बाकीच्या लोकांनी संमती दिली की घटनादुरुस्ती होते. लोकांना बोलवा, विचार करा, चर्चा करा. विरोधी पक्षाच्या लोकांना, इतर तज्ज्ञांना बोलवा. मग पुढे-मागे होऊन होईलच. फक्त तुमची इच्छा पाहिजे.

भटक्या-विमुक्त जमातींचं स्वतंत्र शेड्युल करण्याच्या सूचनेचाही सर्वांगीण विचार करण्याची गरज आहे. ते करायचं झालं तर त्यासाठीही काही निकष ठरवावे लागतील. त्यात इतर वर्गांतले काही लोक आले तर त्यांच्याबरोबर त्यांची टक्केवारी येईल. स्वतंत्र शेड्युलच्या मागणीला काही लोक ज्या कारणांसाठी विरोध करतात ती सर्व कारणं 'एसटी'मध्ये वर्गवारी करण्यातही आहेतच. त्याच्यातही अडचणी आहेतच. तिसरं शेड्युल केलं आणि ह्यांना दहा टक्के जागा दिल्या तर ते प्रमाण सुप्रीम कोर्टाने घालून दिलेल्या पन्नास टक्क्यांच्या मर्यादेपेक्षा जास्त होतं, अशी टीका होते. पण सध्याच्या शेड्युलमध्ये काही जमाती घातल्या तर लोकसंख्येप्रमाणे तिथली टक्केवारी वाढवावी लागेल की नाही? त्यांना कुठल्याही शेड्युलमध्ये टाका, पण त्यांना त्यांच्या लोकसंख्येच्या प्रमाणात राखीव जागा द्याव्याच लागतील.

सगळ्याच भटक्या-विमुक्तांच्या आरक्षणाच्या मागणीवर नीट प्रकारे लोकसंवाद व्हायला हवा. आयोगाने अहवाल दिलेले आहेत. त्यातल्या व्यावहारिक बाबी, शक्यता, वास्तव यावर चर्चा झाली, याच्यामागे माध्यमं उभी राहिली तर ते होण्याची शक्यता आहे. पण, देशातल्या विद्वान लोकांचा लाभ घ्यायचाच नाही, आम्हीच फार हुशार आहोत, अशा भूमिकेतून भटक्या-विमुक्तांच्या संघटना जर राबल्या तर काय

पदरी पडणार? एकजण म्हणतात, 'एसटी'मध्ये घाला; दुसरे म्हणतात, 'एससी'मध्ये घाला. एकमेकांचा एकमेकांशी काही संबंध नाही. प्रस्थापित समाजव्यवस्थेतल्या ज्या पुढाऱ्यांना हे करायचं नसतं त्यांना हेच पाहिजे असतं. तुम्ही एक होत नाही हे त्यांना माहीत असतं. आणि ते होऊ नये याचीच काळजी ते घेत असतात.

महात्मा गांधींच्या शब्दांत सांगायचं, तर आपण स्वीकारलेली प्रातिनिधिक लोकशाही ही एका वेश्येसारखी आहे. जे धनदांडगे आहेत, ताकदवान आहेत त्यांना ती लाभ देते. जे अशक्त, दुर्बल आहेत त्यांच्याकडे ती ढुंकूनही पाहत नाही. म्हणून या लोकशाहीमध्ये जागृत आणि संघटित होणं अत्यंत गरजेचं आहे. गेल्या पासष्ट वर्षांच्या लोकशाहीत आम्ही हेच अनुभवतो आहोत. निवडणूक प्रक्रियेत आम्ही कुणाचा लाभ करू शकत नाही तसं कुणाचं नुकसानही करू शकत नाही. म्हणून ही लोकशाही आमच्याकडे लक्ष देत नाही असं आम्हाला वाटतं. सत्तेत लॉबीज आहेत. उद्योजकांची लॉबी, बागायतदारांची लॉबी... आणखीही असतील. मी तीन वर्षं दिल्लीत राहिलो. राजकारण मी जवळून पाहिलं. तिथे फार वेगळ्या भाषेत बोललं जातं. इथे आम्ही म्हणतो, 'लोकसभेत काँग्रेसचे एवढे उमेदवार निवडून आले, भाजपचे एवढे उमेदवार निवडून आले.' तिथे मुरलेल्या लोकांची भाषा 'अंबानीचे एवढे खासदार आहेत, बिर्लाचे एवढे खासदार आहेत', अशी असते. पण ती लॉबी पक्षविरहित असते. या लॉबीकडून भटक्यांच्या कल्याणाची अपेक्षा किती करायची? भटक्यांचे प्रश्न माणुसकीचे आहेत, जगण्याचे प्रश्न आहेत. जेव्हा माध्यमं, विचारवंत या समाजाच्या मागे उभे राहतील तेव्हा प्रश्न सुटतील, कारण तेव्हा नैतिक ताकद येईल.

या घडीला भटक्या-विमुक्तांचे लोक किमान समान मुद्द्यांवर तरी एकत्र येणं महत्त्वाचं आहे. अनुसूचित जातीमध्ये घाला, अनुसूचित जमातीमध्ये घाला किंवा स्वतंत्र प्रवर्ग करा; कुठल्याही रूपात घटनात्मक संरक्षण पाहिजे आणि त्याचा हमखास लाभ झाला पाहिजे, यावर तरी एकमत व्हायला हवं. मग कसं संरक्षण द्यायचं ते घटनातज्ज्ञांवर सोपवा. मात्र, हा समाजच मुळात एकत्र उभा नव्हता आणि अजूनही नाही. भटक्यांच्या समस्या प्रभावीपणे समाज आणि शासनाच्या चव्हाट्यावर आत्मकथनांनी आणल्या. त्यांनी चांगल्या बुद्धीने लिहिलं, दुःख व्यक्त केलं. लोकांच्या संवेदना जाग्या करण्याचं काम त्यांनी केलं. पण याच्यावर भागत नाही. लोकांची दुःखं नष्ट करण्याची सूत्रं राजकारणात आहेत. सगळे साहित्यिक माझे मित्र आहेत. या सगळ्यांच्या स्वतंत्र संघटना आहेत. लक्ष्मण माने, लक्ष्मण गायकवाड, गुलाब वाघमोडे, दादासाहेब मोरे या सगळ्यांच्या वेगळ्या संघटना आहेत. त्यांच्यात भटक्या-

विमुक्तांची भक्कम एकजूट करण्याची भूमिका नाही. थोडे मतभेद असतील, पण मी कोणालाही विरोध करत नाही. मी कार्यकर्त्यांच्याच भूमिकेतून काम करतो. हे सगळे एकत्र आले तर त्यांच्याबरोबर सामान्य कार्यकर्ता म्हणून काम करायला मी तयार आहे. हे गेली पंधरा वर्षं मी म्हणतो आहे.

हे मतभेद असणं हे काही फार गंभीर किंवा चूक आहे असंही मला वाटत नाही. इंदिरा गांधी आणि यशवंतरावांमध्येही मतभेद होते. बाबासाहेब आंबेडकरप्रणीत रिपब्लिकन पार्टीमध्ये मतभेद झाले. मार्क्सवादी कम्युनिस्टांच्या पन्नासएक संघटना तरी आहेत. हे सगळे केडरवाले आहेत. हे सगळे एका तत्त्वज्ञानाचा अभ्यास करणारे लोक आहेत. आंबेडकरांचं तत्त्वज्ञान आहे. गांधीवाद्याचं तत्त्वज्ञान आहे. मी किमान दहा-बारा कामगारदिन बघितले. दरवर्षी कामगारदिनाला 'जगातल्या कामगारांनो एक व्हा!' म्हणून मुंबईत पूर्वी मोर्चा निघायचा. त्यात सगळ्या कामगार संघटना असायच्या. गंमत म्हणजे प्रत्येक मोर्चामध्ये कामगार संघटनांची संख्या वाढत होती. म्हणजे 'कामगारांनो एक व्हा' हीच घोषणा देणाऱ्या कामगार संघटना मात्र अनेक होत होत्या. या सगळ्या पार्श्वभूमीवर जे कधी राजकारणात गेले नाहीत, ज्यांना कधी प्रतिष्ठा मिळाली नाही अशा आमच्या भटक्या-विमुक्तांत फाटाफूट होणं हे काही फार वावगं नाही. एखाद्या मंत्र्यांनी आमच्या खांद्यावर हात ठेवला तरी आम्ही फुटतो. हे आमच्या समाजातलं चित्र आहे. पण ही सहजसुलभ भावना आहे.

डॉ. बाबासाहेबांनी सांगितलं, की प्रत्येक वीस वर्षाला एक पिढी बदलते, प्रत्येक पिढी हे वेगळं स्वतंत्र राष्ट्र असतं. अशा दोन पिढ्या मी पाहिल्या. पहिल्या पिढीमध्ये कार्यकर्ते एकत्र आले, विभक्त झाले. दुसऱ्या पिढीत पुन्हा त्यातले काही एकत्र आले, नवीन काही मिळाले. ही प्रक्रिया चालू आहे. आमचं 'लोकधारा'चं अठरा राज्यांत नेटवर्क आहे. सगळे चळवळीतले कार्यकर्ते, राजकीय पुढारी आहेत. त्या प्रत्येकाचं स्वातंत्र्य व अस्मिता जपण्याचं आमचं धोरणच आहे. मात्र, राष्ट्रीय पातळीवर काय करायचं याबद्दल आपण एकत्र चर्चा करायला हवी. सामुदायिक नेतृत्वातून आपण हे करू शकतो. जे आमच्याजवळ येत आहेत, त्यांचं नेतृत्व आणखी विकसित कसं होईल याचा विचार करून आम्ही हे नेटवर्क राबवतोय. नवीन माणसांचं आम्ही स्वागत करतो. त्यामुळे नवीन पिढी मतभेद असतानाही दूरत्व आणि फाटाफूट बाजूला सारून एकत्र येईल अशी आशा आहे.

●

लक्ष्मण माने

लक्ष्मण माने. भटक्या-विमुक्त समाजाचं चित्रण प्रथमच समोर आणणाऱ्या 'उपरा' या प्रसिद्ध आत्मकथनाचे लेखक. त्यावरूनच त्यांना 'उपरा'कार म्हणूनही संबोधलं जातं. भटक्या-विमुक्तांच्या चळवळीशी संबंधित त्यांच्या अनेक पुस्तकांनी मराठी साहित्यात गुणात्मक भर टाकली आहे. विमुक्त जमातींवर संशोधन करून लिहिलेला त्यांचा 'विमुक्तायन' हा ग्रंथ त्यात उल्लेखनीय. देशातील प्रतिष्ठित अशा पद्मश्री या पुरस्काराने ते सन्मानित झाले आहेत. महाराष्ट्र विधान परिषदेचे ते माजी आमदार आहेत. 'भटक्या-विमुक्त जमाती संघटने'चे ते अध्यक्ष आहेत.

"जातवार वर्गवारीचे निकष आणि धोरण जेव्हा भारताच्या घटना समितीने तयार केलं तेव्हा भाषावार राज्यनिर्मिती झालेली नव्हती. मुंबई इलाखा, मद्रास इलाखा असे प्रांत तेव्हा होते. मराठी, गुजराती आणि कानडी भाषिक लोक मुंबई इलाख्यात एकत्र होते. तमिळ, मल्याळम आणि तेलुगू भाषिक हे मद्रास प्रांतात होते. त्यामुळे प्रांतांनुसार ब्रिटिशांनी १९३१ सालच्या जातवार जनगणनेनंतर तयार केलेल्या याद्याच स्वातंत्र्यानंतर घटनेला जोडल्या गेल्या. त्यांचा फारसा अभ्यास वा त्यात दुरुस्त्या करण्यात आल्या नाहीत. त्या वेळी आदिवासींसाठी म्हणजेच 'अनुसूचित जमाती' या वर्गासाठी जे निकष ठरवले गेले त्यात भौगोलिक अलगता, मागासलेपण, नागरी जीवनाविषयी संकोच, आदिवासी संस्कृती हे मुख्य निकष आहेत. याशिवाय अस्पृश्य म्हणजेच 'अनुसूचित जाती'च्या वर्गासाठी जो निकष आहे तो म्हणजे ज्याला स्पर्श केल्याने विटाळ होतो असे लोक. वर्णव्यवस्थेमध्ये अस्पृश्य

म्हणून सांगितलेल्या जाती त्यात आल्या. (त्यात तोंडाने वाद्यं वाजवणारे लोक अस्पृश्य मानले गेले होते.)

'आदिवासी' आणि 'अस्पृश्य' म्हणवण्यासाठीचे असे निकष तेव्हा घटनेने पहिल्यांदा ठरवले. अस्पृश्यांची वस्ती गावकुसाला लागून किंवा बाहेर असते. पण गावकुसाच्या फार पलीकडे असलेले जे लोक आहेत ते आदिवासी आहेत. त्यात भटक्या-विमुक्त जमातीही आहेत. त्या आधीपासून आदिवासींचाच भाग मानल्या जातात. 'शेड्युल' हा शब्द ज्या काळात नव्हता त्या काळात भारत सरकारने या जमातींना आदिवासी म्हणूनच वागणूक दिली आहे. आता मात्र वर्गवारी वेगळी झाली आहे. स्वातंत्र्यानंतर या निकषांना पात्र असलेल्या सगळ्या जातींची यादी नव्याने व्हायला हवी होती. प्रत्यक्षात ज्या याद्या झाल्या त्या नोकरशाहीच्या गलथानपणामुळे वाट्टेल त्या पद्धतीने झाल्या. त्यामुळेच आज इतके गोंधळ उडालेले आहेत. घटना तयार होऊन तिला या याद्या जोडल्या गेल्या तेव्हा आमचे लोक गुन्हेगार म्हणून सेटलमेंटच्या तुरुंगातच होते. देश स्वतंत्र झाल्यावर पाच वर्षांनी त्यांना गुन्हेगार कायद्यातून मुक्त करण्यात आलं. मात्र, मुक्त केल्यानंतर त्यांचा समावेश कुठल्या वर्गात करायचा हे त्या त्या प्रांतांनी ठरवायचं होतं. त्याप्रमाणे बाकीच्या राज्यांत या सगळ्या जमातींचा समावेश 'शेड्युल्ड कास्ट्स' (अनुसूचित जाती) किंवा 'शेड्युल्ड ट्राइब्ज' (अनुसूचित जमाती)मध्ये झाला. महाराष्ट्र हे एकमेव राज्य आहे, की जिथे आमचा समावेश या दोन्हीही सूचींमध्ये न करता त्यांचा तिसराच वर्ग तयार केला गेला आणि त्याला 'विमुक्त जाती, भटक्या जमाती' (व्हिजेएनटी) नाव दिलं गेलं. हे करण्याची गरजच नव्हती. आमचा समावेश 'एसटी' या आदिवासींच्या प्रवर्गात व्हायला हवा होता. पण हे न होण्याचं कारण त्यात राजकीय हितसंबंध गुंतलेले आहेत. विमुक्त-भटक्या जमातींना एसटीच्या प्रवर्गात घातलं तर त्या वर्गाची एकूण लोकसंख्या बारा टक्के होते. म्हणजे बारा टक्के एकूण आदिवासींना आणि 'एससी'ला तेरा टक्के असा एकूण पंचवीस-सव्वीस टक्के वाटा सत्तेत मागासवर्गीयांना द्यावा लागेल. हा हिशोब करून त्या वेळच्या राज्यकर्त्यांनी मुत्सद्दीपणाने या जमातींच्या अडाणीपणाचा गैरफायदा घेऊन त्यांचा तिसराच वर्ग तयार केला. ज्या वेळी हे सगळं होत होतं, तेव्हा आमच्या जमातींमध्ये शिक्षण आणि कसलीच जागरुकता नसल्यामुळे आपण आदिवासी आहोत की भटके आहोत की आणखी काही हे कळतच नव्हतं. शिक्षणाचं प्रमाण वाढायला लागलं तसतसं याचं भान यायला सुरुवात झाली. त्याला १९७० साल उजाडलं.

भारतीय राज्यघटनेचं संरक्षण मिळणं याचा अर्थ अनुसूचित जाती आणि जमातींना आता ज्या प्रकारच्या सवलती मिळत आहेत त्या मिळायला हव्यात. आजवर

महाराष्ट्रात या हक्काच्या सवलतींपासून आम्ही वंचित आहोत. त्याच वेळेस एसटीमध्ये टाकलं असतं तर आमचा आवाज संसदेत उठला असता. जातीय अत्याचार प्रतिबंधक (अॅट्रॉसिटी) कायदा आम्हाला लागू झाला असता. आमच्यासाठी बजेटमध्ये स्वतंत्र व्यवस्था झाली असती. पुनर्वसनाचे प्रकल्प झाले असते. त्यासाठी लागणारा पैसा केंद्र सरकारने दिला असता तर राज्य सरकारलाही द्यावा लागला असता. म्हणजे पैशाचा प्रश्न सुटला असता. पर्यायाने शिक्षण आणि अनेक प्रश्न सुटायला मदत झाली असती. हे सगळे प्रश्न आज लटकलेले आहेत, याचं कारण त्यांच्याकडे पैसा नाही. राज्यकर्ते आमच्यासाठी पैसे देऊ शकत नाहीत. मी दिल्लीतून नियोजन आयोगाला पाचशे कोटी रुपये या जमातींसाठी ठेवायला सांगितले. ते मान्यही झालं. पण तेव्हा अशी मदत केवळ आमच्याकरता स्वतंत्रपणे घेण्यासाठी राज्य सरकारकडे खातंच नाही असं लक्षात आलं. भटक्या-विमुक्तांसाठीचं स्वतंत्र खातंच नाही. आश्रमशाळांसाठी किंवा शिष्यवृत्त्या वगैरेंसाठी सगळे पैसे राज्य सरकारच्या आकस्मिक निधीतून मिळतात. अनुसूचित जाती-जमातींपेक्षाही वाईट अवस्थेत आम्ही आहोत म्हणून चार टक्के जागा आणि शिक्षणातल्या सवलती आम्हाला दिल्या. त्याच्यासाठी पैसा जनरल बजेटमधून काढला जातो. केंद्राकडून येणारा पैसा एक तर अनुसूचित जातीला दिला जातो किंवा अनुसूचित जमातीला दिला जातो. त्यांच्या ताब्यात पैसे गेले की ते त्या वर्गात असलेल्या जातींवरच खर्च होणार. कारण कायद्याने ते बांधील आहेत. म्हणजे शेवटी जोपर्यंत आमचा समावेश घटनेने निर्धारित केलेल्या त्या त्या मागासवर्गीयांच्या सूचित होत नाही तोपर्यंत आम्हाला पैसा नावाची गोष्ट मिळणार नाही.

घटनेनुसार भटक्या-विमुक्तांना कुठल्या वर्गात घालायला हवं हे अजूनही राज्यकर्ते ठरवू शकलेले नाहीत. बापट आयोग मुख्यतः नेमला गेला ते 'ओबीसीं'च्यासाठी, आमच्यासाठी नाही. मराठ्यांना सवलती द्याव्यात की नाही, ओबीसी जातींचं काय करावं, हे ठरवण्यासाठी तो आयोग नेमला होता; पण त्यांनी अभ्यास करून त्या प्रवर्गातल्या आमच्या जातींसाठीही शिफारस केली. या जातींना तुम्ही 'अनुसूचित जमाती'च्या यादीत घाला. ते घालताना पुन्हा आधीच्या जमातींवर अन्याय होणार नाही याची काळजी घ्या. त्यांचे सात टक्के त्यांना राहू द्या. ह्यांचे पाच टक्के ह्यांना राहू द्या. त्यांना अ म्हणा, ह्यांना ब म्हणा. पण त्यांना घटनात्मक संरक्षण देण्यासाठी एसटीमध्ये घाला, असं सर्व परखडपणे त्यांनी सरकारला लिहिलं. मी जोपर्यंत बापट आयोग वाचला नव्हतो तोपर्यंत महाराष्ट्रातल्या आमच्या एकाही माणसाला माहीत नव्हतं की त्यांनी आमच्यासाठीही शिफारशी केलेल्या आहेत. ते वाचलं तेव्हा माझ्या लक्षात आलं, की रेणके आयोगापेक्षा बापट आयोगाने

आमच्यासाठी अधिक न्यायाची आणि सामाजिकदृष्ट्या अधिकारांची आणि हक्कांची मागणी केलेली आहे.

बापट आयोगाच्या शिफारशी लागू करा म्हणून आम्ही सरकारकडे गेलो. त्याचा पुन्हा अभ्यास करण्यासाठी २००५ साली अशोक आगरवाल आयोग नेमला गेला. या आयोगाची एक वर्षात एकही बैठक झाली नाही. त्यानंतर या आयोगाला तीन वर्षं मुदतवाढ दिली. २००८ला पुन्हा आम्ही गेलो, तेव्हा मुख्यमंत्री बदलून अशोक चव्हाण आले होते. त्या सरकारने पुन्हा मुदत वाढवली २०११ सालापर्यंत. त्या वेळी पुन्हा गेलो, तेव्हा पृथ्वीराज चव्हाण मुख्यमंत्री होते. ते याविषयी बोलायलाच तयार नव्हते. पुढे २०१२ साली तर त्यांनी आगरवाल आयोग बरखास्तच करून टाकला. आम्हाला किती काळ तिष्ठत ठेवायचं, किती अन्याय करायचा त्याला परिसीमा नाही.

मी पंतप्रधानांकडे गेलो, राष्ट्रपतींपर्यंत गेलो, राज्यपालांपर्यंत गेलो, सामाजिक न्याय मंत्र्यांकडे गेलो. त्या सगळ्यांनी सांगितलं, की तुमच्या विधिमंडळाने आधी ठराव पास करायला हवा. तेही करण्याचा प्रयत्न केला. विधिमंडळातल्या १४० आमदारांनी मला पत्रं दिली. त्यात म्हटलं होतं, की ह्यांना अनुसूचित जमातींत घालण्याची बापट आयोगाने जी शिफारस केली आहे तिचा स्वीकार करा आणि तसं विधेयक सभागृहात आणा. त्या संदर्भातला ठराव मुख्यमंत्र्यांनी मांडावा. त्याला आम्ही पाठिंबा देऊ. ती पत्रं घेऊन आम्ही मुख्यमंत्र्यांना भेटलो. एवढ्या आमदारांनी पाठिंबा दिला तर तो ठराव पास व्हायला हवा; पण प्रत्यक्षात यातला एकही आमदार सभागृहात बोलला नाही. त्यांनी मतदारसंघातले लोक असल्यामुळे पत्रं दिली; पण प्रत्यक्ष सभागृहात कुणीही बोललं नाही, ठरावच मांडला गेला नाही.

गुजरातमध्ये आदिवासींची लोकसंख्या बारा-तेरा टक्के आहे. कर्नाटक-तामिळनाडूमध्ये साधारण तेवढीच आहे. मग महाराष्ट्रातच कमी का आहे? कारण वर सांगितलेलं सत्तेचं राजकारण. मातंग जमात महाराष्ट्रात गुन्हेगार जमातीत होती. आज ती 'एससी'मधली मोठी लोकसंख्या असलेली जात आहे. स्वातंत्र्य मिळाल्यानंतर 'एससी'मध्ये मातंग समाज समाविष्ट झाला, मग इतर जमातींचा समावेश का करण्यात आला नाही? मातंग समाजाला नाकारलं तर तो अंगावर येईल, म्हणून त्यांना सामील करून घेतलं गेलं आणि ज्यांचे गट छोटे छोटे आहेत त्यांना फेकून देण्यात आलं. प्रत्यक्षात ह्या दीनदुबळ्यांचंच संरक्षण करण्यासाठी घटनेत व्यवस्था केलेली आहे. शेवटच्या माणसाचा हक्क अबाधित राहिला पाहिजे यासाठी भारताची राज्यघटना राबते. राज्यकर्ते मात्र अक्षरशः आमच्या नरड्यावर पाय देऊन उभे राहिले आहेत आणि वर 'दिल्या ना तुम्हाला चार टक्के जागा?' असा आव आणतायत. महाराष्ट्रातल्या

राज्यकर्त्यांनी शाहू-फुले-आंबेडकरांचं नाव घेऊन आमच्या जमातींचे हक्क नाकारले आहेत. शाहूमहाराजांनी सांगितलेल्या गोष्टीप्रमाणे चणे टाकले आणि घोडी सोडली तर फक्त सशक्त घोडीच खात राहतील. गेली साठ-पासष्ट वर्षं महाराष्ट्रात सशक्त घोडीच खात आहेत. आम्ही टांग्याची मरतुकडी घोडी आहोत जी फक्त लाथा खात आहेत. घटनेने बोंबलण्याचं स्वातंत्र्य दिलंय म्हणून याबद्दल बोंबलतो. नाही तर काय झालं असतं? आम्हाला बोलताही आलं नसतं. हाच तर मनुस्मृतीचा कायदा आहे! तो अव्यक्त स्वरूपात अजूनही राज्य करतो आहे.

भारतातल्या भटक्या-विमुक्तांची लोकसंख्या मोजायची एकदा तरतूदसुद्धा करून ठेवली होती. पैशांचीही तरतूद झाली होती. पण तेव्हाही एक तांत्रिक अडचण पुढे आली, की जे लोक अनुसूचित जाती-जमातींत आहेत त्यांचीच फक्त जातवार मोजणी करता येते. इतर लोकांची जातवार मोजणी करता येत नाही. मग प्रश्न असा आहे, की आमचं अस्तित्व या समाजव्यवस्थेत काय आहे?

आमच्या जाती-जमातींच्या आरक्षणाचे खूप गोंधळ त्या वेळच्या प्रशासनाने करून ठेवले आहेत तेही या निमित्ताने सुधारायला हवे आहेत. संयुक्त महाराष्ट्र झाला तेव्हा मध्य प्रांतातले लोक महाराष्ट्रात आले. त्यातल्या काही जाती त्या प्रांतात पूर्वीच एससीच्या प्रवर्गात गेल्या होत्या. महाराष्ट्रात आल्यानंतर त्यांना त्यांच्या वर्गवारीसहित इकडे स्वीकारावं लागलं. म्हणून ते एससीमध्येच राहिले. मात्र, त्यांचे इथले नातेवाईक वा तत्सम जाती वेगळ्याच प्रवर्गात आहेत. एकच जात एका राज्यात तीन-तीन याद्यांत आहे. महाराष्ट्रातला कैकाडी विदर्भात 'एससी'मध्ये आहे, उरलेल्या महाराष्ट्रात 'व्हिजेएनटी'मध्ये आहे आणि केंद्र सरकारच्या यादीत 'ओबीसी'त आहे. बेडर आणि बेरड एकच जात आहे पण दोघांना सवलती देताना वेगळ्या. एकाला 'एसटी'मध्ये, एकाला 'व्हिजेएनटी'मध्ये आणि हे सगळे 'ओबीसी'मध्ये आहेतच. नाशिकमधला पारधी हा 'एसटी' आणि नगरमधला पारधी 'व्हिजेएनटी'. एकाला शेड्युलचे फायदे मिळणार, दुसऱ्याला नाही. हे घोळ कुणी केले? विदर्भातले माझे काका हे अस्पृश्य आणि मी इकडे सवर्ण, हा काय प्रकार आहे? हे सगळं निस्तरलं पाहिजे की नाही? मग बापट आयोगाने सांगितलंय ते करायला हवं. पण कुणीही काहीच करायला तयार नाही. आता तर बापट आयोगाचा अहवालच नाकारला. तो का नाकारला याचं कारण दिलेलं नाही. अशा वेळी एक जरी जागरूक आमदार असता तरी त्याने सरकारला फाडून खाल्लं असतं. पण आमचं काय होतं आणि काय नाही याची फिकीर कुणालाही पडलेली नाही.

असं सगळं असलं तरी आम्ही गप्प बसणार नाही. लढण्याचे दोन मार्ग आहेत. लोकशाहीच्या पद्धतीने संघर्ष करत राहणं आणि दुसरा म्हणजे न्यायालयात जाणं.

आम्ही न्यायालयाचा रस्ता नाकारला. कारण एका माणसावर तुम्ही विश्वास नाही ठेवू शकत. आमच्या समाजाचे अधिकार आणि हक्क हे एका माणसावर आम्ही अवलंबून नाही ठेवू शकत. तो न्यायाधीश आहे. त्याच्या मनात काय येईल आणि तो काय अर्थ लावील याच्यावर आमचं भविष्य आम्हाला टांगणीला ठेवायचं नाही. मुळात हे न्यायव्यवस्थेचं कामच नाही. न्यायालयात जाऊन न्याय कशाचा मागता येईल? एखाद्या कायद्याची अंमलबजावणी योग्य होते आहे की नाही याबद्दल. न्यायालय स्वतः कायदा प्रस्थापित करत नाही. प्रशासनाचे प्रश्न राज्य सरकारनेच सोडवायला पाहिजेत. त्यासाठी आम्ही आग्रही आहोत.

अलीकडे पुढे आलेली रेणके आयोगाची तिसऱ्या सूचीची शिफारस मला चुकीची वाटते. आम्ही आजवर म्हणत होतो, की आम्हाला अनुसूचित जमातींच्या वर्गात घाला. रेणके आयोगाने तिसऱ्याच यादीची सूचना केली. जे लोक तुम्हाला असलेल्या यादीत घालायला तयार नाहीत ते तुम्हाला तिसरी यादी देतील? कशाला आणि किती भ्रमात राहायचं? घटनादुरुस्ती करा, असंही काही लोक म्हणतात. कशासाठी? राज्य सरकारला घटनेने अधिकार दिलेले आहेत. त्यांनी शिफारशी कराव्यात.

आम्हाला अनुसूचित जमातींच्या सूचीमध्ये घातलं गेलं पाहिजे, ही आमची एकच मागणी आहे. आम्ही प्रत्येक पंतप्रधानांना भेटलो. आमची समजूत अशी करून दिली गेली की यासाठी जे करायचं ते संसदच करते. त्यासाठी घटना दुरुस्त करावी लागते. त्यानंतर माझे जवळचे सहकारी, नियोजन आयोगाचे एक सदस्य नरेंद्र जाधव यांच्या कचेरीतल्या एका अधिकाऱ्याने ही सगळी प्रक्रिया मला नीट समजावून सांगितली. तोपर्यंत मला स्वतःला कळत नव्हतं की अशी जातींची वर्गवारी करण्याचा नेमका अधिकार कोणाला आहे? राष्ट्रपतींना आहे, राज्यपालांना आहे, लोकसभेला आहे की विधानसभेला आहे? प्रत्येकजण दुसऱ्याकडे बोट दाखवायचा. एकही पंतप्रधान नाही म्हणाला नाही आणि एकाही पंतप्रधानाने काम केलंही नाही.

यासाठीची नेमकी प्रक्रिया अशी आहे, की राज्याच्या विधिमंडळात 'या जमातींचा समावेश हा अनुसूचित जमातींत करण्यात यावा' असा एक ठराव करावा लागतो. हा ठराव राज्यपालांकडे पाठवावा लागतो. त्यांच्या सहीने तो राष्ट्रपतींकडे जातो. राष्ट्रपती तो पंतप्रधानांना पाठवतात. त्यावर कॅबिनेट निर्णय घेतं आणि मग राष्ट्रपती त्याचं नोटिफिकेशन काढतात. मंत्रिमंडळाला वाटलं, की हा मोठा विषय आहे आणि त्यावर खळबळ होईल, तर ते विधेयक संसदेत आणतात. मग संसद त्याला मान्यता देते. पण एवढं सगळं करावं लागतच नाही. साधारणपणे राज्य सरकारने ठराव

दिला की राष्ट्रपती फक्त कॅबिनेटकडे पाठवतात, ते त्यावर विचार करतात आणि ते प्रकरण पुढे सरकतं. पण जोपर्यंत ही प्रक्रिया पूर्ण होत नाही तोपर्यंत राष्ट्रपतीही काही करू शकत नाहीत.

ठराव दोन्हीही सभागृह करू शकतात. संसदेतही ते होऊ शकतं आणि राज्य सभागृहसुद्धा करू शकते. पण संसद स्वतः ते करण्याच्या भानगडीत पडत नाही. तांत्रिकदृष्ट्या राज्यांनी ठराव केला पाहिजे. पण राज्याचीच तक्रार नाही म्हटल्यानंतर केंद्राचीही काहीच तक्रार नसते. महाराष्ट्रातील भटक्या-विमुक्त जातींच्या बाबतीत हा जो ठराव राज्य सरकारने बनवून पाठवायला हवा तो अजूनपर्यंत पाठवला गेलेला नाही.

आता या टप्प्यावर हा घटनात्मक आरक्षणाचा मुद्दा निकाली निघेल असं मला वाटत नाही. आता राजकारण करणे आणि प्रस्थापितांना पराभूत करून सत्ता हस्तगत करणे हा मार्ग आहे. आम्ही बहिर्जी नाईकांच्या मार्फत छत्रपतींचं राज्य चालवायला मदत केली आहे. आम्ही ब्रिटिशांना कधी घाबरलो नाही. त्या इतिहासाची आठवण समाजाला करून द्यायची आता गरज आहे. इथल्या बहुजन समाजाला जर जगायचं असेल तर त्यांना एकत्र राजकारण करावं लागेल आणि पुढे जावं लागेल. याला पर्याय नाही.

राष्ट्रवादी काँग्रेसबरोबर मी गेलो. सुरुवातीला हा पक्ष फक्त मराठ्यांचा म्हणून काढला गेला नाही. त्यात मधुकर पिचड, दादासाहेब रूपवते, छगन भुजबळ, मी असे अनेकजण होतो. आमचा मुख्य मुद्दा हा, की शरदरावांना मदत करायची. त्यांनाच का मदत करायची, तर यशवंतरावांनंतर महाराष्ट्रात सर्वांना बरोबर घेऊन जाणारं नेतृत्व असं त्यांचं स्वरूप आहे. आजही माझे-त्यांचे मैत्रीचे संबंध आहेत. त्यांनाही मला खूप मदत करायची आहे. पण ते असहाय आहेत हे मी पाहिलेलं आहे. त्यांनी माझा प्रश्न सोडवला नाही याचं मला दुःख आहे, पण मी त्यांना त्यासाठी जबाबदार धरत नाही. माणसं चांगली आहेत, पण त्या चांगल्या माणसांचे त्यांच्या जाती ऐकत नाहीत, हा प्रश्न आहे. एन.डी. पाटील, बाबा आढाव, ना. ग. गोरे, भाई वैद्य यांचा माझ्या म्हणण्याला विरोध नव्हता, पण हे काही त्यांच्या समाजांचे नेते नाहीत. बाबा आढावांचा जन्म मराठा जातीत झाला असेल, पण मराठे त्यांचं ऐकत नाहीत. शरद पवारांचंही मराठे सोयीने ऐकतात. सत्ता पाहिजे असेल तर शरद पवार. ते इतरांना द्यायला लागले की शरद पवार नको होतात. खालचा जो शिलेदार असतो तो महत्त्वाचा असतो. शरद पवार सगळं ठरवू शकत नाहीत. कदाचित ते मुख्यमंत्री असताना त्यांना रेटून नेता आलं असतं. आज ते रेटू शकत नाहीत. देण्याच्या जागेवर आपणच असलो पाहिजे. त्या जागेवर दुसऱ्या जातीचा माणूस चालत नाही. लक्ष्मण माने आणि शरद पवार कितीही मित्र असले

तरीही लक्ष्मण माने हे नीच जातीतले आहेत. ते स्वतःच्या अकलेवर उभे राहतात ते काहींना नको आहे. तीन निवडणुका मी लढलो, प्रस्थापित पक्षातून लढलो; तरीसुद्धा ते मला स्वीकारत नाहीत.

महाराष्ट्राचं सभागृह जातींच्या बहुमताचं सरकार आहे. महाराष्ट्रातल्या विरोधी पक्षनेते- पदाबाबत निरीक्षण केल्यास लक्षात येईल की एकही बहुसंख्य असलेल्या जातीचा माणूस विरोधी पक्षनेता होत नाही. भुजबळ होतात, पिचड होतात. संख्येचं बळ नसेल तर माझ्यासारखं अपंग राहायला लागतं. द्रव्यबळ पाहिजे, मनुष्यबळ पाहिजे आणि बुद्धीचंही बळ पाहिजे. ते आमच्याकडे ज्या दिवशी असेल त्या दिवशी आम्हीही राज्यकर्तेच असू.

माझ्यासारख्या माणसाने तीस-चाळीस वर्षं प्रयत्न करूनसुद्धा अजूनही आम्हाला या कामात यश येत नाही याचं कारण काय? हा सत्तावाटपाचा प्रश्न आहे. तुम्हाला सत्तेत येऊच द्यायचं नाही. उद्या अनुसूचित जमातींमध्ये भटका-विमुक्त समाज गेला तर काय फरक पडेल? पाच टक्के जागा म्हणजे तेरा-चौदा आमदार आणि एक-दोन खासदार आम्हाला द्यावे लागतील. हे आमदार शेवटी मराठ्यांचेच जातील, हा खरा कळीचा मुद्दा आहे. मागासवर्गीयांचे पुढारी आज निष्प्रभ आहेत. स्वातंत्र्यलढ्याच्या वेळी बाबासाहेब म्हणत होते त्या पद्धतीने स्वतंत्र मतदारसंघच आम्हाला मिळायला हवे होते. तेव्हा जी गोष्ट ब्राह्मण ब्राह्मणेतर समाजासाठी करत होते तीच मराठे आज इतर समाजांसाठी करत आहेत. मनुवाद ब्राह्मणांच्या डोक्यात आहे तेवढाच तो मराठ्यांच्या डोक्यात आहे आणि तेवढाच तो माळी, साळी अगदी आमच्या समाजापर्यंत पक्का आहे. 'वरच्याला माथा आणि खालच्याला लाथा' असा हा मनूचा सिद्धांत आहे. पूर्वी ब्राह्मणांनी तो वापरला. आजही ते काही मराठ्यांना आपल्या बरोबरचे मानत नाहीत. मराठे सत्तेच्या खुर्चीवर बसलेले असतील तरी समोर जो सचिव उभा असतो तो त्याला सत्ताधारी मानत नाही. तो स्वतःलाच सत्ताधारी मानतो. तेव्हा वर्णव्यवस्था ही आजही तेवढीच घट्ट आहे.

मी आयुष्यभर पुरोगामी चळवळीत राहिलो, बारा-चौदा वर्षं सेवादलात काढली, तरी आता माझं मत आहे, की एकही माणूस बदललेला नाही. फार तर कपड्यांमध्ये, राहणीमानामध्ये थोडासा बदल झाला असेल. मेंदूत काही बदल झाला असेल असं वाटत नाही. बाबासाहेब एकाक्ष गव्याची गोष्ट सांगत होते तसंच आहे. वर्णव्यवस्थेने माणसांची दृष्टी बंदिस्त केलेली आहे. मराठ्यांना मराठ्यांपुरतं दिसतं. माळ्यांना माळ्यांपुरतं दिसतं. महारांना महारांपुरतं दिसतं. कैकाड्याला कैकाड्यापुरतं दिसतं. जी जात जिथे बहुसंख्येने आहे ती तिथे बाप बनते. तुमचा जन्म जिथे होतो

तिथेच तुम्ही प्राक्तन घेता. माझा हल्ला या प्राक्तनावर आहे. घटनेने हे प्राक्तन मोडलं आहे. महाराच्या पोराने या देशाची घटना लिहिली, ही वस्तुस्थिती स्वीकारा की केव्हा तरी; पण नाही. आंबेडकरांचा पुतळा उभा करतील, पण आंबेडकरांचे विचार सवर्ण लोक स्वीकारत नाहीत. जे स्वतःला परिवर्तनवादी मानतात, डावे मानतात, ते प्रत्यक्षात डावे नाहीत किंवा परिवर्तनवादी नाहीत. सगळे तथाकथित प्रस्थापितच आहेत. त्यांचे हितसंबंध त्यांच्या जातींपुरतेच आहेत. त्यांच्या जाती सुरक्षित आहेत त्यामुळे त्यांना काही प्रश्नच नाहीत. म्हणून आदिवासींच्या प्रश्नांवर देशभर कधी लढे झाले नाहीत. भटक्यांच्या किंवा अस्पृश्यांच्या प्रश्नांवर लढे झाले नाहीत. कारण त्यांचं नेतृत्व ठार मारून टाकण्याचं काम प्रस्थापित यंत्रणेच्या मार्फत शांतपणे केलं जातं. बहुतांश सगळे पक्ष उच्चवर्णीय समाजातले आणि उच्चवर्णीयांच्या अधिपत्यासाठी काम करणारे आहेत. समाजवादी पक्षांची परिस्थिती तर हास्यास्पद होऊन गेली आहे. आणि डावे पक्ष आहेत कुठे? फक्त एक रिपब्लिकन पक्ष आहे, पण त्याच्या चिंध्या झाल्या आहेत. तेसुद्धा स्वतः डावे आहेत की नाहीत हे रिपब्लिकन पक्षाच्या पोटात जाऊन विचारलं पाहिजे. डावे म्हणजे काय, उजवे म्हणजे काय हे त्यांना सांगता येईलच याची खात्री नाही. माणसं शहाणी आहेत पण ती या सगळ्या प्रवाहात नाहीत. शहाणी माणसं, मग ती कुठल्याही जातीची, अगदी शहाणा ब्राह्मणसुद्धा प्रवाहात येऊ द्यायचा नाही, असं आहे. सत्तेचा राजकारणातला खेळ करण्यासाठी तांत्रिक स्वरूपात फक्त घटना उपयोगात आणली जाते. यापलीकडे घटनेचा काहीही संबंध नाही. ज्या दिवशी या देशात जागतिकीकरण आलं त्या दिवशी भारताचं संविधान हे अप्रासंगिक झालं. भारतीय राज्यघटनेत समाजवाद सांगितलेला आहे. प्रत्यक्षात मात्र इथे भांडवलशाही आलेली आहे. याच्या विरोधात खंबीरपणे उभं राहण्याची भूमिका इथल्या डाव्या पक्षांनी घ्यायला हवी होती ती घेतली नाही. आरएसएस उघडपणे तरी अंगावर येते. हे उघडपणे अंगावर येत नाहीत, पाठीत मारतात.

वर्णव्यवस्था जिथे आहे तिथे आपण असूच शकत नाही. म्हणून मी बौद्धधर्म स्वीकारला. तेव्हा, महारांच्या नादाला लागला, असं म्हणून माझी थट्टा झाली. पण ह्यांच्या नादाला लागलो तर निदान आम्ही समदुःखी आहोत. मराठ्यांच्या नादाला लागून आयुष्यातली चाळीस वर्षं वाया गेली. आता डॉ. बाबासाहेब आंबेडकर हेच आमचं नेतृत्व. दरवर्षी ६ डिसेंबर आणि १४ एप्रिलला देशातून होणारी गर्दी पाहिली की आंबेडकरांचं महत्त्व कळतं. त्यांच्याच पाठीमागे मी माझं आणखी एक शून्य उभं केलं. या धर्मांतराने खूप बदल केले आहेत. त्याचा अभ्यास करण्याची गरज आहे. आज तुम्हाला महाराष्ट्रात गाढवं दिसतात का? लहानपणी आम्ही शंभर, दोनशे, पाचशे

गाढवांचे तांडे पाहिले आहेत. आज ते दिसत नाहीत. लोकांनी धर्मांतरानंतर फिरणं थांबवलं, व्यवसाय बदलले. आज वडार समाज कापडाच्या व्यवसायात आहे. सोन्याचांदीच्या व्यापारात कैकाडी, वडार आहेत. आता तर हे भीक मागणंसुद्धा बंद करणार आहेत. मसणजोगी, जे हाडकं बांधून भीक मागत हिंडत होते ते सध्या भंगार गोळा करतात. मोटरसायकलवरून भंगार गोळा करायला जातात. माझ्या दृष्टीने ही क्रांती आहे. जमेल ते करा, पण भीक मागायची नाही, चोरी करायची नाही, हे त्यांना सांगितलंय. त्याच्यासाठी धर्मांतर. सुरुवातीला आंबेडकरांचं नाव घेतलं की आमचेच लोक अंगावर यायचे. मी 'जय भीम' बोलायचो तर हे लोक 'राम राम' बोलायचे. पण आता लाखांत माणसं धर्मांतरित झालेली आहेत.

आता असं वाटतं, या सगळ्या समाजाचे प्रश्न हे सुटे सुटे नाही सुटणार. बौद्धांच्या बरोबर जाण्याचा प्रयत्न मी केला, पण तरीसुद्धा आम्ही ताकद उभी करू शकलो नाही. त्याचं कारण त्या पद्धतीचं शस्त्र आम्ही तयार करू शकलो नाही. आता ते शस्त्र तयार करण्याच्या विचारात मी आहे. या सर्वहारा वर्गाला एकत्र करणारा राजकीय पक्ष असण्याची अतिशय गरज आहे. कारण त्यांना राजकीय प्रतिनिधित्व नाही, त्यांचं प्रामाणिक नेतृत्व नाही. आता कुणाच्या वळचणीला उभं राहून, कुणाच्या दारात उभं राहून ते आमच्यासाठी आभाळाखाली मांडव घालतील ही शक्यता नाही. आम्ही खरे विरोधी पक्ष आहोत. शिवसेना-भाजप किंवा काँग्रेस हे काही विरोधी पक्ष नाहीत. विरोध कशाला? सोनिया गांधींना विरोध करायचा म्हणून केवळ कुठला विरोधी पक्ष होत असतो का?

मागण्या, निवेदनं देणं आता आम्ही बंद करणार. आता आमची कामं करणारे राज्यकर्ते निवडून आणणं हा आपला उद्योग. इथून पुढे राजकारण सक्रियपणे केलं पाहिजे; बाजूला राहून नाही, कुणावर तरी विसंबून नाही. मला शून्यातून सुरुवात करायची आहे. आता तरी त्यात माझा तोटा काहीच नाही. एखादं रामोशाचं पोरगं निवडणुकीला उभं करायचं. पैसापाणी नसलं तरी रामोशांची पन्नास मतं तरी पडतील की नाही त्याला? बास झालं की! काय परिणाम होतील? आमचा दबाव गट आपोआप तयार होईल. मग आम्ही इतरांनाही तिकिटं देऊ. माळी, साळी, कोळी, बौद्ध-मातंग... अगदी ब्राह्मण, मराठ्यांनाही देऊ. माझ्यासारखी समदुःखी इतरही माणसं आहेत. मुस्लिमांचंही तसंच दुःख आहे. ख्रिश्चनही तसेच पीडित आहेत. पूर्वी आम्ही भावनिक आधारावर लढलो. आता आम्हाला आर्थिक आधारावर लढावं लागेल. माझ्यासारखी हजारो, लाखो माणसं आहेत. त्यांना आज आवाज नाही. आमच्या मागण्यांसाठी एकत्रितपणे आवाज करता येईल का? मी फक्त कैकाड्यांची नाही तर ४२ भटक्या

जमातींची संघटना बांधली. मी आता बौद्ध आहे. मग बौद्धांना, मातंगांना बरोबर घेईन. चर्मकारांना एकत्र घेईन. असा तेरा-चौदा टक्के समाज जर आम्ही एकत्र केला तर आमचे प्रश्न सुटतील. न्याय हा असा संघर्ष करतच मिळालेला आहे. कुठे जायचंय ते महत्त्वाचं, किती पावलं चाललो त्याला महत्त्व नाही. शेवटचा टोला कधी, कुणाचा बसेल हे मला माहीत नाही, पण लाकूड तोडायचं आहे इतकंच मला कळतं.

आरक्षणाच्या मागणीचं भांडवल करून काही माणसांना सत्ता मिळू शकते, पण हा प्रश्न नाही सुटू शकत. कारण सत्तासंपत्तीचं फेरवाटप करणं हा खरा प्रश्न आहे. आजपर्यंत प्रस्थापित जाती सहिष्णू होत्या. त्या तशा असल्यामुळे इतरांना सामावून घेत असत. आज मात्र परिस्थिती इतकी बिघडत चालली आहे की ती आशाच उरलेली नाही. पूर्वी असं वाटायचं, की अमक्याच्याबरोबर राहिलं तर काही होईल, तमक्याच्या बरोबर गेल्याने प्रश्न सुटेल. आज असं वाटत नाही. कुणी कुणाच्या मदतीला येईल आणि त्याच्याकडे सहानुभूतीने पाहील असं आता राहिलेलं नाही. सगळी किंमत खुर्चीला आली आहे. आपल्या दोघांची एकाच खुर्चीसाठी स्पर्धा असेल तर तू माझ्याकडे सहानुभूतीने पाहावंस अशी अपेक्षा कशी करायची? पूर्वी आपल्या दोघांच्यापैकी ज्याला स्वीकारतील त्याने तिथे बसायचं असं होतं. ते लोक ठरवतील, आपण नाही. आता मला ती खुर्ची पाहिजे आणि मी त्यासाठी वाट्टेल ते करीन, अशी मानसिकता आहे.

मंडल आयोगापासून अनेक आयोगांनी जे करायचा प्रयत्न केला ही जातींचीच वाटणी होती. माझी इच्छा आता ज्यांना आरक्षणाच्या ठरावाचीच गरज पडणार नाही असा समाज निर्माण करण्याची आहे. ज्या समाजात कोणालाच कटोरा हातात घ्यावा लागणार नाही असा समाज. मी आताच्या राज्यकर्त्यांचं हृदयपरिवर्तन नाही करू शकत. तुम्हाला सभागृहात तुमचा एक तरी प्रतिनिधी पाठवायला हवा. सगळ्यांचं पाहणारी माणसं आता उरलेली नाहीत. बेरजेच्या राजकारणात सगळं मूळ आहे. अमुक प्रश्न सोडवायचा असेल तर तो अजेंड्यावर असला पाहिजे. तो अजेंड्यावर का नसतो? कारण त्याच्यामागे जी व्होटबँक आहे ती विखुरलेली आहे. ती कुणीही विकत घेऊ शकतं. या असंघटित जाती असल्यामुळेही 'फोडा आणि झोडा' हे सोपं आहे. तुम्ही दिल्यासारखं करायचं आम्ही घेतल्यासारखं करायचं. साठ वर्षं खेळ होतोय. आता तुम्ही जिथे बसता तिथे आम्ही बसतो, हे योग्य उत्तर आहे. खांदापालटाचं!

●

लक्ष्मण
गायकवाड

'उचल्या' हे लक्ष्मण गायकवाड यांचं साहित्य अकादमी पुरस्कारप्राप्त आत्मकथन प्रसिद्ध आहे. महाराष्ट्र गौरव पुरस्काराचेही ते मानकरी आहेत. आजवर त्यांची अकरा पुस्तकं प्रकाशित झाली असून विविध वृत्तपत्रांतूनही ते लेखन करत असतात. राष्ट्रीय मानवी हक्क आयोग आणि राज्य मागासवर्ग आयोग यांचे ते माजी सदस्य आहेत. राष्ट्रीय साहित्य अकादमी, भाषा सल्लागार समिती, साहित्य संस्कृती मंडळ या संस्थांच्या माध्यमातूनही मराठी साहित्यव्यवहारात त्यांनी योगदान दिलं आहे. दलित, कामगार, शेतकरी अशा समाजघटकांसाठी काम करत ते पुढे भटक्या-विमुक्तांच्या चळवळीत सक्रिय झाले.

> मागास समजल्या जाणाऱ्या सर्व जाती-जमातींना आपापलं काही तरी स्थान पूर्वी होतं. गावगाड्यामध्ये महारवाडा, ढोरवाडा, चांभारवाडा होता. आदिवासींचंही जंगलात वेगळं अस्तित्व आहे. पण भटक्या आणि गुन्हेगार जमाती या गावगाड्यालाच अस्पृश्य आहेत. भारतात लोकशाही आल्यानंतर इतक्या वर्षांनीही त्यांची हीच अवस्था आहे.

महाराष्ट्रात 'विमुक्त जाती, भटक्या जमाती' असा वर्ग तयार झाला. त्या वेळचे राजकारणी म्हणाले, महार-मांग आले, डोईजड झाले. त्यांनी आमच्या जागा कमी केल्या. आता पुन्हा भटके-विमुक्त आले तर आणखी अडचण होईल, या विचाराने आम्हाला आमचे हक्क दिलेच गेले नाहीत. आमची आजवर जनगणनाच झाली नाही यामागेही हेच कारण आहे. त्यामुळे आम्हाला राज्यांतर्गत सवलती देतात पण केंद्राचं

बजेट आमच्यासाठी नसतं. त्याच्याशी आम्ही जोडले गेलेलो नाही. खरं तर शेड्युल ३४१ आणि ३४२ नुसार कुठल्या जाती-जमाती या अनुसूचित आहेत हे प्रत्येक राज्याने ठरवायचं असतं. मांग गारुडी जातीला त्याचा फायदा होऊन त्यांची वर्गवारी अनुसूचित जातींमध्ये होऊ शकते, मग आमचा विचार का होत नाही? पारध्यांमधल्या काही जाती या आरक्षणाला पात्र आणि काही जाती मात्र विमुक्तांच्या गटात, असा अन्याय का? प्रत्यक्षात पारधी इथून तिथून सारखेच आहेत. त्या सगळ्यांनाच समान आरक्षण मिळायला हवं; पण तसं झालेलं नाही. १९७६ साली कर्नाटक राज्याने भटक्या-विमुक्तांच्या सर्व जमाती या अनुसूचित जमातींच्या वर्गात टाकल्या. मग हे महाराष्ट्राने का केलं नाही?

गुन्हेगार जमातींचा इतिहास हा आदिवासी जमाती म्हणूनच आहे. ठक्करबाप्पांनी लक्ष घालून आदिवासींसाठी आरक्षण वेगळं करवून घेतलं. पण त्याच्याही पूर्वी गुन्हेगार जमातींच्यासाठी आर्थिक तरतूद होती, समाजकल्याण खातं होतं. त्यातून मात्र त्यांना पुढे बाहेर काढलं गेलं. या तरतुदीची प्रक्रिया स्वातंत्र्यानंतर संपली. पूर्वाश्रमीच्या गुन्हेगार जमाती याऐवजी आम्ही विमुक्त म्हणवले जाऊ लागलो. विमुक्त हा शब्दच जर संविधानात नाही तर आम्हाला काय सवलती मिळणार? म्हणून मग त्या त्या राज्याने ज्यांना जिकडे जायचं तिकडे आमच्या जातींना पाठवलं. कर्नाटकात मसणजोगी जमातीची माणसं अनुसूचित जातीच्या सवलती घेऊन प्राध्यापक झालेली माझ्या परिचयात आहेत. महाराष्ट्रात या जातीबाबत असा विचारही करता येत नाही. आम्ही राजकीय स्पर्धेत येऊ नये म्हणून आम्हाला आमच्या हक्कांपासून वंचित ठेवण्यात आलेलं आहे.

आम्ही अनुसूचित जमातींच्या वर्गात जाण्यासाठीच्या निकषांना आज पात्र आहोत की नाही हेसुद्धा स्पष्ट होत नाही. राजकीय स्पर्धेत आरक्षणाच्या मदतीशिवाय आम्ही आज येऊ शकत नाही. वडार समाजाची साठ लाखांच्या पुढे लोकसंख्या आहे, पण तरीही त्यांचे प्रतिनिधी खुल्या वर्गातून निवडून येऊ शकत नाहीत. सुशीलकुमार शिंद्यांनी मुख्यमंत्री असताना एक स्पष्ट शिफारस केंद्राकडे केली, की विमुक्तांना 'एसटी'मध्ये आणि भटक्या जातींना 'एससी'मध्ये टाकण्यासंदर्भात विचार करावा; पण त्याचं पुढे काही झालं नाही. आम्ही हक्काच्या मागासवर्गीय सूचीत असतो तर आजवर आम्हाला पन्नास हजार कोटींची तरतूद मिळाली असती; पण ते न झाल्याने आमचा विकास थांबलेला आहे.

आज महाराष्ट्रात भटक्या-विमुक्तांच्या नावाने एक हजार रुपयांचीही तरतूद नाही. जे दिलं जातं ते आश्रमशाळांसाठी स्वतंत्र व वसंतराव नाईक महामंडळासाठी स्वतंत्र अशी थोडीफार तरतूद होते, पण अर्थसंकल्पांत मागास जाती म्हणून काहीही तरतूद नाही. इतक्या वर्षांत आम्ही राजकीय प्रक्रियेत नाही, त्यामुळे आमचे प्रश्न फारसे चव्हाट्यावर आलेले नाहीत. लोकांना विमुक्त वगैरे शब्द माहीतच नाहीत, इतके आम्ही दुर्लक्षित आजही आहोत. आमच्या लोकांमध्ये आणि नेत्यांमध्येही खूप अज्ञान आहे. मागण्या काय कराव्यात, कशा पद्धतीने संघटन करावं, आपला इतिहास काय आहे, ओळख काय आहे याचं भान फारसं नाही. आमच्या आरक्षणाच्या मागणीला शिवाजीराव मोघे, मधुकर पिचड हे तर विरोधच करतात. आमच्या मुलांना आज इतर मागासवर्गीयांच्या बरोबरीने अनेक संधी मिळू शकत नाहीत, हे आमचं मोठं नुकसान आहे.

१९८८ सालच्या सुमाराला सोलापुरात भटक्या-विमुक्तांची एक मोठी परिषद झाली होती. त्या वेळी मुख्यमंत्री शरद पवार होते. त्यांनी आम्हाला बोलावून घेऊन भटक्या-विमुक्तांना काहीही करून अनुसूचित जमातींच्या वर्गात टाकण्याबद्दल खात्री दिली. पंतप्रधान राजीव गांधी यांच्याशी भेटीही झाल्या. मात्र, राजीव गांधींनी आम्हाला फक्त रोजगार हमीचं आश्वासन दिलं. आरक्षण न मिळता आम्ही वर्षानुवर्षं करत असलेलं खडी फोडण्याचंच काम करणार होतो. शरद पवारांनीही या प्रकरणात लक्ष घातलं असलं तरी त्यांनी सतत केंद्राकडे बोट दाखवलं आहे.

मागासवर्गीय कुणाला ठरवायचं या बाबतीत संविधानाने दिलेले सर्वाधिक अधिकार राज्याच्या हातात आहेत. राज्यांनी शिफारस करायची आणि केंद्राने ती मान्य करायची, अशी प्रक्रिया आहे. आता अलीकडे अनुसूचित जाती-जमातींचे आयोग या प्रक्रियेत आले आहेत. पूर्वी हे अधिकार राज्य सरकारांकडेच होते. त्या वेळी महाराष्ट्राने ही प्रक्रिया केलेली नाही. आंध्र प्रदेशात, कर्नाटकात ही वर्गवारी पूर्वीच झाली आहे.

समाजशास्त्रज्ञ आदी तज्ज्ञांनी या बाबतीत ज्या पद्धतीने काम करायला पाहिजे तसं झालं नाही. मागासवर्ग निश्‍चित करण्याबाबतची निश्चित नियमावली राज्याकडे नाही. बेरड ही एक जात आहे. बेडर नावाचीसुद्धा एक जात आहे. हैद्राबाद संस्थानातले लोक बेडर म्हणून अनुसूचित जमातींच्या सवलती महाराष्ट्रात घेतात. ते बेरड झाले की ते विमुक्तांत येतात. एका शब्दाचा फरक, प्रत्यक्षात जात एकच. असे गोंधळ निर्माण करणारा क्षेत्रीय बंधन कायदा राज्यातून रद्द करावा, अशी शिफारस बापट आयोगाने केली. ही शिफारस स्वीकारायची की नाही याचा निर्णय राज्य सरकारने घ्यायला हवा.

त्याऐवजी त्यांनी हा अहवाल बार्टीकडे पाठवून दिला. दलितांना मात्र वाटतं की आम्ही बाजूला आहोत तेच बरं. कुणी दुसऱ्याला आपल्या ताटात कशाला जेवायला देईल? त्यामुळे ते अजूनही भिजत घोंगडं आहे.

महाराष्ट्रात आमच्या चळवळीचा परिणाम होऊन काही थोड्याफार सुधारणा झाल्या आहेत. इतर ठिकाणी अशी चळवळ नाही. गुजरातमध्ये पारध्यांची वाघरी नावाची एक जात आहे. ते वाघाची शिकार करणारे म्हणून ओळखले जातात. त्यांना देवीपुत्र असं नाव देऊन त्यांची जातच आता संपवली जाते आहे. जसं गांधीजींना वाटलं, तुम्ही दलित नाही तर हरिजन आहात, तसाच हा प्रकार. देवीपुत्र म्हणून आता त्यांचा इतिहास संपवला जाईल.

भटक्या-विमुक्त जमाती म्हणजे कुठल्या एक जातीचा, एक धर्माचा असा गट नाही. त्यात ख्रिश्चन आहेत, मुस्लिम आहेत, शीख आहेत. जाती तर किती तरी वेगवेगळ्या आहेत. दुसरं म्हणजे राजकारणात या सगळ्यांचा प्रभावच नाही. आमच्या समाजावर अन्याय काय होतो हे सांगण्यासाठीसुद्धा तिथे योग्य माणसं नसतात. एक-दोन कार्यकर्ते जेव्हा तयार होतात तेव्हा ते राज्यकर्त्यांच्या मदतीने पुढे जातात. मग ती चळवळच थांबते. खरं तर जातीमधल्या लोकांपेक्षाही समाजसुधारणेसाठी ब्राह्मण-मराठ्यांतला माणूस जरी असेल तरी तो संघटन करू शकतो. ठक्करबाप्पा यांनी गुजरातच्या आदिवासी जमातींमध्ये राहून त्यांच्यासाठी मोठा संघर्ष केला आणि त्यांना आरक्षणाच्या कक्षेत आणलं. आमच्यात आता नवी पिढीही अभ्यासू आहे. ती आमच्यापेक्षा वेगळा विचार करत आहेत. त्यांनी हे नवे दृष्टिकोनही जोपासावेत.

मच्छिंद्र भोसले

भटक्या-विमुक्तांच्या चळवळीतील ज्येष्ठ नेते दौलतराव भोसले यांच्यानंतर त्यांच्या भटके-विमुक्त जातिसंघ या संघटनेचं नेतृत्व मच्छिंद्र भोसले यांनी केलं. पुढे 'अखिल भारतीय भटके व विमुक्त जातिसंघ' अशी स्वतःची वेगळी संघटना त्यांनी स्थापन केली आहे. आंबेडकरी विचारांचा कार्यकर्ता अशी त्यांची ओळख असून दलित पँथरच्या चळवळीतही त्यांनी काम केलं आहे. महाराष्ट्र प्रदेश काँग्रेस कमिटीच्या भटक्या-विमुक्त आघाडीचे ते सध्या अध्यक्ष आहेत. पत्रकारितेच्या क्षेत्रातही त्यांनी काम केलं असून अनेक वृत्तपत्रांत त्यांनी भटक्या-विमुक्तांच्या प्रश्नांवर वेळोवेळी लेखन केलं आहे.

> भटक्या-विमुक्त जमातींचं आरक्षण ही मुख्यतः घटनेशी निगडित बाब आहे. जातींच्या मागासपणाला घटनेने मान्यता द्यावी लागते, पण या जमातींना ही मान्यता मिळाली नाही. कारण घटना निर्माण होण्याच्या काळात भटक्या-विमुक्तांच्या बाबतीत काही चर्चाच झाली नाही. पण त्यानंतर साठ-पासष्ट वर्षं उलटून गेली तरी या गरजू वर्गाला घटनात्मक संरक्षण मिळालेलं नाही. अस्पृश्यांच्या अनुसूचित जाती (शेड्युल्ड कास्ट) आणि आदिवासींच्या अनुसूचित जमाती (शेड्युल्ड ट्राइब्ज) या दोन वर्गांना घटनात्मक आरक्षण मिळालं. या दोन वर्गांत आपल्या देशातल्या मागास जाती विखुरलेल्या आहेत. तिसरा वर्ग नंतर आला. तो ओबीसींचा, म्हणजेच इतर मागासांचा वर्ग म्हटला जातो.

मुंबई प्रांत असताना मागासवर्गात भटक्या-विमुक्तांचा काही प्रमाणात समावेश होता. खरं तर आरक्षणाची सुरुवातच या देशात भटक्या-विमुक्तांपासून झाली.

समाजकल्याण खातं त्या वेळच्या गुन्हेगार जमातींसाठी सुरू झालं. पण पुढे या जमातींना त्या खात्यातून वगळण्यात आलं. मागास कुणाला म्हणायचं, अशी चर्चा त्या वेळी झाली. बाबासाहेबांनी मुद्दा मांडला, जो जो अस्पृश्य आहे तो तो मागास आहे. मागास असण्याची हीच व्याख्या बाबासाहेबांनी सांगितल्याप्रमाणे इंग्रजांनी त्या काळात मांडली. अस्पृश्यतेच्या या मुद्द्यामुळे पुढे बाकीचे सगळे लोक उडाले. त्यामुळे आदिवासींच्या बाबतीत 'हे कुठे अस्पृश्य आहेत? यांना कशाला सवलती?' असं सुरुवातीला म्हटलं गेलं. पण पुढे ठक्करबापा, गांधीजी यांनी त्यांच्या बाजूने भूमिका घेतली. आदिवासी हे आर्थिक-सामाजिकदृष्ट्या मागास आहेत, म्हणून त्यांनाही सवलती दिल्याच पाहिजेत. त्यातून अनुसूचित जमाती नावाचा प्रवर्ग जन्माला आला.

भटक्या-विमुक्तांची परिस्थिती अशी आहे, की हे धड अस्पृश्यही नाहीत आणि आदिवासीही नाहीत. त्यामुळे हा वर्ग स्वतःच्या हक्काच्या आरक्षणाला तेव्हा अपात्र झाला याचा पुढे नेहरूजींना पश्चात्ताप झाला. भटक्या-विमुक्तांच्या अनेक अधिवेशनांत ते गेले होते. त्यांनी त्यांच्यासाठी घटनात्मक सवलतींचा मुद्दा मान्य असल्याचं सांगितलेलं आहे, पण प्रत्यक्षात या वर्गाला या सवलती मिळाल्या नाहीत. मात्र, या देशाच्या सुरुवातीच्या काळात त्यांनी काही पैसा विमुक्त-भटक्यांसाठी राखून ठेवला. त्यातून आम्हाला शिष्यवृत्त्या वगैरे मिळाल्या.

नेहरूंच्या सरकारने सगळ्या राज्यांना अपापल्या राज्यांतल्या जातींना मागासवर्गात टाकण्याबाबत शिफारशी करण्यासाठी पत्रं पाठवली होती. त्यानुसार कर्नाटक राज्याच्या शिफारशीनुसार बंजारा समाज एसटीमध्ये गेला. महाराष्ट्राशिवाय इतर सर्व राज्यांत भटके-विमुक्त हे एक तर 'एससी'मध्ये आहेत किंवा 'एसटी'मध्ये आहेत. हे महाराष्ट्रात घडू शकलं नाही हे आमचं दुर्दैव. यशवंतराव चव्हाण, वसंतराव नाईक, शंकरराव चव्हाण, शरद पवार या मंडळींनी याबाबत फारसं काही केलं नाही.

घटनात्मक आरक्षण असेल तर त्या जाती-जमातींसाठी हक्क म्हणून केंद्राचा निधी मिळतो. आता अनुसूचित असलेल्या जाती-जमातींना उद्योगधंद्यासाठी पाच-पाच, वीस-वीस लाख रुपये दिले जातात. विशेष घटक योजना म्हणून औद्योगिक सहकारी उत्पादक संस्थेसाठी सरकार तुम्हाला पन्नास लाख, एक कोटी, पाच कोटी अशा रकमा निकषांनुसार देतं. आज त्यांच्याकडे बजेट आहे म्हणून तेवढ्या प्रमाणात त्यांच्यासाठी पैशाची तरतूद केली जाते. लोकसंख्येनुसार त्या त्या वर्गासाठी त्या प्रमाणात बजेटची तरतूद करणं हे घटनेने बंधनकारक केलं आहे. आता महाराष्ट्रात भटक्या-विमुक्तांसाठी केंद्राचा पैसा तर मिळतच नाही. मुळात बजेटमध्ये त्यांच्यासाठी काही तरतूदच केली जात नाही.

यात आणखी एक गोची आहे ती केंद्र सरकारच्या क्षेत्रीय धोरणाची. जात एक असेल तर प्रवर्ग सगळीकडे, म्हणजे देशपातळीवर एक असायला हवा. पण एखादी जात मागास ठरते ते फक्त जात म्हणून नाही तर ती ज्या भागात राहते त्या भागावरूनही ते ठरतं. धोरणात नीट नियोजन नसल्याचा हा परिणाम. त्यामुळे एका जिल्ह्यात एखादी जात मागास म्हटली जाते तर दुसऱ्या जिल्ह्यात ती दुसऱ्याच वर्गवारीत असते. आदिवासींच्या बाबतीतही असंच होतं. पुढे आदिवासींसाठी हे क्षेत्रीय धोरण उठवण्याचा जीआर काढला गेला, पण भटक्या-विमुक्तांसाठी ते अजून उठवलं गेलेलं नाही. हे क्षेत्रीय बंधन उठवण्याची मागणी लावून धरणं हे जास्त योग्य होऊ शकतं, कारण त्याला काही तरी पाया आहे. एक जात एका राज्यात एससीमध्ये, दुसऱ्या राज्यात एसटीमध्ये आणि तिसऱ्या ठिकाणी ओबीसीमध्ये, हे कायद्याला धरून नाही. त्यामुळे ही मागणी सरसकट अनुसूचित जमातींच्या सूचीत घालण्याच्या मागणीपेक्षा जास्त योग्य असू शकते.

परंतु मागणी कुठलीही असो, यात राजकीय अडचणीच जास्त आहेत. या वर्गाची शिफारस केंद्राकडे केल्यावर पुढे न्यायालयीन बाबी, दोन्ही सभागृहांत तो कायदा करणं, या गोष्टींसाठी राजकीय इच्छाशक्तीच नाही. अनुसूचित जाती-जमातींचे खासदार सांगतात, की आमच्या वर्गात इतर जाती टाकू नका. या सगळ्यामुळे आरक्षणाच्या मुद्द्याला आजवर यश आलेलं नाही. काका कालेलकर आयोगापासून रेणके आयोगापर्यंत सर्व आयोगांनी विमुक्त- भटक्यांना अनुसूचित जमाती वर्गाच्या सवलती द्या, असं सांगूनही संसदेत ते विधायक काही आलेलं नाही.

९ जानेवारी १९७१ या दिवशी दौलतराव भोसले आणि इतर काहींच्या नेतृत्वाखाली मुंबईत भटक्या-विमुक्त जमातींचा मोठा मोर्चा मुंबईत काढला गेला. त्याला वसंतराव नाईक सामोरे गेले. तेव्हाची एक मागणी 'आम्हाला अनुसूचित जमातींच्या सवलती द्या' हीसुद्धा होती. त्याला आता चाळीस वर्षं झाली. अजूनही आम्ही तेच मागतो आहोत. चळवळीतही जो रेटा उभा राहिला पाहिजे, जसा दलित चळवळीचा आहे, मुस्लिमांचा आहे, धनगरांचाही आहे तसा ही चळवळ उभा करू शकली नाही. कारण ही एकजात चळवळ नाही. एखादी चळवळ उभी राहण्यासाठी आपल्यावर काही अन्याय होतो आहे ही जाणीव असणं खूप महत्त्वाचं आहे. या मागास, अशिक्षित जातींमध्ये आपल्या अन्यायाची जाणीव निर्माण व्हायलाच भरपूर वर्षं गेली. आजही ते एकूणच सगळं प्रशासन, राजकारण वगैरेंविषयी पूर्ण अनभिज्ञ आहेत.

वर्ग चळवळ म्हणून आम्ही विमुक्त-भटक्यांची चळवळ उभी करण्याचा प्रयत्न केला आहे. ही चळवळ एका जातीची नव्हती. पण एखादी चळवळ मोठी होतेय असं दिसलं की त्याला जातीचा रंग देऊन काही जाती त्यातून बाजूला काढायच्या, हे राजकारण प्रस्थापित पुढाऱ्यांनी वेळोवेळी केलं. पुढे हळूहळू काँग्रेस पक्षाचं माहेरघर असंच स्वरूप या चळवळीला येत गेलं. काही वर्षांनी तर अशी परिस्थिती झाली, की चळवळ सगळी काँग्रेसमध्ये आणि समाजाचं काम तर काहीच होत नाही. जो संघर्ष बाबासाहेबांच्या चळवळीत अभिप्रेत होता तो आमच्या समाजातून उभा राहिला नाही. दुसरीकडे जोपर्यंत आंदोलनाचं उपद्रवमूल्य निर्माण होत नाही तोपर्यंत प्रस्थापित राजकीय व्यवस्था तुम्हाला भीक घालत नसते. अजूनही मुंबई आणि महाराष्ट्र बंद करण्याची ताकद आंबेडकरी चळवळीत आहे, शिवसेनेत आहे, मात्र विमुक्त-भटक्यांच्या चळवळीत नाही. त्यांनी आजवर एखादं छोटं-मोठं शहरही बंद केलं नाही. त्यामुळेच की काय, राजकीय पक्षांनी या चळवळीला अनुल्लेखाने आणि तुच्छतेने मारलं आहे.

मी आज काँग्रेस पक्षात गेलो ते सत्तेत बसून आपल्याला काही करता येतं का हे बघण्यासाठी. सगळ्याच गोष्टी झाल्या असं नाही, पण काही चांगल्या गोष्टी निश्चित करू शकलो. 'यशवंतराव चव्हाण मुक्त वसाहत योजना' झाली. ती योजना म्हणजे विमुक्त-भटक्यांचं खेडेगाव उभं करणं. त्या कामाला वीस कोटी रुपये मिळाले. महाराष्ट्रात आता याचे दहा-बारा प्रकल्प उभे राहत आहेत. जातीच्या दाखल्याचं आंदोलन आम्ही महाराष्ट्रात सत्तेत राहूनही केलं. सोलापूरला शासनाच्या वतीने मोठ्या प्रमाणात जातीच्या दाखल्यांसाठी शिबिरं घेण्यात आली. ज्यांच्याकडे पुरावे नसतील त्यांचे पुरावे शासनाने तयार करायचे, असा कायदा आहे. त्याचा आधार घेऊन त्यांनी जवळजवळ पस्तीस ते चाळीस हजार दाखले सोलापूर जिल्ह्यातल्या प्रत्येक तालुक्यात यशस्वीपणे वाटले. त्याची दखल राष्ट्रीय पातळीवरही घेण्यात आली. संघटना आणि सरकार एकत्र आले तर अशा काही चांगल्या गोष्टी होऊ शकतात. आम्ही एके काळी नुसतेच भांडत होतो; पण केवळ संघर्षाची भूमिकाही बरोबर नाही असं आता वाटतं. एका बाजूला संघर्ष, दुसऱ्या बाजूला समन्वय, असं असलं पाहिजे. शासन काही गोष्टी करू इच्छितं. त्यांना फीडबॅक देणं, त्यांच्या योजना लोकांपर्यंत कशा पोचतील हे बघणं, त्याला अधिकाधिक निधी कसा मिळेल असा प्रयत्न करणं. बऱ्याचदा अधिकारी व मंत्र्यांना ज्या समाजासाठी आपण कायदे, कामं करतोय तो कसा आहे याची फारशी कल्पना नसते. म्हणून त्यांच्यासोबत राहूनही काही चांगल्या गोष्टी निश्चितच करू शकतो असा माझा अनुभव आहे.

डवरी गोसावी जातीची माणसं महाराष्ट्रात भटक्या जातींमध्ये आहेत. कर्नाटकात ही जात अनुसूचित जमातींच्या वर्गात आहे. त्यामुळे त्यांच्या सवलतींमुळे तिथे त्यांना जमिनी मिळाल्या, घरं मिळाली, शाळा मिळाल्या. त्यांची मुलं सरकारी नोकरीत जाऊ लागली. शासकीय नोकऱ्यांचं प्रमाण वाढलं. पंप, पाणी, विहीर या सरकारी योजना त्यांना सवलतीत मिळू लागल्या. विविध योजनांसाठी पैसा उपलब्ध होत असल्याने त्यांना तिकडे बरेच थेट लाभ मिळतात. पण महाराष्ट्रात हे होऊ शकत नाही. पैसे मिळाले की त्या माणसाचा फायदाच होतो. एकूण विकासाचा पैसा हा मूळ पाया आहे.

असं असलं, तरी जाणीव आणि जागृतीच्या बाबतीत महाराष्ट्रातली भटक्या-विमुक्तांची चळवळ इतर राज्यांच्या तुलनेत फार पुढे आहे. फुले-शाहू-आंबेडकरांची चळवळ झाल्यानंतर आलेली आमची चळवळ त्यांचे विचार आत्मसात करते. दुसरीकडे, आता आम्हाला सवलतींची गरज नाही, एवढा आमच्यात आत्मविश्वास आलेला आहे. अलीकडच्या काळात आम्ही म्हणतो, की शासनाच्या दारात सवलतींसाठी रडत बसण्यापेक्षा आपला समाज शिक्षणाने सक्षम करा, स्वयंप्रेरणेने व स्वतःच्या ताकदीने उभे राहा. चळवळीने सवलतींसाठी भांडत राहिलंच पाहिजे. मात्र, केवळ तेवढ्यासाठीच रडत बसणं चुकीचं आहे. आम्ही जो संघर्ष केला तो काही वाया गेलेला नाही. आम्ही निराश नाही. उलट, आता आम्हाला संघर्षाची सवय झाली आहे. सतत काही तरी भांडत राहिलं पाहिजे. एक मात्र वाटतं, की आता संघर्ष आणि त्याची उपद्रवक्षमता अशी असली पाहिजे की राजकीय पक्षांना आमचं काम करणं भाग पडावं. आता धनगरांचं आंदोलन झालं. वडार समाजही आहे. पण एकजातीय चळवळ असं त्याचं स्वरूप झालं तर कोणत्याच आंदोलनाला यश मिळणार नाही. जातीजातींत झगडे लावून देणं सोपं असतं. आमची नव्याने एकूणच वर्ग चळवळ बांधता येईल का, हा महत्त्वाचा मुद्दा आहे. त्यासाठी अगदी तळाच्या भटक्या-विमुक्त माणसांचं एकमेकांशी ऐक्य होणं महत्त्वाचं आहे. खेड्यातली सत्ता भटक्या जातींनी एक होऊन आपल्या हातात घेतली तर तुमचा पुढच्या स्तरावर प्रभाव निर्माण होईल. गावपातळीवर प्रस्थापितांना ठेचण्याची शक्ती तुमच्यात यावी लागेल, त्याशिवाय हे होणार नाही. यात प्रबोधनाचाही भाग आहे.

तुमच्या गावच्या राजकारणात प्रभाव असेल तर तुम्ही राजकीयदृष्ट्या सक्रिय आहात. तुमच्याकडे घर नसेल तरी मत आहे. त्याचं राजकारण कसं करायचं ते आपण ठरवायला हवं. गावपातळीवरच्या संस्था आपल्या ताब्यात आल्या तर तालुक्याचं राजकारण तुमच्या ताब्यात येऊ शकतं. सोलापुरातल्या माझ्या कचरेवाडी गावात तीन

निवडणुकांमध्ये उपसरपंच हे पद आमच्या डवरी गोसावी समाजाकडे आहे. मंगळवेढ्यातल्या पंधरा गावांत आमचे सरपंच आणि उपसरपंच झालेले आहेत. त्यामुळे या तालुक्यातला नाथपंथी डवरी गोसावी समाज हा तिथल्या राजकारणातला महत्त्वाचा घटक होऊन बसला आहे. गावाचं राजकारण आपल्या ताब्यात आलं तर लाखोंचा निधी आपल्या ताब्यात येतो. त्यामुळे सुरुवात गावापासून केली पाहिजे. सर्व भटक्या-विमुक्तांच्या मतदारांनी एकत्र येऊन सवर्णांच्या राजकारणाला शह दिला पाहिजे. त्यांची माणसं पाडली पाहिजेत. अपक्ष का होईना, आपली माणसं निवडून आणली पाहिजेत. सर्व नाही तरी चार-पाच मतदारसंघांत आमची सत्ता असू शकते.

पण आता प्रश्न असा आहे, की आमच्या मतदारांत एकवाक्यता नाही. चळवळ त्यांच्यापर्यंत पोचलेली नाही, हा खरा मुद्दा आहे. ते आपल्या शत्रूला ओळखू शकत नाहीत. हे ऐक्य जे अपेक्षित आहे तशी मानसिकता आज नाही. आम्ही एकूण भटक्या-विमुक्तांचं नाव घेतो. पण मी रोजचे दहा प्रश्न लोकांचे सोडवत असेन, तरी माझ्याकडे डवरी गोसावी समाजाचाच माणूस येतो. बंजारा, धनगर समाज आपले प्रश्न घेऊन येत नाहीत. काँग्रेस पक्ष म्हणून लोक येतात, पण त्यांची निष्ठा ही भटक्या-विमुक्तांतला वर्ग म्हणून नसते तर काँग्रेस पक्षासाठी असते. आताही धनगर मागणी मागताना 'भटक्या-विमुक्तांना न्याय द्या' असं म्हणत नाहीत, 'फक्त धनगरांनाच न्याय द्या' असं त्यांचं म्हणणं आहे. चळवळीची एकजातीय समीकरणं तिच्या संख्याबळाचा मुडदा पाडणारी आहेत.

तरीही मी आशावादी आहे. माणसांच्या शहाणपणावर माझा विश्वास आहे. मला सांगण्यात आलं, की काँग्रेस पक्ष सोडून तुम्ही चळवळीसाठी काम करा, तर माझी कधीही तयारी आहे. पण तसं चित्र तयार झालं तर. या सर्व जाती-जमातींमध्ये चळवळीची भूमिका घेऊन विश्वासार्हता निर्माण करण्याची जी प्रक्रिया आहे ती समाजातल्या अराजकीय व्यक्तींकडून जास्त होऊ शकते. समाजातला जो शिकलेला तरुण आहे, त्याने आपापल्या गावापुरतं भटक्या-विमुक्तांचं ऐक्य घडवून आणलं तर हे होऊ शकतं.

लक्ष्मण मान्यांनी राजकीय पक्ष काढल्याच्या बातम्या आल्या. पण राजकीय पक्षांची निर्मिती आंदोलनातून व्हावी लागते. स्वातंत्र्यासाठीच्या आंदोलनातून काँग्रेस पक्ष आला, शेतकऱ्यांच्या आंदोलनातून शेकाप झाला, हिंदुत्वाच्या आंदोलनातून भाजप आला. ही आंदोलनं जितकी तीव्र त्या प्रमाणात तो पक्ष बाळसं धरू लागतो. पक्ष कमी वेळात उभा राहणं, त्याची फळं जनतेला लवकर मिळणं यासाठी सर्वांगीण

विश्वासार्हता या गोष्टीला फार किंमत असते. त्यामुळे आज मान्यांपेक्षा त्यांच्या मुलाने किंवा त्यांना मानणारा जो तरुणवर्ग आहे त्यांनी हा पक्ष उभा केला असता तर मला जास्त आनंद वाटला असता.

अनुसूचित जमातींमध्ये सगळ्या भटक्या-विमुक्त जमातींचा समावेश करा, ही एक मोठी, बराचसा वाद निर्माण करणारी मागणी मात्र आता सोडून देता येणारच नाही. तो आमचा हक्क आहेच. 'ओबीसी' वर्गातल्या जाती अनेक वेळा 'एसटी'मध्ये आलेल्या आहेत. मुळात ही राजकीय प्रक्रिया आहे. विमुक्त-भटक्यांची दुःखं बघून त्यांना 'एसटी'च्या सवलती मिळतील, एवढं ते सोपं नाही. प्रस्थापितांच्या हातात लोकशाहीची सूत्रं गेलेली आहेत. बहुमताच्या हातात सत्ता असल्यामुळे अल्पसंख्यांच्या कुठल्याही मागण्या मान्य करायच्या नाहीत, अशा प्रकारची मानसिकता त्यांची असते. हे लोकशाहीतले काही दोष आहेत. आमच्यात जर ती ताकद असती तर आम्ही बहुमतात आलो असतो. आज मराठ्यांनी सोळा टक्के आरक्षण घेतलं तसं आम्ही आमच्यासाठी घेतलं असतं. पण आम्ही अल्पसंख्यांमध्ये आहोत. आमच्यामुळे हे निवडून येत नाहीत असं त्यांना वाटतं. म्हणूनच मतांचं ध्रुवीकरण करणं, त्याचं उपद्रवमूल्य वाढवणं या गोष्टी गरजेच्या आहेत. तुमचा असंतोष फार महत्त्वाचा आहे. हे त्या समाजाच्या जिवंतपणाचं लक्षण आहे. ते आज आम्ही कुणी करत नाही. ते करायला हवं.

●

व्यंकप्पा भोसले

समाजवादी चळवळीतून १९७२ पासून सक्रिय असलेल्या व्यंकप्पा भोसले यांनी झोपडपट्टी पुनर्वसन, शेतमजूर, कामगार आणि भटके-विमुक्त अशा वेगवेगळ्या समाजघटकांसाठी काम केलं आहे. सत्तर-ऐंशीच्या दशकात जोर धरलेल्या भटक्या-विमुक्तांच्या चळवळीला महाराष्ट्रभर पोचवण्यात त्यांचाही महत्त्वाचा सहभाग आहे. कोल्हापूर महापालिकेत अनेक वर्षं व्यंकप्पांनी नोकरी केली. या भागातल्या भटक्या-विमुक्तांच्या अनेक वसाहतींमध्ये शिक्षण आणि रोजगार मिळवून दिला आहे. शिक्षणाचं महत्त्व लक्षात घेऊन याच भागात त्यांनी स्वतःची आश्रमशाळा आणि कनिष्ठ महाविद्यालय या जमातींसाठी सुरू केलं आहे. महाराष्ट्र फाउंडेशनचा सामाजिक क्षेत्रातील मानाचा पुरस्कार त्यांना मिळालेला आहे.

“ मी विमुक्तांत येणाऱ्या कुंचीकोरवी ऊर्फ माकडवाला समाजातला माणूस. वयाच्या सतराव्या वर्षी मी सामाजिक-राजकीय चळवळीत आलो. समाजवादी पक्षाचे कार्यकर्ते आणि राष्ट्र सेवा दलाच्या सान्निध्यात अनेक वर्षं घालवली. त्यामुळे समाजवादी विचाराच्या प्रभाव माझ्यावर पडला. त्याबरोबर मराठी साहित्याचं वाचनही मी करू लागलो होतो. मला आठवतं, लहान असताना माझ्या हाती पडलेलं एक पुस्तक होतं, हरि नारायण आपट्यांचं ‘पण लक्षात कोण घेतो ?’. त्या कादंबरीतलं यमू या ब्राह्मण कुटुंबातल्या सुनेचं पात्र माझ्या फार लक्षात राहिलं होतं. बालविधवा असलेली यमू ही त्या वेळच्या व्यवस्थेप्रमाणे शूद्रच होती. तिचं दुःख तेव्हा मला आमचं वाटलं होतं. भटक्या-विमुक्त जमातींनाही सनातनी शूद्रच मानतात.

गावोगावी भटकताना आम्ही पाणी मागितल्यावर सवर्ण लोक आम्हाला पाणी वरूनच वाढत. असं वेगवेगळं वाचत गेलो. त्यातून प्रस्थापित व्यवस्था समजत गेली.

भटका-विमुक्त समाज महाराष्ट्रात कसा दुर्लक्षित राहिलेला आहे हे मी अनेक वर्षं जवळून पाहतो आहे. हा वर्ग आपल्याच समाजाचा एक घटक आहे याचं भान आजही इतर समाजाला आणि राज्यकर्त्यांना नाही. या जमातीची माहिती ब्रिटिशांच्यामुळेच काही प्रमाणात नोंदवली गेल्याने त्यांचा इतिहास उपलब्ध आहे. १८५७ च्या उठावात भटक्या जाती आघाडीवर होत्या. त्या वेळी झालेलं रामोश्यांचं, कोळ्यांचं, कैकाड्यांचं बंड प्रसिद्ध आहे. या सर्वांचा संबंध जंगलाशी होता. विमुक्त जमाती या आदिवासींचाच एक भाग होत्या. कालांतराने भटक्या जाती गावगाड्यातील व्यवस्थेप्रमाणे व्यवसाय करू लागल्या. देवाच्या नावाने गोंधळ घालणे, लोककला सादर करणे, प्राण्यांना खेळ शिकवून लोकांचं मनोरंजन करू लागल्या. पण विमुक्त जमाती जंगलावरच अवलंबून होत्या. जंगल कमी होऊ लागल्यामुळे विमुक्तांना शहराकडे आल्याशिवाय पर्याय नव्हता. पण शहरातली जगण्याची साधनं त्यांना अवगत नव्हती. ते धाडसी आणि शूर होते. त्यामुळेच ब्रिटिशांविरुद्धच्या बंडात ते जेव्हा सामील झाले तेव्हा ते सहजासहजी शरण गेले नाहीत. यांचा पराभव कसा करणार? ब्रिटिशांचा त्यांच्याकडे पाहण्याचा दृष्टिकोन हा काहीसा कडक होता. त्यांचा बंदोबस्त करण्यासाठी ब्रिटिशांना गुन्हेगार कायदा करावा लागला. पुढे या जमातींना मोठ्या तारेच्या कुंपणात बंदिस्त केलं गेलं. मात्र, ब्रिटिश लोक मानवतावादी असल्यामुळे त्यांनी सेटलमेंटमध्ये या जमातींना लेखन, वाचन आणि औद्योगिक शिक्षणाचीही व्यवस्था केली होती. भारताला स्वातंत्र्य मिळाल्यावर ब्रिटिशांचा हा दृष्टिकोन या जमातींच्या बाबतीत स्वीकारला असता तर खूप चांगलं झालं असतं.

देश स्वतंत्र झाल्यानंतर ब्रिटिशांच्या गुन्हेगार कायद्यातून तर आम्ही मुक्त झालो, पण या देशाच्या विकासप्रवाहात आम्ही फारसे आलो नाही. बऱ्याच अंशी आमची भटकंती अजूनही थांबलेली नाही. आमच्या कसल्याही नोंदी गावगाड्यात फारशा नाहीत. १९३१ साली झालेल्या जनगणनेतही फारशा नोंदी मिळत नाहीत. गुन्हेगारी कायद्याचा तीन दिवसांपेक्षा जास्त दिवस एका गावात न राहण्याचा नियम याला कारणीभूत होता.

डॉ. बाबासाहेब आंबेडकर हे घटना समितीचे अध्यक्ष होते. देशाची घटना १९५० साली तयार झाली. तिचा मसुदा तयार करत असताना आम्हा भटक्या-विमुक्तांना अनुसूचित जाती-जमातींच्या सूचीत समाविष्ट करण्याची आवश्यकता होती; पण कागदोपत्री पुरावे, लोकसंख्या यासाठी इतिहासातील दाखले व अन्य गोष्टी

उपलब्ध नसल्यामुळे घटना समितीने आमचा प्रश्न फार गांभीर्याने घेतला नाही. लमाण समाजातील नेते रामसिंग बाणावत हे काही पुरावे घेऊन बाबासाहेबांना भेटायला गेले, पण त्याला उशीर झाला होता. पुढे १९५६ ला बाबासाहेबांचं महापरिनिर्वाण झालं आणि देशातील कोट्यवधी मागासवर्गीयांचं न भरून येणारं असं नुकसान झालं.

तेव्हापासून आजवर भटके-विमुक्त हे अतिशय मागास आणि दुर्लक्षित राहिले आहेत. तेव्हा समाज फारसा जागरूक नसल्यामुळे मूलभूत हक्कांची जाणीव आमच्यात फारशी नव्हती. अलीकडच्या काही दशकांत या हक्कांची मागणी जोर धरू लागली. पण आमच्या मागणीचा विचार करण्याची मानसिकता राज्यकर्त्यांची कधीही नव्हती. महाराष्ट्राच्या मुत्सद्दी राज्यकर्त्यांनी भटक्या-विमुक्त जमातींचा समावेश अनुसूचित जमातींच्या सूचीत न करता त्यांच्यासाठी 'विमुक्त जाती, भटक्या जमाती' असा एक वेगळाच वर्ग तयार करून आमचं फार वाटोळं केलं आहे.

विकासाच्या गंगाजळीचा लाभ आमच्यापर्यंत फारसा आलेलाच नाही. आमचा समाज म्हणजे मुका, बहिरा आणि असंघटित. त्यांना कोण विचारतं? आपल्यावर अन्याय होतो हेसुद्धा आमच्या लोकांना कळत नाही. शिकावं, उद्योग-नोकऱ्या कराव्या, ही प्रक्रिया आता कुठे थोडी सुरू झाली आहे. हे बरंचसं दुसऱ्यांचं बघून झालेलं आहे. जागतिकीकरणानंतर जो पैसा आला त्याचा थोडासा लाभ आम्हालाही झाला. १९९१ च्या उदारीकरणाच्या धोरणामुळे भारतात पैसा आला. त्याचे काही फायदे या तळागाळातल्या लोकांनाही मिळाले. अनेकांचे पारंपरिक व्यवसाय बंद पडून आता ते इतर व्यवसायांचे पर्याय शोधत आहेत. जीवनशैलीत काही बदल घडले, पण म्हणून त्यांचा विकास झाला असं आपण म्हणू शकत नाही. त्यांचा सर्वांगीण विकास होण्यासाठीच्या हक्काच्या संधी त्यांना मिळत नाहीत तोपर्यंत ते होणार नाही. आता आलेल्या मोदी सरकारने 'अच्छे दिना'ची ग्वाही दिलेली आहे. पण स्वातंत्र्यानंतर इतकी वर्षं होऊनही आम्हाला मागासवर्गीय म्हणून आमचं हक्काचं घटनात्मक संरक्षण मिळालेलं नाही. आमच्यासाठी हे 'अच्छे दिन' कधी येणार?

आज मराठ्यांच्या हातात राज्यातली सगळी व्यवस्था असतानाही ते मागास म्हणवून घेत आहेत. त्यांच्या मागण्या या दोन-चार वर्षांपूर्वीच्या आहेत. आम्ही चाळीस वर्षं भांडत आहोत, की आम्हाला अनुसूचित जाती-जमातींच्या सूचीमध्ये समाविष्ट करा. आमची मात्र या देशाने आणि महाराष्ट्राने दखल घेतलेली नाही. आमच्यातही या विषयाबाबत जागरुकता खूप उशिरा आली. १९७२ सालापासून भटक्या-विमुक्तांमधील शिकलेले तरुण कार्यकर्ते आपापल्या भागात काम करत होते. सुरुवातीच्या काळात या समाजातील कार्यकर्ते डाव्या आणि समाजवादी विचारांनी

प्रभावित होते. या काळात दलित पँथरसारख्या चळवळींनी जोर धरला होता; परंतु अस्पृश्यता आणि अन्याय-अत्याचाराविरुद्ध दलित बांधव जसा पेटून उठत होता तशी जागृती भटक्या-विमुक्तांमध्ये आलेली नव्हती. १९७४ च्या नामांतराच्या लढ्यात आम्हीही सहभागी होतो. त्यातून भटक्या वसाहतींपर्यंत फुले-शाहू-आंबेडकरांचे विचार पोचवण्याचे प्रयत्न झाले. पण राहण्याच्या जागेचे प्रश्न, शिक्षणाचे प्रश्न ह्यासाठी आम्ही बोलत होतो. आमचे मूलभूत हक्क कोणते, ते आम्हाला मिळाले पाहिजेत, हा विषय त्या वेळी कुणी फारसा हाती घेतलेला जाणवत नाही. त्यासाठी जो संघर्ष व्हायला पाहिजे तो झालेलाच नाही. पुढेही मागणी होती पण जोर नव्हता. दलितांवरचा अन्याय संपलाच पाहिजे, जातिवाद संपलाच पाहिजे, हे ढाले आणि ढसाळ ज्या तीव्रतेने बोलत होते तेवढी तीव्रता आमच्या चळवळीत नव्हती.

कम्युनिस्टांच्या चळवळीत भटक्या-विमुक्तांची माणसं कमी प्रमाणात आकृष्ट झाली, कारण त्यांचा भर वर्गलढ्याकडे होता. पण समाजवादी चळवळीत मात्र मोठ्या प्रमाणात भटक्या चळवळीतले लोक सामील झाले. दौलतराव भोसले, बाळकृष्ण रेणके, यल्लाप्पा वैदू गुरुजी, ना. वा. माने, मी असे काही कार्यकर्ते त्यात होतो. जातिअंत हा विषय डाव्या पक्षांच्या कार्यक्रमात नाही. जातिअंताचा लढा देण्याची भूमिका केवळ समाजवाद्यांनी घेतली आहे. जातीवर आधारित व्यवस्था संपली पाहिजे, या विचाराला त्या वेळी गती मिळाली. १९८० नंतर भटक्या चळवळीला गती आली. आमच्या काही आत्मकथनांनी प्रस्थापित समाजातली मंडळी अवाक झाली. आमची दु:खं, यातना त्यांच्यासमोर आल्या.

परंतु त्यानंतर राजकीय महत्त्वाकांक्षेतून आमच्या संघटनांमध्ये फूट पडली. दौलतराव भोसले, बाळकृष्ण रेणके यांनी आपापल्या संघटनेच्या चुली वेगळ्या केल्या. आम्ही भटक्यांसाठी काम करत असलेली ना. वा. माने अशी काही मंडळी समाजवादी पक्षाच्या नेतृत्वाखाली होती. पुढे पुण्यात भटक्यांच्या सर्व संघटनांना एकत्र करण्याचा प्रयत्न झाला. महाराष्ट्राच्या कानाकोपऱ्यातले कार्यकर्ते पिंपरीमध्ये एकत्र आले. दोन दिवस भटक्यांच्या प्रश्नांवर सखोल चर्चा झाली. या समाजाला संघटित करण्यासाठी अनेकजण पुढे आले. या चळवळीला राज्यव्यापी स्वरूप आल्यामुळे शरद पवारांसारखा नेता त्याकडे आकर्षित झाला. त्यांच्या कुटुंबाला डाव्या विचारांची किनार असल्यामुळे त्यांचा आम्हाला पाठिंबा त्या वेळी लाभला.

अलीकडे दोन वर्षांपूर्वी डॉ. नरेंद्र जाधव नियोजन समितीचे सदस्य असताना त्यांनी देशाच्या बजेटबाबत निवेदन केलं होतं. दिल्लीतल्या विमुक्त घुमंतू केंद्रामार्फत नरेंद्र जाधव यांनी दिल्लीत एक दिवसाची चर्चा आयोजित केली होती. त्या वेळी त्यांनी

देशभरात ११ टक्के असलेल्या या जमातींसाठी १० कोटी रुपये जाहीर केले. ही रक्कम आमच्यावर अन्याय करणारी होती. अशा भूमिकेतून या असंघटित, अशिक्षित आणि अंधश्रद्धांनी जखडलेल्या समाजाचा विकास कसा होणार?

भटक्या-विमुक्तांच्या प्रश्नांवर आजवर राज्य सरकारने अनेक आयोग नेमून अहवाल मागवलेले आहेत. या अनेक आयोगांच्या अहवालात आम्हाला आदिवासींप्रमाणे सवलती द्यायला हव्यात अशा शिफारशी केलेल्या आहेत. मात्र, या शिफारशींवर कृती सोडाच पण गांभीर्याने विचारही कधी सरकारतर्फे झालेला नाही. पूर्वी अनुसूचित जाती-जमाती आणि भटके-विमुक्त यांना न्याय मिळाला पाहिजे, असं निदान म्हणणारे अधिकारी तरी होते. आता फक्त अनुसूचित जाती-जमाती आणि ओबीसी एवढेच त्यांच्या प्राधान्यक्रमावर आहेत. भटक्या-विमुक्तांचा उल्लेख मागासवर्गीयांत फारसा कुठे केलासुद्धा जात नाही.

आजवर जी काही थोडी शैक्षणिक जागृती झाली आहे त्याला काही प्रमाणात आश्रमशाळेची योजना कारणीभूत आहे. या शाळांची परिस्थिती आजही वाईट आहे. आश्रमशाळेला प्रत्येक मुलामागे महिन्याला केवळ ९०० रुपये आणि सरकारी वसतिगृहांना मात्र ३५०० रुपये इतकं अनुदान सध्या समाजकल्याण विभागातर्फे दिलं जातं. ९०० रुपयांत एका मुलाचं जेवण, अंथरूण, पांघरूण, औषधं, कपडे, शालेय साहित्य हे सर्व कसं भागवायचं? आम्ही आज देणग्या घेऊन आमच्या शाळांतल्या मुलांना जास्तीत जास्त सुविधा देण्याचा प्रयत्न करत आहोत. हे अनुदान वाढवून दिलं पाहिजे, अशी सगळ्याच आश्रमशाळा चालकांची मागणी आहे; पण त्याचा अजून विचार झालेला नाही.

आश्रमशाळेच्या कनिष्ठ महाविद्यालयाची अवस्था तर फारच वाईट आहे. शासनाच्या धोरणाप्रमाणे चार वर्षं संस्थेने महाविद्यालय चालवायचं असतं. पाचव्या वर्षापासून २५, ५०, ७५ टक्के आणि आठव्या वर्षी १०० टक्के शिक्षकांना पगार देऊ, असा आदेश असूनही आज सहा वर्षं झाली तरी आमच्या शिक्षकांना पगार नाही. या महाविद्यालयांच्या विज्ञान विभागाकडे गणित, भौतिकशास्त्र आणि जीवशास्त्र हे विषय एकाच शिक्षकाने शिकवावेत असं सरकारी अधिकारी सुचवतात. या तीन वेगवेगळ्या ज्ञानशाखा आहेत हेसुद्धा आपले अधिकारी समजू शकत नाहीत. ही आपल्या प्रशासनाला असलेली शिक्षण विषयातली जाणीव आहे.

भटक्या-विमुक्तांच्या चळवळीत एका विशिष्ट तत्त्वज्ञानावर समाज उभा राहावा असे प्रयत्न फारसे झालेले नाहीत. आम्हाला राजकीय पर्यायही शोधायला हवेत. पूर्वी शरद पवार आमच्या प्रश्नांना थोडं तरी उचलून धरत होते. पण आता शरद पवार

आम्हाला घेऊन या प्रश्नासाठी काही करतील अशी शक्यता दिसत नाही. आम्हाला पर्याय शोधावा लागणार. आता पक्ष म्हणून जर सरकारकडे गेलो तर त्याला न्याय मिळणारही नाही. सामाजिक विषय म्हणून या पुढाऱ्यांनी जायला पाहिजे. सगळे पक्षही आता एकाच माळेचे मणी झालेले आहेत. एवढंच, की भाजप हिंदुत्वाचा उघड अजेंडा घेऊन राजकारण करतंय आणि इतर लोक छुप्या पद्धतीने जातीचंच राजकारण करतात. रिपब्लिकन पक्षही बाबासाहेबांचे विचार सोडून दुसरीकडेच भरकटत चाललाय. जे लोक न्याय देतील असं वाटतं त्यांच्याकडे आमचा समाज गेला तर चांगलंच आहे.

भटक्या-विमुक्तांची चळवळ ही फुले-शाहू-आंबेडकर यांच्या विचारांवरच उभी करावी लागेल. आज बाबासाहेबांच्या विचारांचे पक्ष आपला विचार सोडून दुसरीकडे भरकटत चालले आहेत. उजवे असोत वा डावे, सामाजिक जातिविषमतेचा विषय कुणाच्याच कार्यक्रमात नाही. डावे आणि समाजवादी यांचं अस्तित्व आज असून नसल्यासारखं आहे. देशाच्या स्वातंत्र्यसंग्रामात या मंडळींचं योगदान महत्त्वाचं आहे. मात्र, त्यानंतर त्यांना पाठिंबा देणाऱ्या काँग्रेसकडे इतकी वर्षं सत्ता असूनही दलितांना फारसा न्याय मिळाला आहे असं वाटत नाही. या देशाची रचनाच आज अशी आहे, की खालच्या वर्गातल्या माणसाला न्याय मिळावा अशी राज्यकर्त्यांची मानसिकता नाही. गरिबीत राहण्याऱ्यांची मानसिकताही भांडवलशाहीचीच आहे. डॉ. राममनोहर लोहिया यांनी एका ठिकाणी म्हणून ठेवलंय, या देशात दलित माणूस विद्वान झाला काय वा श्रीमंत झाला काय, त्याला त्याच्या जातीच्या आधारावरच प्रतिष्ठा मिळते.

इथून पुढचा काळ कसा असेल ते सांगता येत नाही. समाजकारण करायचं की राजकारण करायचं, हा पूर्वीपासून चालत आलेला वाद डावे आणि समाजवादी यांच्यातही चालतो. त्या वेळी डॉ. आंबेडकर आणि राममनोहर लोहिया यांचं वैचारिक एकत्रीकरण झालं असतं तर पुढे चळवळींना कदाचित आणखी चांगले दिवस आले असते. आज भटके-विमुक्त हे असंघटित आहेत. आमचे पुढारी गटातटांत विभागून एकेकटे लढतात. सर्व एकत्र येतील अशा शक्यता कमी आहे, पण आमचे तसे प्रयत्न चालू आहेत. किमान समान प्रश्नांवर एकत्र येऊन आमचा एक महासंघ करता येईल का हे आम्ही बघतो आहोत. असं काही झालं तर सरकारला दखल घ्यावी लागेल; परंतु अजूनही सकारात्मकरीत्या कोणीही याचा विचार करत नाही असं दिसतंय.

कैलास गौड

डॉ. कैलास गौड हे २०११ पासून महाराष्ट्र राज्य मागासवर्ग आयोगाचे समाजशास्त्रज्ञ सदस्य होते. भटक्या-विमुक्तांच्या चळवळीत गेल्या वीस वर्षांपासून डॉ. कैलास गौड कार्यरत आहेत. त्यांचं मुख्य कार्यक्षेत्र मुंबई असून 'भटके-विमुक्त यूथ फ्रंट' या संघटनेचे ते मुंबई इलाका अध्यक्ष आहेत. तिथल्या भटक्या-विमुक्त जमातींमध्ये रोजगार आणि शैक्षणिक दृष्टीने ते काम करत आहेत. मुंबई महापालिकेतल्या बहुजन एम्प्लॉईज वेलफेअर असोसिएशनचेही ते कार्याध्यक्षही आहेत. ते स्वतः बीएएमएस पदवीधारक असून मुंबईतील धारावी झोपडपट्टीत त्यांची प्रॅक्टिस आजही सुरू आहे.

" देशातील भटक्या-विमुक्त जमातींचा अलीकडचा इतिहास १८५७ च्या बंडापासून पाहावा लागतो. या बंडात या जमातींचा मोठा सहभाग होता. ठग आणि पेंढारी या जमातींनी ब्रिटिश सरकारच्या नाकी नऊ आणले होते. त्यांचा ब्रिटिशांनी बंदोबस्त केला असला, तरी इतरही काही भटक्या जमातींनी ब्रिटिश सरकारला आव्हान निर्माण केलेलं होतं. त्यामुळे ब्रिटिशांनी या चौदा जमातींना पूर्णपणे गुन्हेगार ठरवलं आणि त्यांना ते तुरुंगात टाकू लागले. तुरुंगात टाकल्यामुळे कुटुंबंच्या कुटुंबं नागरी जीवनापासून अलिप्त राहायला लागली. १९११ साली ब्रिटिशांना यांचं कुठे तरी पुनर्वसन केलं पाहिजे असं वाटू लागलं. म्हणून १८७१ चा गुन्हेगार कायदा त्यांनी 'क्रिमिनल ट्राइब सेटलमेंट ॲक्ट' म्हणून दुरुस्त केला आणि त्या वेळच्या मुंबई राज्यात ५२ सेटलमेंट त्यांनी स्थापन केली. उद्योगव्यवसाय असलेल्या मोठ्या

क्षेत्रातल्या तारेच्या कुंपणात ही कुटुंबं ठेवली जायची. काही ठिकाणी शेती होती, काही ठिकाणी कागदगिरण्या, सूतगिरण्या होत्या. तिथे त्यांना कामही दिलं जात होतं, शिक्षणही दिलं जात होतं. पण तो एक उघड तुरुंगच होता. बाहेर एवढी मोठी स्वातंत्र्याची चळवळ चाललेली असताना एक समाजघटक हा त्यापासून पूर्ण अलिप्त होता आणि तो तसाच ठेवला गेला.

स्वातंत्र्य मिळाल्यानंतरही या गुन्हेगार मानलेल्या जमातींकडे कुणाचं फारसं लक्ष गेलं नाही. पण घटना जेव्हा १९५२ साली अस्तित्वात आली तेव्हा बाबासाहेबांच्या लक्षात आलं, की हा समाजघटक बाजूला राहिलेला आहे. तो शेड्युल कास्ट, शेड्युल ट्राइबपेक्षाही वेगळा राहिलेला आहे. परंतु, घटनेत 'एससी', 'एसटी'चे जे निकष ठरवले गेले होते त्यात अस्पृश्यता हा एक निकष आहे. तो सर्वच विमुक्त जातींना लागत नाही. शिवाय या जाती तेव्हा सेटलमेंटमध्येच होत्या, त्यामुळे त्यांना मुंबई राज्यातल्या शेड्युलमध्ये टाकलं गेलं नाही. पण त्या वेळी असं म्हटलं गेलं, की ज्या वेळी राज्यं होतील त्या वेळी त्या राज्यांनी यांचा विचार करून त्याप्रमाणे केंद्राकडे शिफारशी केल्या पाहिजेत. त्याप्रमाणे कर्नाटकाने भटक्या-विमुक्तांचं वेगळं केडर केलं नाही. त्यांना 'एससी' आणि 'एसटी'मध्ये अंतर्भूत केलं. राजस्थानमध्येही त्याच प्रकारे झालं. महाराष्ट्राने मात्र या जमातींना 'एससी' किंवा 'एसटी'मध्ये न टाकता त्यांना तसंच 'ओबीसी'मध्ये ठेवलं.

१९६०ला महाराष्ट्राची निर्मिती झाली. त्यापूर्वी मुंबई राज्याने १९४६ साली अंत्रोळीकर समिती नेमली होती. त्यांनी या जमातींच्या पुनर्वसनाबद्दलचा अहवाल सादर केला होता. त्याच्यानंतर पुन्हा नेमकं काय करायला हवं हे सांगण्यासाठी नव्या समित्या निर्माण झाल्या. १९६० साली 'थाडे' नावाचा एकसदस्यीय आयोग नेमला गेला. त्यांनी विमुक्त जातींचा अभ्यास केला. त्यांनी सांगितलं, की गुन्हेगार जमातींशिवाय इतर काही भटक्या जातीही आहेत. प्राण्यांच्या खेळावर किंवा आपल्याच कौशल्यावर त्या जगतात. त्यांनाही घरदार नसून त्याही मागासलेल्या आहेत. त्यांचासुद्धा विशेष आरक्षणासाठी विचार झाला पाहिजे. महाराष्ट्र राज्याची स्थापना झाल्यानंतर १९६१ मध्ये त्यांनी शासनाला तशी शिफारस केली. त्यांच्या शिफारशीवरून विमुक्त जमाती आणि या भटक्या जमाती यांना एकत्र करून त्यांची राज्याच्या अखत्यारीत वेगळीच यादी केली गेली आणि त्यांना चार टक्के आरक्षण शिक्षण आणि नोकऱ्यांत महाराष्ट्रात लागू झालं. हे चार टक्के म्हणजे त्या वेळच्या त्यांच्या महाराष्ट्रातल्या लोकसंख्येचं प्रमाण आहे. राज्याच्या चार कोटी लोकसंख्येत पंधरा लाख म्हणजे चार टक्के. पण यातही गोंधळ आहे. ही आकडेवारी अजूनही १९३१

सालच्या जातवार जनगणनेच्या आधारावरच धरली जाते. १९३१ साली पंधरा लाख लोकसंख्या मोजली गेली ती फक्त विमुक्त म्हणजे त्या वेळच्या गुन्हेगार जमातींचीच होती. भटक्या जातीची लोकसंख्या उपलब्धच नव्हती. भटकत असल्यामुळे त्यांची फारशी जनगणनाच झालेली नव्हती. पण या जातींनाही आरक्षण देताना विमुक्तांमध्येच अंतर्भूत केलं गेलं.

१९६१ नंतर जरी सवलती मिळाल्या असल्या तरी या वर्गाचं शिक्षण फारसं होऊ शकलेलं नाही. त्यातही भटक्या जमाती या नाही म्हटलं तरी गावगाड्यात होत्या. त्या भिक्षा मागून जगणाऱ्या जाती असल्या तरी अस्पृश्य नव्हत्या. गावात त्यांना स्थान होतं. वासुदेव, गोंधळी, जोशी हे गावगाड्याचाच भाग होते. फक्त त्यांच्या भटकंतीमुळे आणि शिक्षण नसल्यामुळे ते मागास आहेत. पण विमुक्त जमाती या जवळजवळ पन्नास-साठ वर्षं जबरदस्तीने नागरी जीवनाच्या मुख्य प्रवाहापासून दूर ठेवल्या गेल्या होत्या. त्या चोरी करत होत्या की स्वातंत्र्यलढ्यात होत्या याची कोणीच शहानिशा केली नाही. त्यामुळे त्यांचा स्वतंत्र विचार करण्याची आजही गरज आहे.

महाराष्ट्रात हे वेगळंच घटनाबाह्य आरक्षण देण्याऐवजी त्याच वेळी खरं तर 'एससी' किंवा 'एसटी' मध्ये टाकण्याबद्दल शासनाने निर्णय घ्यायला हवा होता; पण ते काही झालं नाही. काहीजणांचं मत आहे, की त्या वेळच्या शासनाने राजकारण करत असं मुद्दामच केलं; पण मला तसं वाटत नाही. हा सगळा वंचितच घटक आहे. कुठल्याही प्रकारे आम्ही संघटित नव्हतोच. १९५२ साली सेटलमेंट तुटल्याबरोबर माणसे सैरावैरा पळाली. संघटित वगैरे होण्याचा काही प्रश्नच नव्हता. भटक्या जमातीला तर स्वतःचं पोट कसं भरायचं तेवढंच कळत होतं. त्यामुळे एकूणच संघटन नसल्याने, नेतृत्व नसल्याने तशा मागण्या आल्या नसतील आणि शासनाने तसा विचार केला नसेल.

१९६४ साली भटक्या-विमुक्तांच्या यादीत बंजारा ही जात आली. मग हळूहळू या यादीतली संख्या ४२ वरून ४६, ४८ झाली. विमुक्त जमाती नऊ होत्या त्या चौदा झाल्या. पुढे हळूहळू भटक्या-विमुक्तांची चळवळ तयार झाली. खरं म्हणजे त्यांची एकत्र चळवळ असण्याचं काही कारण नव्हतं. पण शासनाने 'भटके-विमुक्त' प्रवर्ग काढला म्हणून सगळेजण एकत्र आले. १९७०-७५च्या दरम्यान भोसले, भिसे, रेणके या सगळ्या कार्यकर्त्यांनी मुंबईत मोठं आंदोलन तयार केलं आणि मोठा मोर्चा काढला. त्या वेळेस वसंतराव नाईक महाराष्ट्राचे मुख्यमंत्री होते. तेव्हापासूनची या जमातींची मागणी आहे की आम्हाला 'एससी', 'एसटी'मध्ये तुम्ही आरक्षण द्या. कारण 'एससी' आणि 'एसटी'मध्ये जर आमचे इतर भाऊबंद आणि नातेवाईक इतर राज्यांत आहेत, तर

आम्हाला 'व्हिजेएनटी'मध्ये ठेवून आम्हाला घटनात्मक अधिकार नाकारण्याचा तुम्हाला काय अधिकार आहे.

त्यानंतर आणीबाणी आली. राखीव जागांची अंमलबजावणी चांगल्या प्रकारे व्हायला लागली. त्या वेळी भटक्या-विमुक्तांच्या लोकांना नोकऱ्या मिळायला लागल्या. त्यामुळे अनेक घुसखोरांनी या यादीत यायचा प्रयत्न केला. राजपूत भामटा जात लावून राजपूत लोकांनी तसा प्रयत्न केला. त्यानंतर भटक्या-विमुक्तांचा वर्ग एकत्र येऊन भांडायला सुरुवात झाली. काही लेखक उदयाला आले. लक्ष्मण माने, लक्ष्मण गायकवाड, रामनाथ चव्हाण या लोकांनी पुस्तकं लिहून या वर्गाचं वेगळं अस्तित्व इतरांसमोर मांडलं. १९८९ च्या दरम्यान राजीव गांधी पंतप्रधान झाल्यानंतर सोलापुरात आले होते. त्या वेळी शरद पवारांनी विधिमंडळात ठराव करून भटक्या-विमुक्तांना 'एससी', 'एसटी' मध्ये टाकावं, अशा प्रकारचं निवेदन पंतप्रधानांना दिलं. तेव्हा ते होईल असं आम्हाला वाटलं होतं, पण ते प्रलंबित राहिलं आणि पुन्हा कधीही त्याचा उच्चार झाला नाही. महाराष्ट्र सरकारने जो ठराव केंद्राकडे तेव्हा पाठवला तो लोकसभेत मांडलाच गेला नाही. अजूनपर्यंत लोकसभेत या विषयावर कधी चर्चासुद्धा घडलेली नाही. एखादं खासगी बिलसुद्धा एखाद्या खासदाराने दिलेलं नाही. त्यामुळे या मागण्या अजून चालूच आहेत. कारणं सांगायची तर १९५२ पासून 'एससी', 'एसटी' हे वेगळे वर्ग आहेत. आता तिथे नवीन जातींना टाकायचं म्हटलं तर तिथल्या वर्गात एक अस्वस्थता निर्माण होते. शासनाची मानसिकताच नाही, हेही एक सांगता येईल. नेहमीप्रमाणे आयोग नेमणे, शिफारशी आणणे हे प्रकार अजूनही सुरू आहेत. केंद्रात भटके-विमुक्त आणि ओबीसी हे एकत्रच आहेत. शरद पवारांच्या कालावधीत इथे मात्र जाणीवपूर्वक १९९४ साली तीन टक्के विमुक्त, अडीच टक्के मूळ भटके आणि पुन्हा सतरा टक्के ओबीसींना आरक्षण दिलं गेलं. त्यातही ओबीसींना जो क्रीमी लेअर लावला गेला तो त्या काळात भटक्या-विमुक्तांना लावला गेला नाही, पण नंतर तो क्रीमी लेअरसुद्धा लागला.

१९९६ ला भाजपचं सरकार आलं तेव्हा त्यांनी रेणके आयोग नेमला. रेणके आयोगाने आणखी तिसऱ्या सूचीची मागणी केली. ही मागणी करण्याची गरज नव्हती. ती आता अव्यवहार्य आहे. जे आधीच एससी, एसटीमध्ये आहेत ते तिसऱ्या शेड्युलमध्ये का येतील? मुळात तिसऱ्या शेड्युलमध्ये तुम्हाला घटनात्मक संरक्षण, राजकीय आरक्षण, ॲट्रॉसिटी ॲक्ट या सवलती कशावरून मिळतील? त्याऐवजी रेणके आयोगाने थेट 'एससी' आणि 'एसटी'मध्ये वर्गवारी केली असती तर याला नीट वाचा तरी फुटली असती. ज्या ज्या जाती कर्नाटकमध्ये, राजस्थानमध्ये 'एससी'मध्ये

आहेत त्या समकक्ष म्हणून त्यांनी 'एससी'मध्ये टाकून द्यायला हव्या होत्या. ज्या राहत असतील त्यासाठी निकष ठरवून तशी शिफारस करण्याची गरज होती; पण ते झालं नाही. त्यांच्या स्वतंत्र सूचीच्या शिफारशीबाबतही शासनाने गंभीरपणे काही विचार केलेला नाही. आता तर तो अहवाल बासनात बांधून नवीन आयोग नेमण्याचा प्रयत्न झालाय. गेल्या चाळीस-पन्नास वर्षांमध्ये भटक्या-विमुक्तांना घटनात्मक सवलतींसाठी 'एससी' आणि 'एसटी'मध्ये टाकण्यासंबंधी गंभीरपणे शासनाने निर्णय घेतलेला नाही.

'एससी', 'एसटी'मध्ये घालण्यासाठी एक प्रक्रिया आहे. उदा. आयोगाने शिफारस केली पाहिजे, विधिमंडळात ठराव झाला पाहिजे. महाराष्ट्रात न्यायमूर्ती बापट यांचा आयोग निर्माण झाला. त्या वेळी भटक्या-विमुक्तांनी मागणी केली, की आम्हाला 'एससी', 'एसटी'मध्ये सामावून घेण्याचा शिफारस करावी. तशी त्यांनी अभ्यास करून शिफारस केली. विधिमंडळात ठरावसुद्धा पूर्वी झाला आहे. मग त्याप्रमाणे लोकसभेत त्याची चर्चा घडली पाहिजे. एखाद्या समितीने अशी शिफारस केली आहे तर महाराष्ट्र शासनाने पुढाकार घेऊन हे लोकसभेत मांडलं पाहिजे. कारण शेवटी सवलती या लोकसभेतूनच जाहीर होतात. बापट समितीचा अहवाल खरं म्हणजे शासनाने स्वीकारायला हवा. राजकीय उदासीनतेमुळे ते होत नाही. भटक्या-विमुक्तांकडे सत्तापरिवर्तनाचं बळ नाही. बंजारासारख्या ज्या जमाती आहेत त्यांनी अशा प्रकारे मागणी करू नये म्हणून नेहमी त्यांचा एक मंत्री असतो, चार आमदार असतात. तिथे निवडून आले नाहीत तर विधान परिषदेत घेतले जातात. त्यामुळे त्यांना कधीही अशी मागणी करण्याची इच्छा झालेली नाही. फक्त बंजारा जातच अशी आहे, की ते चार आमदार पाडू शकतात, एक खासदार पाडू शकतात आणि समीकरण बदलू शकतं. तशा भटक्या-विमुक्तांच्या इतर कुठल्याच जाती महाराष्ट्रात समीकरण बदलणाऱ्या नाहीत. त्याच्यामुळेच हे होत नाही असं मला वाटतं.

गेल्या वीस वर्षांत जाती-जमातींची नव्याने वर्गवारी करणं जास्त कठीण झालं आहे. १९९१-९२ च्या इंदिरा जयसिंगच्या केसमध्ये सुप्रीम कोर्टाने म्हटलं, की प्रत्येक प्रवर्गाचा एक कायम स्वरूपाचा आयोग असला पाहिजे, त्या आयोगात तज्ज्ञ लोक असले पाहिजेत आणि त्या तज्ज्ञांनी अभ्यास करूनच शिफारस केली पाहिजे, तरच शासनाला वर्गवारी करता येईल. असं म्हटल्यामुळे प्रत्येक वेळी आता या आयोगांना महत्त्व येतं. जे चार मुख्य निकष आहेत- भौगोलिक अलगता, वेगळी संस्कृती, आदिवासी जीवन, नागरी जीवनाबद्दलचा संकोच आणि अस्पृश्यता. त्यानुसार जातींचा अभ्यास करून वर्गीकरण करणं हे आयोगाचं काम आहे. एससी किंवा एसटी

आयोगाकडे काम दिलं तर ते त्याप्रमाणे सर्वेक्षण करून शिफारस करू शकतात. आज कुठलीही जात जेव्हा आमच्याकडे अर्ज करते, तेव्हा आम्ही त्यांचं सर्वेक्षण करतो आणि त्या जातीला अंतर्भूत करण्याची शिफारस करतो. महाराष्ट्र शासन ते मान्यही करतं. जर शासनाला आयोगाच्या या शिफारशी स्वीकारायच्या नसतील तर त्याचं सबळ कारण द्यावं लागतं. त्यामुळे एससी, एसटीमध्ये जाण्यासाठी त्या त्या आयोगाकडे जाऊन शिफारशी केल्या पाहिजेत.

आपण बऱ्याचदा फक्त राजकीय विचार करतो. तसा राजकीय विचार न करता शास्त्रीय विचार करायला हवा. अस्पृश्यता हा निकष बंजारा जातीला लागत नाही पण कैकाडी जातीला लागतो. कैकाडी अभक्ष्य करतात. मग या निकषांना अनुसरून जर फक्त कैकाड्यांसाठी मागणी केली तर कैकाडी 'एससी'मध्ये जाऊ शकतात. 'एसटी'चे जे निकष आहेत त्यातला 'भौगोलिक अलगता' हा महत्त्वाचा आहे. आदिवासी लोक हे जंगलातच राहतात. त्यांचा नागरी जीवनाशी संबंध नसतो. ही भौगोलिक अलगता तर विमुक्त जातींवर जबरदस्तीने लादली गेली होती. त्यांचं बाकीचं सामाजिक आणि शैक्षणिक मागासलेपणही आहेच. मग त्यांना 'एसटी'मध्ये टाकता येऊ शकतं. अशा प्रकारे प्रत्येक जातीचं ठरवायला हवं. सगळ्याच विमुक्त आणि भटक्या जमातींना त्यात टाका म्हटलं तर कदाचित हे होणार नाही. या सगळ्यांना एकत्रितपणे एक निकष लागणारच नाहीत. अभ्यास एकत्रित होऊ शकेल, पण त्यामुळे सगळ्यांसाठीच एक मागणी करणं चुकीचं ठरेल. प्रत्येक जातीचा स्वतंत्र निर्णय करायला हवा. एक तर हे शासनाने केलं पाहिजे किंवा सामाजिक संस्थांनी केलं पाहिजे. 'निर्माण'सारख्या संस्थांनी अशा प्रकारे जर अभ्यास करून 'एसटी' आयोगाला अहवाल दिला तरी त्याचा विचार आयोग करू शकतो. त्यासाठीची मांडणी करून त्याचा पाठपुरावा मात्र करता आला पाहिजे; पण संस्था या वादात पडू इच्छित नाहीत. कारण मी फक्त पारधी समाजाचं केलं तर मग कैकाडी ओरडतील, गोंधळ्यांचं केलं तर जोशी ओरडेल. त्यासाठी पायाभूत सुविधाही पाहिजेत, तज्ज्ञ पाहिजेत. हे सगळं आयोगांना उपलब्ध असतं. नेमलेल्या आयोगांनी अशा प्रकारे अभ्यास करायला हवा होता. चौदा जमाती आहेत. पहिली जात बेरड. ती या निकषात बसते. त्यांना 'एससी'मध्ये टाका. रजपूत भामटा ही जमात कशात बसत नाही. मग त्यांना 'ओबीसी'मध्येच राहू द्या. अशा प्रकारे अभ्यासाला एक परिमाण असणं, वैज्ञानिक पाया असणं गरजेचं आहे. तसं असेल तर आपल्याला न्यायालयातही जाता येतं. आयोगाने अशा प्रकारे प्रमाणित माहिती दिलेली आहे, निकष दिलेले आहेत. तर अशा प्रकारे त्यांना टाकण्यात यावं यासाठी भांडता येतं.

बापट आयोगाच्या शिफारशीवर भटक्या-विमुक्तांच्या एससी-एसटीमध्ये समावेशाचा अभ्यास करण्यासाठी आगरवाल आयोग नेमला गेला. त्यांना कोणी मार्गदर्शन केलं नाही किंवा त्यांनीही स्वतः पुढाकार घेऊन काही ठरवलं नाही. काहीच झालं नाही. हा आयोग आता बरखास्त झाला. आयोग काय करतात किंवा नाही याकडे कुणीही लक्ष देत नाही. त्यामुळे बिगरशासकीय संस्थांनीच आता हा अभ्यास करावा. जे निकष आहेत ते वैज्ञानिक पद्धतीने लागू होतात हे दाखवलं आणि त्याप्रमाणे शासनाला सांगितलं, की असा आयोग नेमा आणि यावर शिक्कामोर्तब करून पाठवा, तरी होऊ शकतं. महाराष्ट्र शासनाकडे न जाता थेट 'एससी', 'एसटी' कमिशनला अहवाल दिला तरीही ते होऊ शकतं. कारण त्या कमिशनच्या कायद्यामध्येच ती तरतूद आहे. फक्त शासनच नाही, तर एखादा समाजघटकही ती विनंती करू शकतो. घटनेचे निकष आणि सर्वोच्च न्यायालयाचे निकष यांचा अभ्यास करून कुणीही याची मांडणी करू शकतो.

आता असा अभ्यास करताना 'एससी' आणि 'एसटी'सारखं पाच हजार वर्षांमागे जाण्याची गरज नाही. फक्त अलीकडच्या शंभर वर्षांचा इतिहास बघायचा. १८५७ पासूनची गॅझेटियर्स बघायची, पुस्तकं बघायची. डोक्यात निकष ठेवून ते कसे लागू होतात ते बघायचं. त्यानंतर आजच्या त्यांच्या सामाजिक, आर्थिक आणि शैक्षणिक परिस्थितीचं सर्वेक्षण करायचं. आश्रमशाळांमध्ये, शाळांमध्ये, सरकारी कार्यालयांमध्ये ते मिळेल. मग त्याच्यावरून प्रमाणित माहिती जमा करायची. बंजारा, कैकाडी, रामोशी आदी जातींची टक्केवारी जमा करायची. माहिती अधिकारांतर्गत मुंबई महानगरपालिकेत पारधी समाजाचे किती लोक आहेत याची माहिती मिळू शकते. तसंच सगळ्या महानगरपालिकेत बांधकाम खात्यातली अशी सगळी माहिती मिळू शकेल. पण एवढं सगळं करायला कुणाकडे वेळ नसतो आणि ते करण्यासाठी नेमलेले आयोग नेमकं काय करतात हे कुणीही विचारत नाही.

या जाती नाहीत तर वर्ग आहेत. शेड्युल्ड क्लासेस आहेत, शेड्युल्ड कास्ट्स नाहीत. जातीवर आणि धर्मावर आधारित आरक्षण नाही. पण सर्वोच्च न्यायालयाने म्हटलं आहे, की जातीशिवाय वर्ग निर्माण होत नाही आणि वर्ग हा जातिविरहित असू शकत नाही. त्यामुळे जातीचा एक वर्ग हा एससी किंवा एसटीमध्ये वर्गीकृत होऊ शकतो. 'एसटी'मध्ये समावेश करताना आदिवासींचा वाटा न घेता 'अ', 'ब' असे प्रवर्ग करता येतात. त्यात ओबीसीतले आणि व्हिजेएनटीतले जे कमी झालेले आहेत तेवढे टक्के जास्त देता येतील.

एसटीमध्ये जाण्यासाठी आज धनगर समाजासारखा डॉमिनंट समाजही प्रयत्न करतोय. पण वेगळा प्रवर्ग करताना प्रत्येक जातीचा अभ्यास करून त्यांचा समावेश करायला हवा. धनगर, वंजारी यांनी भटक्या-विमुक्तांत येण्याचं काही कारणच नाही. आपणच जाती निवडून दिल्या पाहिजेत. पण यावर गदारोळ होऊ शकतो म्हणून कुणी हात घालत नाही. विमुक्त जातींतल्याही अशा काही जाती आहेत की त्यांना आता आरक्षणाची फारशी गरज नाही.

सूचीमध्ये असलेल्या जाती-जमातींना जी निधीची उपलब्धता असते ती भटक्या-विमुक्तांसाठी नाही हे खरं आहे. पण ज्या निधीसाठी आपण भांडतो तो तरी किती उपयोगाला येतो? राज्याच्या सामाजिक कल्याण खात्याचं बजेट बारा हजार कोटी इतकं आहे. सगळ्यात जास्त बजेट असलेलं हे खातं आहे. पण तेवढा खर्च ते करत नाहीत. चार ते पाच हजार कोटीच फक्त खर्च केले जातात. बाकीचे सगळे पैसे इतरत्र वळवले जातात. त्याच्यावर खरं तर अंकुश ठेवण्याची गरज आहे. आयोगाकडून असे निर्देश दिले जाऊ शकतात. जर एक मागासवर्ग आयोग नेमला आहे व आयोगाच्या अध्यक्षाला मुख्य न्यायमूर्तींचा दर्जा आहे, तर त्याचे निर्देश मानणं हे शासनावर बंधनकारक आहे. त्याची अंमलबजावणी होत नसेल तर कुणीही न्यायालयातही जाऊ शकतं.

एक दिवस सगळीच आरक्षणं बंद होणार. त्यामुळे आता जेवढा स्वतःचा सामाजिक आणि शैक्षणिक उत्कर्ष करून घेता येईल तेवढा घ्यायला हवा. ॲट्रॉसिटीच्या कायद्यासाठी दहा-दहा, पंधरा-पंधरा वर्षं लढा देण्यापेक्षा जे काही आता मिळतंय त्याचा उपयोग शिक्षणासाठी करून घेण्याचीही भूमिका हवी. ते झालं की आपण आपोआपच पुढे जातो. भटक्या-विमुक्तांची वेगळी ओळख वगैरे ठेवून काय करायचं आहे? माझं शिक्षण झालं आणि सामाजिक पुढारलेपण आलं की माझी जात संपते. तशी ती संपायला पाहिजे. आपले प्रश्न हे जगण्यासाठी लागणारे प्रश्न आहेत. वेगवेगळे प्रश्न कशासाठी? तुम्हाला अंधश्रद्धा संपवून शिक्षणात पुढे यायचंय हेच खरं आहे. आपण स्वतःही काही प्रयत्न करायला हवेतच की!

●

मोहन चव्हाण

मोहन चव्हाण हे १९८१ पासून चळवळींमध्ये सक्रिय असलेले कार्यकर्ते. सुरूवातीला दलित संघटनेसोबत काम केल्यानंतर आजवर मुख्यतः भटक्या-विमुक्तांसाठी काम करीत आहेत. २००६ सालापासून ते भटक्या-विमुक्त जमातींच्या हक्कांसाठी न्यायालयीन लढा देत आहेत. वृत्तपत्रांतून त्यांनी या विषयाशी संबंधित लेखनही केलं आहे. नागपूरमधील एका कनिष्ठ महाविद्यालयात ते सध्या इलेक्ट्रॉनिक विषयाचे प्राध्यापक आहेत.

“संविधानिक अधिकार म्हणजे बाबासाहेबांनी मागासवर्गीयांसाठी जे अधिकार संविधानात लिहून ठेवले आहेत त्यांच्याविषयी आपण चर्चा करत आहोत. या अधिकारांचा फायदा आम्हाला म्हणजे भटक्या-विमुक्त समाजाला मागास असूनही घेता येत नाही. कारण आम्ही सरसकट हे अधिकार दिल्या गेलेल्या मागासवर्गीयांच्या यादीत येत नाही.

हे मला कळू लागलं ते पूर्वी दलित आणि नंतर भटक्या-विमुक्तांच्या चळवळीत काम करताना. १९८६-८७ च्या सुमाराला मी दलित चळवळीत शिरलो. नामांतराच्या लढ्यातही सहभाग घेतला. तेव्हा दिसू लागलं, की दलित लोक आपल्या हक्कांविषयी जागृत आहेत. ही मंडळी प्रखरपणे आपली बाजू मांडतात. पूर्वी गावाच्या बाहेर राहणारा माणूस आज सुटाबुटात फिरताना आपल्याला दिसतो. मग आम्हीसुद्धा मागासच आहोत. भटकंती करत जगलो. आम्हालाही हे अधिकार मिळायला हवेत, ही जाणीव झाली आणि मी भटक्या चळवळीत जास्त सक्रिय झालो. कार्यकर्त्यांबरोबर सरकारकडे मागण्या करू लागलो. १९९५-९६ नंतर केंद्रात वाजपेयी सरकार असताना घटनेत

बदल करण्याविषयी चर्चा सुरू होती. त्या वेळी काही दलित, ओबीसी मंडळींनी संविधानाचं संरक्षण झालं पाहिजे म्हणून उठाव केला. हे सर्व समजून घेण्यासाठी मी संविधान वाचू लागलो. बाबासाहेबांनी मागासवर्गीयांचे हक्क त्यात कसे अबाधित ठेवले आहेत हे तेव्हा लक्षात आलं.

मात्र, या हक्कांच्या परिघातच भटका-विमुक्त समाज फारसा येत नाही. कारण भटक्या आणि पूर्वाश्रमीच्या गुन्हेगार जमातींचं वर्गीकरण स्वातंत्र्यानंतर अतिशय विस्कळीत झालेलं आहे. खरं तर गुन्हेगार जमातींची यादी आपल्या देशात सगळ्यात आधी तयार झाली. १८७१ मध्ये जेव्हा या जमातींना गुन्हेगार कायदा लागला, त्यानंतर पुढच्याच वर्षी १८७२ मध्ये या देशात पहिल्यांदा जनगणना झाली. असा काय प्रश्न निर्माण झाला की या देशात इंग्रजांना जनगणना करावी लागली? १८५७ च्या बंडात त्याची कारणं आहेत. या बंडात भटक्या जमातींचे काही गट होते. (हे फारसं पुढे येत नाही. ज्यांच्या हातात लेखणी होती त्यांनी आपली नावं अजरामर केली. आमच्या लोकांच्या हाती लेखणी नसल्यामुळे आमचे किती लोक मारले गेले याची फारशी गणती नाही.) त्यांचा बंदोबस्त म्हणून 'गुन्हेगार जमाती कायदा' पुढे आला. जनगणनेच्या वेळी ही मंडळी कायद्याला घाबरून जंगलात गेली. मग इंग्रजांनी लवकरच फॉरेस्ट ॲक्ट आणला. ज्या मंडळींची शिकार करून किंवा वनोत्पादनं विकून पोट भरण्याची धडपड चालू होती तीसुद्धा इंग्रजांनी बंद केली. १८८१ मध्येही जनगणना झाली तेव्हा 'धर्म' हा निकष पहिल्यांदा जनगणनेत आला, पण या देशातल्या बहुसंख्य लोकांना आपण कोणत्या धर्माचे आहोत हे माहीतच नव्हतं. फक्त ख्रिश्चन, त्या वेळचे बौद्ध, जैन आणि मुस्लिम हे सोडले तर बाकीच्या लोकसंख्येने आपला धर्म लिहिलाच नव्हता. मग इंग्रजांनी 'हिंदू'ची व्याख्या केली, की हिंदुस्थानात राहणारा तो हिंदू! पुढे गुजरातच्या दयानंद सरस्वतींनी याला जास्त वळण देऊन दस्यू आणि दस्यूंचा देश वगैरे लेखन केलं आणि तिथून दुफळी तयार होत गेली. १९११ च्या जनगणनेपर्यंत गुन्हेगार जमातीतली मंडळी हळूहळू मुख्य प्रवाहात येऊ लागली होती. त्यांनाही जगण्यासाठी काही अधिकार द्यायला हवे, असं काही उदारमतवादी इंग्रजांना वाटू लागलं. तेव्हा या देशातलं पहिलं मागासवर्गीय गटासाठीचं बजेट अस्तित्वात आलं. जेव्हा अनुसूचित जाती, अनुसूचित जमाती या याद्यांचा कुठलाही उल्लेख नव्हता तेव्हा गुन्हेगार म्हणजेच आजच्या विमुक्त समाजासाठी बजेटमध्ये तरतूद केली गेली होती. सामाजिक कल्याण खातं अस्तित्वात आलं ते भटक्या-विमुक्तांच्या संदर्भात.

पुढे बाबासाहेब आंबेडकरांनी आरक्षण आणि सामाजिक न्यायाची भूमिका मांडली. १९१७ मध्ये साऊथ ब्यूरो कमिटीसमोर शाहू महाराजांनी एक सादरीकरण

केलं होतं. १९१९ मध्ये त्यांनी भास्करराव जाधव आणि बाबासाहेब आंबेडकरांना याच कमिटीसमोर ब्राह्मणेतर लोकांना आरक्षण मिळावं म्हणून पुन्हा सादरीकरण करायला लावलं. त्याच वर्षी इंग्रजांनी बॉम्बे लेजिस्लेटिव्ह असेम्ब्लीवर शाहू महाराज आणि बाबासाहेब आंबेडकरांना घेतलं. त्याचा फायदा बाबासाहेबांनी मागासवर्गीय समाजाला न्याय देण्यासाठी घेतला. दरम्यान सायमन कमिशन येऊ घातलं होतं. १९१७ ते १९२७ या दहा वर्षांच्या काळात इथे आरक्षणाच्या माध्यमातून ब्राह्मणेतरांचा काय विकास झाला ते बघण्याकरता हे कमिशन येत होतं. काँग्रेस आणि गांधींनी 'गो बॅक सायमन' असं म्हटलं हे आपण इतिहासात वाचतो, पण फक्त डॉ. आंबेडकर आणि काही मागासवर्गीय संघटनांनी 'वेलकम सायमन' असं म्हटलं हे आपल्याला माहीत नसतं.

बाबासाहेबांच्या मुत्सद्देगिरीचा एक नमुना इथे सांगायला हवा. सायमन कमिशनसमोर काय ठेवायचं? त्यासाठी त्यांनी चवदार तळ्याचा सत्याग्रह केला. 'पाणी प्यायल्याने मी शुद्ध होणार', ही भूमिका त्यामागे नव्हती. पण 'आम्ही माणसं आहोत. इथे कुत्र्यामांजरांना पाणी पिता येतं, पण आम्हाला मिळत नाही', हे त्या वेळी सिद्ध झालं. ते त्यांना सायमनसमोर दाखवता आलं. पहिल्या गोलमेज परिषदेला जाण्याआधी बाबासाहेबांनी नाशिकमध्ये काळाराम मंदिरप्रवेशासाठी सत्याग्रह केला. 'आम्ही जर या देशात हिंदू म्हणून आहोत, तर मग आम्हाला मंदिरात प्रवेश का नाही?' हा प्रश्न विचारण्याचा उद्देश त्यामागे होता. ही बातमी 'लंडन टाइम्स'मध्ये हेडलाइन बनली होती. आपल्याला एखादा मुद्दा सादर करायचा असेल तर त्याचं कुठे तरी प्रत्यक्ष सादरीकरण झालं पाहिजे, ही बाबासाहेबांची भूमिका होती. सायमन यांच्यासमोर बाबासाहेब आंबेडकरांनी दलितांचे हक्क मागितले त्या वेळी विमुक्त-भटक्या जमातींचाही मुद्दा आला होता, परंतु तेव्हा आमच्या प्रतिनिधींनी बाबासाहेबांना साथ दिली नाही. आमची मंडळी जेव्हा बाबासाहेबांना भेटली तेव्हा ते म्हणाले, 'तुमच्या अधिकारांसाठी मी नक्की भांडेन, पण फक्त तुम्ही माझ्यासोबत या.' पण त्यांच्यासोबत गेलो तर आपल्यालाही अस्पृश्यांमध्ये मोजलं जाईल, ही भीती आमच्या लोकांना वाटली आणि आम्ही आमच्या हक्कांपासून वंचित राहिलो.

१९३१ मध्ये जनगणना झाली त्या वेळी सामाजिक न्यायाच्या भूमिकेतून काही निकष बनवले गेले होते. अस्पृश्यता, सामाजिक मागासलेपण आणि आदिवासींसाठी भौगोलिक आणि सांस्कृतिक अलगता या निकषांवर ही जनगणना झाली. या जनगणनेची तयारी म्हणून १९२९-३० च्या दरम्यान 'ऊंचा बनो' हे आंदोलन चालू होतं. तुम्ही जर 'हिंदू' म्हणून आपला उल्लेख कराल तर तुम्हाला सन्मानाने वागणूक

मिळेल आणि जर तुम्ही बाहेर जाल तर तुमची हालत दलितांच्या अवस्थेसारखी होईल, असा या आंदोलनाचा आशय. गांधीजींचं म्हणणं होतं, की तुम्ही आपला धर्म 'हिंदू' लिहा. या चळवळीत आमचे लोक मोठ्या संख्येने होते. उद्या जनगणनेसाठी लोक येतील, तेव्हा आपण उच्च आहोत म्हणून आपण 'हिंदू' लिहायचं, असं आमच्या लोकांनी ठरवलं. इथे आम्ही चूक केली. जी मंडळी आंबेडकरांसोबत गेली ती सूटाबुटात आली आणि जी गांधींसोबत गेली त्यांची परिस्थिती तशीच राहिली. १९३१ मध्ये ज्या ज्या मंडळींनी आपला धर्म 'प्राकृतिपूजक', 'गोंडी', 'बिडसा', 'आदिवासी', 'मुंडा' असा लिहिला, ते सगळे आदिवासींसाठी बनलेल्या अनुसूचित जमातींच्या यादीत आले. आमच्या लोकांनी आपला धर्म 'हिंदू' लिहिला. काहींनी लिहिलंच नाही. त्यावर जनगणना अधिकाऱ्याने अशी नोट लिहिली, की या जमातींविषयी मला शंका आहे. त्यांनी आपला धर्म 'हिंदू' लिहिला आहे, पण त्यांची सगळी वैशिष्ट्यं ही आदिवासींसारखी आहेत. त्यात बंजारा, रामोशी, वडार, बेलदार वगैरेंचा उल्लेखही त्यांनी करून ठेवला आहे.

१९३५ मध्ये 'इंडिया अॅक्ट'नुसार अनुसूचित जाती-जमातींची पहिली यादी बनली. तेव्हा काही राज्यांतून आम्ही शेड्युल्ड कास्टमध्ये(अनुसूचित जाती) तर काहींतून शेड्युल्ड ट्राइब्जमध्ये (अनुसूचित जमाती) आलो. आज कर्नाटकात बंजारा एससीमध्ये आहे; आंध्र प्रदेश, ओरिसामध्ये एसटीमध्ये आहे. मध्य प्रांतात काही जिल्ह्यांत आमच्या मंडळींनी आमचा धर्म लिहिलाच नाही. ते एसटीच्या यादीत आहेत.

याच सुमाराला गुन्हेगार जमातींविषयीही विचार सुरू होता. १९३७ मध्ये त्या वेळेस ब्रिटिश सरकारने आणलेल्या मुन्शी आयोगाने या जमातींना मुख्य प्रवाहात आणण्यासाठी काही सवलती दिल्या पाहिजेत अशी शिफारस केली. मात्र, त्यानंतर राज्यकर्त्यांनी आम्हाला न्याय देण्याच्या गोष्टी केल्याच नाहीत. गुन्हेगार जमाती कायदाही रद्द झाला नाही. पुढे स्वातंत्र्यानंतर १९५० मध्ये आनंदस्वामी अय्यंगार यांना भारत सरकारने 'क्रिमिनल ट्राइब्ज अॅक्ट एन्कायरी कमिटी' म्हणून नेमलं होतं. त्यांनीही सवलती देण्याची शिफारस केली. १९५२ साली लोकसभेत बिहारचे एक खासदार जयपाल सिंग यांनी प्रश्न केला, की 'आमची राज्यघटना एखाद्या मुलाला जन्माच्या आधीच गुन्हेगार ठरवू शकते का? ही या लोकांच्या हक्कांची पायमल्ली आहे.' यावर संसदेत चर्चा होऊन त्याच वर्षी ३१ ऑगस्टला अन्यायकारक असा गुन्हेगार जमाती कायदा रद्द केला गेला. आम्ही कायद्यातून मुक्त झाल्यानंतर त्याच वेळी एक नोटिफिकेशन काढून आम्हा सगळ्यांना 'शेडयुल्ड ट्राइब्ज'मध्ये टाकलं असतं तर देशातल्या सगळ्या विमुक्त जमातींचा प्रश्न मिटला असता. पण हे झालं नाही, याचं

कारण म्हणजे बाबासाहेबांनी आदिवासींना संविधानात भरपूर अधिकार देऊन या देशाचा खरा मालक आदिवासी आहे हे सांगितलं आहे. त्यांना स्वयंशासनाचा अधिकार आहे. त्यांची जमीन कोणाला घेता येत नाही. त्यांच्यासाठी स्वतंत्र बजेट आहे. मग एवढ्या मोठ्या समाजाला 'आदिवासीं'मध्ये टाकलं तर या देशात सर्वाधिक लोक आदिवासींच्या सूचीत येतील, असं राज्यकर्त्यांना वाटणं साहजिक आहे. शिवाय त्या वेळी आमच्यासाठी भांडणारे कुणी नेतेही आमच्यात नव्हते.

भटक्या आणि विमुक्त जाती या मूळच्या आदिवासीच आहेत हे अनेक अभ्यासांतून सिद्ध झालेलं आहे. त्यासाठी काही एथनोग्राफिक स्टडीजही आपण पाहू शकतो. त्यात १८८६ चा नॉर्थवेस्ट प्रॉव्हिन्सचा डब्ल्यू क्रुकचा, त्यानंतर १९०९ चा साऊथ इंडियाचा एडवर्ड थर्स्टनचा, १९१६ चा मध्य प्रांताचा रसेल हिरालालचा, १९१६ चा पंजाब प्रांताचा डेन्जियल इबिटसनचा, १९२२ चा मुंबई प्रांताचा आर.ई. एन्थोवन्सचा असे काही अभ्यास आहेत. १९८५ ते १९९२ या काळात 'इंडियन अॅन्थ्रॉपॉलॉजिकल सर्व्हे'च्या वतीने प्रकाशित झालेला 'पीपल्स ऑफ इंडिया' हा अभ्यासही महत्त्वाचा आहे. या सगळ्यांनी उल्लेख केला आहे, की सगळे भटके-विमुक्त समाज या 'जमाती' म्हणजेच आदिवासींचाच एक भाग आहेत.

१९५३ च्या सुमाराला आलेल्या कालेलकर आयोगाने म्हटलं, की या जमाती अतिमागास आहेत. त्यांना संविधानिक आरक्षण देण्याकरता अनुसूचित जाती-जमातींच्या वर्गात आणलं पाहिजे. त्यांनी दिलेल्या यादीत ८२७ जातींचा अतिमागास म्हणून त्यांनी उल्लेख केला आहे.

त्यानंतर १९६० साली महाराष्ट्रात नेमलेल्या थाडे समितीने शिफारस केली, की महाराष्ट्रातल्या विमुक्त आणि भटक्या जमातींना आदिवासींसारखेच अधिकार आणि आरक्षण दिलं पाहिजे. त्यावर १९६१ पासून विमुक्त जाती आणि भटक्या जमातींना चार टक्के आरक्षण शिक्षण आणि नोकऱ्यांत देण्यात आलं. ते आजवर अबाधित चालू आहे. पण अनुसूचित जमातींचे अधिकार मात्र आम्हाला दिले गेले नाहीत. कारण ते राज्यकर्त्यांना अडचणीचं आहे.

पुढे १९६५ ला बी.जी. देशमुख समिती आली होती. त्यांनी काहीच केलं नाही. १९९९ला इधाते समिती महाराष्ट्रात आली. त्यांचा अहवालही असाच धूळ खात पडला.

१९६५ ला केंद्र सरकारने लोकूर समिती स्थापन केली. त्यांनी तर आदिवासी म्हणण्याचे निकषच कडक केले. पण या समितीनेही भटक्या समाजातल्या काही जमाती या आदिवासींची वैशिष्ट्यं बाळगतात, असं सांगितलं. १९८० साली मोरारजी

देसाई सत्तेत आले. त्यांनी कालेलकर आयोगावर काहीही चर्चा होऊ दिली नाही. त्यानंतर व्ही.पी. सिंग सत्तेत आले. त्यांच्या काळात मंडल आयोगाच्या शिफारशी स्वीकारून ओबीसी समाजाला नोकऱ्यांमध्ये आरक्षण लागू झालं. ह्या आरक्षणाच्या विरोधात सवर्णांचे ३१ वकील सर्वोच्च न्यायालयात गेले; पण हे आरक्षण ओबीसींचा मूलभूत अधिकार आहे असा निर्णय न्यायालयाने दिला.

त्या वेळी क्रीमी लेअरचा मुद्दा आला. यावर खरं तर जास्त चर्चा व्हायला हवी होती. परंतु त्याच सुमाराला ६ डिसेंबर १९९२ ला बाबरी मशीद पडली. त्यात एका दगडात दोन पक्षी मारले गेले. डॉ. आंबेडकरांचा हा महापरिनिर्वाण दिन. या दिवसाचं अवमूल्यन करणं हा एक, क्रीमी लेअरच्या मुद्द्यावर देशात चर्चा होऊ नये हा दुसरा पक्षी आणि ज्या मशिदीत मागील दीडशे वर्षांत कधीही नमाज पढला गेला नाही तिला उद्ध्वस्त करून देशात दुफळी माजवणे हा तिसरा पक्षी. ज्या आमच्या मंडळींनी मंडल हातात घ्यायला हवा होता ते हातात कमंडलू घेऊन तिथे राममंदिर बांधायला गेले. मंडल आयोगानेही विमुक्त-भटक्यांचा सर्वाधिक मागास असलेला वर्ग म्हणून उल्लेख केला. म्हणून ओबीसीमध्ये यातल्या ज्या जमाती आहेत त्यांना वेगळं आरक्षण द्यायला हवं असं म्हटलं. पण इतकं होऊनही राज्यकर्त्यांनी काहीही दखल घेतली नाही.

१९९८ ला राष्ट्रीय मानवी हक्क आयोगाने या देशातल्या विमुक्त-भटक्यांची जनगणना करावी अशी शिफारस केली. त्यानंतर २००१, २०११ च्या जनगणना झाल्या, पण अजूनही आमची गणना मात्र होऊ शकलेली नाही.

२००२ मध्ये वेंकटचलय्या आयोग आला. संविधानाचा फायदा सगळ्या मागास समाजांना मिळतो की नाही हे बघणं हे त्यांचं कार्यक्षेत्र होतं. त्यांनीही या देशातल्या भटक्या-विमुक्त जमाती या संविधानिक अधिकारांचे फायदे मिळवू शकत नाहीत हे मान्य केलं.

२००६ मध्ये रेणके आयोग नेमला गेला. त्यांच्यासमोर मी दोनदा सादरीकरण केलं, की आमचं भलं करायचं असेल तर आधी आमची जनगणना करा आणि आमच्या निकषांनुसार आम्हाला 'एससी' किंवा 'एसटी'मध्ये टाकलं जावं अशी शिफारस करा; पण त्यांनी थोडा गोंधळ केला. त्यांनी या देशातल्या सर्व भटक्या-विमुक्त जमातींचं नवीनच शेड्युल बनवण्याची शिफारस केली. पण असं तिसरं शेड्युल बनवण्याकरता संविधानात तरतूद नाही. तसं बनवायचंच असेल तर संसदेत विधेयक आणावं लागेल आणि ते दोन तृतीयांश मतांनी संमत केलं पाहिजे. शिवाय त्याचं कायद्यात रूपांतर करायचं असेल तर या देशातल्या पन्नास टक्के राज्यांनी तरी आपापल्या विधिमंडळात हा ठराव मंजूर केला पाहिजे. हे कसं होणार? पण तिसरं शेड्युल बनलं

नाही तरी अगोदरच असलेल्या शेड्युलमध्ये आम्ही येऊ शकतो. राष्ट्रपतींद्वारे नोटिफिकेशन काढलं जाऊ शकतं. कॅबिनेटचा निर्णय होऊन ज्या जमाती चुकीने सुटल्या असतील त्या त्यांच्या योग्य वर्गात टाकण्याविषयी असं नोटिफिकेशन काढता येईल. हे दरवर्षी चालतंच. इतक्या जमाती त्यांना दिसत नाहीत का, हा खरा प्रश्न आहे. राज्यकर्त्यांना असं वाटतं, की या छोट्या छोट्या जाती-जमातींची संख्या फारशी नाही. या जमाती एकत्र येत नाहीत, त्यामुळे यांच्यासाठी न्याय मागणारंही कुणीच नाही.

रेणके आयोगाच्या दरम्यान डॉ. गणेश देवी यांच्या अध्यक्षतेखाली एक टेक्निकल ॲडव्हायजरी ग्रुप (TAG) स्थापन झाला. नऊ लोकांच्या या गटाने चार महिन्यांत एक अभ्यास केला. अमुक जमाती त्यांच्या वैशिष्ट्यांनुसार सूचीमध्ये समाविष्ट करा. त्याशिवाय त्यांची प्रगती होणार नाही. हा अहवाल जरी लागू केला असता तरी चाललं असतं. पण एक मेख अशी होती, की त्यांना त्यांचा अहवाल हा रेणके आयोगामधूनच सबमिट करायचा होता. तेव्हा रेणक्यांनी ह्या ग्रुपचा अहवाल लागू करण्याची जरी शिफारस केली असती तरी त्याच वेळी हा प्रश्न ७० ते ८० टक्के सुटला असता.

आपल्या अकराव्या पंचवार्षिक योजनेत अध्यक्ष पंतप्रधान मनमोहन सिंग यांनी म्हटलं, की या देशातल्या विमुक्त-भटक्यांना न्याय देण्याची आमची भूमिका आहे; पण त्यांची जनगणनाच नाही. त्यांची काही माहिती नसल्यामुळे त्यांच्यासाठी नियोजन करता येत नाही. यावर आमचा प्रश्न असा आहे, की इतकी वर्षं अनेक आयोगांनी सुचवल्यानंतरही तुम्ही ही जनगणना का केलेली नाही? आणि आता त्याचंच भांडवल तुम्ही करता? जर आमचं भलं करण्याची इच्छा असेल तर आमच्यासाठी आर्थिक तरतूद का नको? राजकीय प्रतिनिधित्व का नको? राज्याच्या हातात स्थानिक स्वराज्य संस्थांमध्ये अशी तरतूद देणं शक्य आहे. सध्या असलेल्या माहितीनुसारही ही तरतूद मिळू शकते. ते तुम्ही का देत नाही?

आमच्या लोकांचे मानवी हक्क पायदळी तुडवले जातात. त्याचं एक मोठं कारण म्हणजे आम्हाला ॲट्रॉसिटी कायदा लागू होत नाही. त्यामुळे कुठेही आमची गावं, तांडे, पालं जाळली जातात. स्त्रियांवर बलात्कार होतात. त्याची वाच्यताही कुठे होत नाही. पुढे यायलाही कुणी धजावत नाही. मराठवाडा किंवा विदर्भातला थोडासा भाग सोडला, तर व्ही. पी. नाईक या एके काळच्या मुख्यमंत्र्यांच्या पुसद तालुक्यातच काही आठ-दहा खेडी अशी आहेत, की तिथे भटक्या-विमुक्तांच्या चाळीस-चाळीस लोकांवर ॲट्रॉसिटीच्या केसेस चालू आहेत. अस्पृश्य जाती किंवा आदिवासींसोबत त्यांची काही भांडणं असतील तर त्याअंतर्गत आमच्यावरच या केसेस दाखल झाल्या

आहेत. प्रत्यक्षात आम्हीही त्यांच्याइतकेच मागासलेलो आहोत, पण त्यांच्याइतक्या सवलती घेणारे नाही. आज आमच्यातल्या अनेक जमातींकडे राहायला घर नाही, कसायला जमीन नाही. शिक्षण नाही. फार कमी लोक शिकून पुढे आले आहेत. वर जातिभेदांतर्गत असा सामाजिक अन्याय भोगतो आहोत. केंद्रात नोकऱ्यांच्या जागा निघतात. तेव्हा राज्यात एक जातीचं प्रमाणपत्र आणि केंद्रीय नोकऱ्यांसाठी दुसरं प्रमाणपत्र, अशी महाराष्ट्रातल्या भटक्या-विमुक्तांची आजची अवस्था आहे.

'ऑल इंडिया मूलनिवासी बहुजन समाज सेंट्रल संघ' (एम्बस) या संघटनेच्या माध्यमातून विजय मानकर यांच्या मार्गदर्शनाखाली मी जनगणना व्हावी म्हणून मे २०१० मध्ये सर्वोच्च न्यायालयात याचिका दाखल केली होती. जवळपास ५०० पानांची ही याचिका न्यायालयाने फेटाळली. ते म्हणाले, तुम्ही एकच नेमका मुद्दा घ्या. मग परत आम्ही चार-सहा महिने अभ्यास करून पुन्हा याचिका दाखल केली. ३ फेब्रुवारी २०११ ला जनगणना सुरू झाली होती. त्याच सुमाराला भारत सरकारला त्यांची बाजू मांडायला सांगितलं गेलं. मी पाच-सात लोकांना 'पार्टी' केलं होतं. त्यानंतर एकूण पाच हिअरिंग झाल्या. चौथ्या हिअरिंगमध्ये भारत सरकारचे अटर्नी जनरल म्हणतात, ''भारतात भटक्या-विमुक्त जमाती नाहीतच. ज्या आहेत त्यांना शेड्युल्ड कास्ट, शेड्युल्ड ट्राइब्जमध्ये समाविष्ट केलं गेलं आहे.'' मी म्हटलं, की जर तुम्ही असं म्हणत असाल तर ४८ तासांच्या आत मी या जमातींची यादी सरकारजवळ नसेल तर देतो. आम्ही पुढचे तीन दिवस खूप मेहनत घेतली. भारत सरकारने १९६८ मध्ये देशातल्या भटक्या-विमुक्त जमातींच्या सगळ्या राज्यांच्या याद्या प्रकाशित केल्या होत्या त्या काढल्या. त्या १६ सप्टेंबर २०११ या दिवशी न्यायालयात सादर केल्या तेव्हा सरकारी वकिलांची तोंडंच बंद झाली. ७ नोव्हेंबर २०१२ ला न्यायाधीशांनी सरकारला म्हटलं, की अनेक आयोगांनी ज्या शिफारशी केल्या आहेत त्यावर तुम्ही काय केलंत याचा अहवाल न्यायालयात सादर करा. त्यानंतरही सरकारने असा काही अहवाल सादर केला नाही. न्यायालयाने पुढच्या हिअरिंगमध्ये पुन्हा अहवाल सादर करण्यासाठी सरकारी वकिलांना बजावलं. दरम्यान, काँग्रेस सरकारने जाता जाता नव्याच आयोगाचं एक नोटिफिकेशन काढलं. ही याचिका कशी तरी नाकारून घ्यायची असा त्यांचा डाव होता. 'नॅक'मधील विमुक्त-भटक्या समितीचे अध्यक्ष नरेंद्र जाधवांनी दिल्लीत आमचा एक दिवसाचा सेमिनार बोलावला. तिथे आम्ही आमचं म्हणणं मांडलं. तुम्हाला काय पाहिजे ते आमची द्यायची तयारी आहे, असं जाधव म्हणतात. पण मग नोटिफिकेशन का काढलं जात नाही? सरकारची जर द्यायची इच्छा आहे तर देत आहोत, असं गेल्या साठ-पासष्ट वर्षांपासून का सांगत आहात? एवढं झाल्यानंतर

काँग्रेस सरकारने जाता जाता या नवीन आयोगाची ऑर्डर काढली. आम्ही तुमच्यासाठीही काही तरी करतो आहोत हे दाखवण्यासाठी!

या सगळ्या घडामोडींची म्हणावी अशी चर्चा होत नाही. जेवढी झाली त्यातून पुढे सगळेजण एकत्र येऊन जे लढत आहेत त्यांना पाठिंबा देत आहेत, असं काही झालेलं नाही. दलित समाज जसा जागरुकतेने गोष्टी उचलून धरतो तसं विमुक्त-भटक्यांत नाही. मी जवळपास पाचशे अर्ज माहिती अधिकारात केंद्र सरकारच्या वेगवेगळ्या विभागांत केलेले आहेत. त्यांच्यामुळे मला आता न्यायालयाचे रस्ते सुकर झाले आहेत. राज्यकर्ते म्हणतात, की आम्ही द्यायला तयार आहोत, पण प्रत्यक्षात साधी माहितीही ते देऊ शकत नाहीत. रेणके आयोगाची माहिती मी अर्ज करूनही मला दिली गेली नव्हती. केंद्रीय माहिती आयोगाने आदेश दिला, की हा अहवाल मला दिला जावा. तरीही हा अहवाल मला मिळाला नाही. शेवटी मी आयोगाला त्यांच्यावर कारवाई करून त्यांचा दंड माझ्या अकाउंटला जमा करण्याविषयी पत्र लिहिलं. तेव्हाही अहवाल न देता वर माझ्या बाजूने दिलेल्या या आदेशाविरुद्ध दिल्ली हायकोर्टात केस दाखल केली गेली.

न्यायालयातली लढाई एकीकडे सुरूच आहे. पण इथले राज्यकर्ते एवढे निगरगट्ट आहेत की ते सहजासहजी न्याय देतील असं वाटत नाही. त्यामुळे सगळ्याच पातळीवरच्या लढाया लढल्या पाहिजेत. रस्त्यावरची लढाईसुद्धा झाली पाहिजे. संसदेतली लढाई आपल्या खासदार-आमदारांच्या माध्यमातून लढली पाहिजे. ते बोलत नसतील तर त्यांना बोलतं करायचं. आताचे प्रयत्न सगळे सुटे सुटे आहेत, एकत्रित नाहीत. आम्ही जर एकत्र येऊन लढलो; देशभरातले सहाशे जिल्हे आहेत, त्यापैकी शंभर जिल्ह्यांत एकाच दिवशी आम्ही जर आंदोलन करू शकलो, तर त्याचं एक 'पिटिशन टु द गव्हर्नमेंट' असं करू शकतो. परिणामी, सरकारला त्याचा गांभीर्याने विचार करणं भाग पडेल. सुरुवातीला पन्नास जिल्हे कव्हर केले. पुढे साठ, सत्तर, दोनशे असं आम्ही करू शकलो तर इथल्या व्यवस्थेला आम्ही झुकवू शकतो.

महाराष्ट्रापुरते प्रयत्न पूर्वीही झालेले आहेत. अलीकडेच महाराष्ट्रात विमुक्त-भटक्यांना 'एससी', 'एसटी'मध्ये टाकण्याकरता आगरवाल आयोग नेमला होता. पण हे थोतांड आहे. नेमायचं आणि पुढे ढकलायचं किंवा बरखास्त करायचं. ठरावही झालेले आहेत, पण ते नाकारले गेले आहेत किंवा हो-नाही असं चाललेलं आहे. ज्या वेळी केंद्र सरकारने प्रत्येक राज्यात मागासवर्गीय आयोग असावा म्हणून नेमणूक केली तेव्हा महाराष्ट्रात पहिल्यांदा बापट आयोग नेमला गेला होता. त्यांचा उद्देश ओबीसींचा अभ्यास करण्याचा होता, पण आपल्या कक्षेबाहेर जाऊन भटक्या-विमुक्तांना

आदिवासींच्या सूचीत टाका, अशी शिफारसही त्यांनी केली; पण राज्य सरकारने बापट आयोगाला उचलून फेकून दिलं.

'एससी' किंवा 'एसटी'मध्ये अगोदरच असलेल्यांचा वाटा न घेता आम्हाला त्यात वेगळा वर्ग करून आमचे जेवढे टक्के असतील तेवढं आरक्षण द्यायला हवं, म्हणजे आमच्या दुर्लक्षित जातींना मुख्य प्रवाहात आणता येईल.

मराठ्यांच्या आरक्षणाला आमचा विरोध नाही, पण त्यांच्याहीपेक्षा आम्ही इतके खाली दबलेलो आहोत हे तुम्हाला दिसत नाही का? दलित संघटना एकत्र आहेत. जरा कुठे काही झालं तर किमान त्या एकत्र तरी येतात. आमच्याकडे असं होत नाही. स्थानिक पातळीवर काही तरी संघर्ष होतो. चळवळीचा पाठिंबा पूर्णपणे मिळाला असं होत नाही. जे नोकरीला आहेत त्यातले अनेकजण समाजासाठी एक रुपयाही खर्च करायला तयार नसतात. बाबासाहेबांनी 'शिका, संघटित व्हा, संघर्ष करा' असा नारा दिला. त्याचा परिणाम म्हणून दलित समाजात 'पे बॅक टु सोसायटी' ही मानसिकता जास्त आहे. पण विमुक्त-भटक्यांमध्ये रुजलेली नाही. म्हणून मी तरुणांना जास्तीत जास्त प्रोत्साहन देण्याचा प्रयत्न करत असतो. आमच्यातले राज्यकर्ते समाजाच्या न्यायासाठीसुद्धा एकत्र येऊ शकत नाहीत. एक आवाज तयार करण्यासाठी स्वतःचं थोडं बाजूला ठेवून एकत्र यायची मानसिकता पाहिजे. सरकार माझंही ऐकत नाही, तुझंही ऐकत नाही; मग इश्यू घेऊन आपण एकत्र बोलू या, असं म्हटलं पाहिजे. मराठ्यांचे नेते हे निवडणुकीची बरोबर वेळ साधून आपला स्वार्थ साधून घेऊ शकतात. आम्हाला मात्र प्रत्येकाला आपलंच नाव चाललं पाहिजे एवढीच इच्छा. छोटे-मोठे मेळावे घेऊन आपलं नुकसान कसं होतंय, आपण या देशाचे नागरिक आहोत, जल-जंगल-जमिनींमध्ये आपला अधिकार आहे, तो कसा मिळवायचा, आपला जन्म फक्त रस्त्यावर राहण्यासाठी, ऊस तोडण्यासाठीच झाला आहे का, याची जाणीव सामान्य लोकांना करून दिली पाहिजे. न्यायालयाची जी लढाई आहे ती मी लढतोच आहे. सोबत आर्थिक बाजूनेही प्रयत्न करायला हवेत. या देशातली अर्थव्यवस्था ही जात आणि वर्ग यांच्यावरच आधारलेली आहे. याला जर छेद द्यायचा असेल तर प्रत्येक कुटुंब आर्थिकदृष्ट्या सक्षम झालं पाहिजे.

देशातील सत्तेची सूत्रे उच्चवर्णीय मनोवृत्तीच्या हाती एकवटली आहेत. ते तुमच्या बाजूने असण्याचं सोंग करतात, पण ते कधीही न्याय देणार नाहीत. त्यांना न्याय द्यायचाच असता तर आजची परिस्थिती वेगळी दिसली असती.

फुले- शाहू-आंबेडकरांची विचारधारा हीच आमची तारणहार आहे. आमचे जे पूर्वज होऊन गेले त्यांची प्रेरणा आम्ही घेतली पाहिजे.आम्हाला या देशात कोण न्याय

देऊ शकतो हे तपासलं पाहिजे. आम्हाला गांधीवाद, हिंदुत्ववाद किंवा साम्यवाद न्याय देऊ शकत नाही. म्हणूनच एका वेगळ्या विचारधारेखाली आम्ही आता एकत्र आलं पाहिजे. भूतकाळात झालेले धोके लक्षात घेऊन भविष्यकाळ प्रकाशमय करायचा असेल तर आम्हाला आंबेडकरवादाशिवाय पर्याय नाही. त्यासाठी आपली ध्येयं, कार्यक्रम, संघटन, तत्त्वं, धोरणं हे सगळं नीट ठरवलं पाहिजे. याला वेळ आणि कार्यकर्त्यांची फळी आवश्यक आहे. मोठे नेते एकत्र येत नसतील, तरी दुसऱ्या फळीचे जे कार्यकर्ते आहेत त्यांनी तरी एकत्र यावं. छोट्या छोट्या पातळीवर एकत्र येण्यासाठी 'मटन डे' हा 'मिशन डे' म्हणून राबवला जाऊ शकतो. 'सेल्फ-हेल्फ' आणि 'सेल्फ-रिस्पेक्ट' चळवळ चालवायला हवी. चळवळीत नवे उपक्रम सुरू झाले पाहिजेत. राजकीय, सामाजिक आणि सांस्कृतिक अशा सगळ्याच प्रकारच्या प्रबोधनाची आम्हाला आज फार गरज आहे.

●

भरत
विटकर

भरत विटकर हे भटक्या-विमुक्तांच्या चळवळीतील नव्या फळीतले अभ्यासक कार्यकर्ते आहेत. या जमातींच्या संविधानिक हक्कांबाबतचा लढा ते देत आहेत. वडार समाजासंबंधित विषयावर ते सध्या पीएच.डी. करत आहेत.

आरक्षण काय असतं याची खरी जाणीव मला झाली ती मी कृषी महाविद्यालयात प्रवेश घेतला तेव्हा. मी एमपीएससीची परीक्षा दिली होती. लिखित परीक्षेत मी निवडलो गेलो. त्या वेळी चार टक्क्यांतून सतरा जागा भटक्या-विमुक्तांसाठी होत्या. त्याच सुमाराला महाराष्ट्रात त्या वेळी 'ओबीसी'त असणाऱ्या धनगर समाजाला भटक्या-विमुक्तांच्या वर्गात घेतलं गेलं. त्यांना सुरुवातीला आमच्या चार टक्क्यांमधलंच आरक्षण देण्याची भूमिका होती. पुढे मला कळलं, की त्या परीक्षेतून भटक्या-विमुक्तांच्या सतराच्या सतरा जागा या धनगर समाजातल्या मुलांनाच मिळाल्या आहेत. त्यांच्या लाटेत मूळ भटके-विमुक्त असे पत्त्यासारखे फेकले गेले होते. असं का झालं हे शोधण्याचा मी प्रयत्न केला. मी लक्ष्मण मान्यांकडे गेलो. त्यांच्याकडे सगळी भूमिका मांडली. ही १९९३ ची गोष्ट. त्यावर सगळ्यांनी आपापल्या पद्धतीने चळवळ सुरू करा, असं त्यांनी मला सांगितलं. त्या वेळीही भटक्या चळवळीत एकीने लढा दिला गेला नाही. पुढे मग धनगर आणि वंजारी यांना वेगवेगळं आरक्षण दिलं गेलं. पण पहिल्या लाटेत जेव्हा आमच्या चार टक्क्यातच धनगर होते तेव्हा आम्ही त्याचे बळी ठरलो.

आमच्या वडार समाजाचा १९९४ साली नगरला खूप मोठा मेळावा झाला. दोन लाख लोक त्यासाठी आले होते. तिथून मी भटक्या-विमुक्तांच्या चळवळीत थोडा सक्रिय झालो. नोकरी करून सामाजिक काम करू लागलो. आपल्यापुढे अनेक वर्षांपासून काम करणारी ज्येष्ठ मंडळी आहेत. ती जे सांगतील तेच बरोबर मानून आपण कामाला लागायचं, असं आतापर्यंत सुरू होतं. २००८ च्या दरम्यान रेणके आयोग आणि अणुकरार हे दोन विषय गाजत होते. रेणके आयोगाबद्दल जो वादंग उद्भवला तेव्हा हरिभाऊ राठोड वगैरे लोकांनी त्यासाठी लोकांबरोबर बैठका घेतल्या. नागपूरला त्यांच्या बैठकांना मी जेव्हा गेलो तेव्हा त्यांना मिळणारा प्रतिसाद बघून मला फार दुःख झालं. मी ठरवलं, की पुण्यात अशा बैठका यशस्वीपणे घेऊन दाखवायच्या. पुण्यातल्या वाड्या-वस्त्यांवर सत्तरच्या आसपास बैठका मी घेतल्या. रेणके आयोग काय आहे हे सांगत मी फिरलो. बाळकृष्ण रेणक्यांच्या सोबतही प्रचार करायचो तेव्हा ते सांगायचे, की या आयोगामुळे आम्हाला केंद्रात नोकऱ्या मिळणार आहेत, आमचे आमदार-खासदार होणार आहेत. मीही तेच सांगू लागलो. त्याच वेळी रेणके आयोगावर टीका सुरू झाली आणि त्यांच्याविरोधात एक फळी तयार झाली. एकीकडे बाळकृष्ण रेणके आणि दुसरीकडे लक्ष्मण माने. तेव्हा या संविधानिक हक्कांची जास्त चिकित्सा होऊ लागली. तोपर्यंत आम्हाला सध्याचं महाराष्ट्रातलं भटक्या-विमुक्तांचं आरक्षण आणि संविधानिक हक्क यांच्यातला फरक कळत नव्हता. पुढे वाचनातून, चर्चांमधून माझ्यासारख्या दुसऱ्या फळीच्या कार्यकर्त्याला ते स्पष्ट होऊ लागलं.

संविधानिक हक्क म्हणजे संविधानात आम्हा मागासवर्गीयांना दिलेले हक्क आणि सवलती. भारतीय संविधानाच्या कलम ३४१ आणि ३४२ च्याअंतर्गत येणाऱ्या ज्या जाती-जमाती आहेत त्यांना जे संरक्षण आहे ते म्हणजे संविधानिक हक्कांचं संरक्षण. त्याव्यतिरिक्त जे संरक्षण आणि आरक्षण दिलं गेल्याचं दिसतं ते संविधानांतर्गत येत नाही. आणि इथेच खरा प्रश्न आहे. आपण ज्या भटक्या-विमुक्तांविषयी बोलतो आहोत त्या वर्गाला तर भारतीय राज्यघटनेने ओळखच दिलेली नाही.

भटक्या-विमुक्तांचा वर्ग मुख्यतः पूर्वीच्या गुन्हेगार जातींच्या अंतर्गत दिसतो. भारतीय संविधान लागू होण्याअगोदर यांचं अस्तित्व आपल्याला दिसतं; पण ते लागू झाल्यानंतर जसे अस्पृश्य दिसले, आदिवासी दिसले पण गुन्हेगार जमाती नाही दिसल्या. बाबासाहेबांच्या 'अस्पृश्य मूळचे कोण?' या १९४८ साली लिहिलेल्या पुस्तकात लिहिलं आहे, की 'हे तीन प्रवर्ग (अस्पृश्य, आदिवासी, गुन्हेगार जमाती) देशाने निर्माण केले आणि त्यांना विषमतेच्या खाईत लोटलं आहे.' यात बाबासाहेबांनी

गुन्हेगार जमातींची ओळख मान्य केली असली तरी त्यांच्यासाठी सवलती देताना मात्र संविधानात ३४३ कलम येऊ शकलं नाही. त्याचं कारण या गुन्हेगार जमातीचे लोक जंगलात गेल्यानंतर आदिवासी असतात आणि गावाजवळ आल्यानंतर अस्पृश्य असतात. अस्पृश्य आणि आदिवासी यांच्यावरचे अन्याय तर ते भोगतच आलेत, पण त्याशिवाय त्यांना स्वतंत्रपणे गुन्हेगार असण्याचा कलंकही भोगावा लागला आहे.

एक तांत्रिक अडचणही त्यात आहे. अनुसूचित जाती आणि जमातींच्या याद्या तयार झाल्या आणि त्यांना संविधानाने मान्यता दिली. त्यानंतर ब्रिटिशांनी तयार केलेला गुन्हेगार जमातींना बंदिस्त करणारा कायदा रद्द झाला. त्यामुळे त्यांचा समावेश या संविधानिक सूचींमध्ये तेव्हा होऊ शकला नाही. जेव्हा या जमाती मुक्त झाल्या तेव्हाही त्यांच्यासाठी संविधानिक वा इतर तरतुदी करण्यासंदर्भातली प्रक्रिया राज्यकर्त्यांनी केली नाही. कायदा रद्द झाल्या झाल्या या वर्गासाठी पुढची भूमिका ठरवायला पाहिजे होती. १९५२ ला कायदा रद्द झाला तरी १९६० पर्यंत यांच्याकडे लक्ष दिलं गेलं नाही. सेटलमेंटमध्ये आयुष्य काढलेल्या या लोकांनी आपली कैफियत सरकारकडे मांडली तेव्हा कुठे राज्यकर्त्यांचं लक्ष गेलं आणि 'थाडे आयोग' नेमला गेला. निवृत्त अधिकाऱ्याच्या या आयोगाने सात महिन्यांत महाराष्ट्रातल्या भटक्या-विमुक्तांचा अभ्यास करून दिलेला अहवाल स्वीकारला गेला आणि त्यानुसार नोकरी आणि शिक्षणात चार टक्के आरक्षण आम्हाला महाराष्ट्रात देण्यात आलं. हे आरक्षण भटक्या-विमुक्तांनी मागितलेलं नाही. आम्हाला अनुसूचित जमातीमध्ये आरक्षण पाहिजे, अशी आमची मागणी आहे.

भटके-विमुक्त कोण, या प्रश्नाच्या संदर्भात बाबासाहेबांच्या साहित्याचा आपण अभ्यास केला तर लक्षात येईल, की त्यांनी दोनच प्रवर्ग सांगितले आहेत. एक गावव्यवस्थेच्या बाजूला राहणारे ते अस्पृश्य, आणि त्या गावकुसाच्या बाहेर राहणाऱ्या संपूर्ण प्रवर्गाला आदिवासी असं बाबासाहेबांनी म्हटलं आहे. त्यातही त्यांनी दोन प्रकार सांगितले आहेत : पर्वतावर राहणाऱ्या जमाती आणि भटकणाऱ्या जमाती. बाबासाहेबांनी 'भटका' हा वेगळा वर्ग काढला नाही. त्यांनी त्यांना आदिवासींमध्येच मोजलं आहे. पण याचा गैरअर्थ काढून आम्ही गावगाड्यातलेच लोक आहोत असं मानलं गेलं आणि त्यांना 'विमुक्त जाती, भटक्या जमाती' (व्हिजेएनटी) या नव्या यादीत टाकलं गेलं. खऱ्या अर्थाने आमची फसवणूक याच ठिकाणी झाली. गुन्हेगार जमाती कायदा संपला तेव्हा गुन्हेगार ही आमच्यामागे लागलेली उपाधी गेली. पण आम्ही आदिवासी जमाती आहोत ही तर ओळख कायम राहून आम्हाला

आदिवासींमध्ये टाकलं जायला पाहिजे होतं. त्याऐवजी 'विमुक्त जाती' असं आमचं नवं नामकरण केलं गेलं. ही तर फार मोठी खेळी आहे. 'जात' या संकल्पनेत गावकुसाच्या अंतर्गत व्यवस्थेत एकमेकांना सपोर्टिव्ह राहणारे लोक येतात. 'जमात'मध्ये गावकुसाच्या बाहेर राहणारे लोक येतात. एका दिवसात आमच्या 'विमुक्त जमाती'चं 'विमुक्त जाती' केलं गेलं. जर आम्हाला आदिवासींच्या अनुसूचित जमातींच्या सूचीत टाकलं गेलं असतं तर विधानसभेत आमदारांच्या २५ जागा द्याव्या लागल्या असत्या, म्हणून हे नवीनच काही तरी काढलं गेलं. त्यातही एक घटना घडली, ती म्हणजे बाबासाहेब १९५६ लाच गेले. ते असते तर आज परिस्थिती कदाचित वेगळी असती. भटक्या-विमुक्तांच्या संदर्भात महाराष्ट्राने जे केलं ते कुठल्याच राज्याने केलं नाही. यातून महाराष्ट्राने देशपातळीवरही गोंधळ निर्माण केला. महाराष्ट्राने भटके-विमुक्त हा नवा प्रवर्ग निर्माण केला आणि केंद्र सरकार मात्र आम्हाला 'इतर मागासवर्गीय' मानतं. आम्ही ओबीसी वर्गाचे निकष कसे काय पूर्ण करतो? हा फक्त राजकीय स्वार्थ आहे.

आज महाराष्ट्रातल्या भटक्या-विमुक्तांच्या बहुतांश जाती बेघर राहण्याचं कारण हा १९६० साली झालेला निर्णय आहे. आमच्या समाजात एकूण शिक्षणाचं प्रमाण तीन टक्केसुद्धा नाही. एकीकडे अस्पृश्य, आदिवासी आणि भटके-विमुक्त यांची सामाजिक, राजकीय, आर्थिक उंची बघितली तरी कोणत्या पातळीवर आमचा समाज जगतोय हे सहज कळतं. त्यानंतरही तुम्हाला चार टक्के आरक्षण दिलंय, तुमच्यासाठी हे आहे, ते आहे, असं आम्हाला ऐकवून या प्रवर्गाची शासन केवळ चेष्टाच करत आलंय. आमच्या जातपंचायती जिवंत असण्यामागे हेही एक कारण आहे. आजही कुठल्याही गोष्टीसाठी पोलिस स्टेशनमध्ये जायला आमचे लोक नकारच देतात. कारण त्या व्यवस्थेत ते आलेलेच नाहीत. त्यांना समानतेची विशेष संधी मिळाली असती, त्यांचं प्रतिनिधित्व विधानसभेत आणि इतर ठिकाणी जाऊन बसलं असतं, तर आपलं काही तरी चुकीचं चाललं आहे हे आम्हाला कळलं असतं. निर्णय काय असतात, योजना काय असतात याचा या माणसांना गंध नाही. त्यामुळे त्यांचं एक वेगळं जग चालत आलं आहे. आता काहीजणांचं थोडं शिक्षण झालं तेव्हा त्यांना कळतंय की आपलं काही तरी चुकीचं चाललं आहे.

भटक्या जाती आणि गुन्हेगार जमाती यात थाडे कमिशनने वर्गीकरण चुकीचं केल्याने त्यात थोडा घोळ झाला आहे. निमभटके आणि भटके यांच्या व्याख्येतला हा घोळ आहे. सतत भटकणाऱ्या भटक्या जमाती आणि गुन्हेगार जमाती या एकच आहेत. भटक्यांमधले जे आक्रमक लोक आहेत असं ब्रिटिशांना जाणवलं त्यांना त्यांनी

कायद्यामध्ये नोटिफाय केलं, इतरांना नोट केलं गेलं नाही. सहा महिने भटकायचं आणि सहा महिने जागेवर राहायचं, अशाही लोकांचा समावेश विमुक्त-भटक्यांमध्ये केल्यामुळे हा प्रश्न आणखी संदिग्ध झाला आहे. मग गुन्हेगारी मानल्या गेलेल्या जमातींकडे इतरांचा बघण्याचा जो दृष्टिकोन आहे तोच तशा प्रकारचं जीवन जगणाऱ्या सगळ्याच जमातींकडे पाहताना येतो. उदा. वडार, रामोशी यांना गुन्हेगार जमाती म्हटलं गेलं, पण वैदू हे गुन्हेगार म्हणून नोटिफाय केले गेले नाहीत. ते तसे आक्रमक नसतील, मवाळ असतील, पण आता त्यांच्याकडे त्याच दृष्टिकोनातून बघितलं जातं. कायद्याने जात म्हणून त्यांना गुन्हेगार ठरवलं नाही, पण व्यवस्थेने 'समान जगणारा' म्हणून त्यांना गुन्हेगारच मानलेलं आहे. गुन्हेगार जमाती अस्पृश्य नाहीत असं म्हटलं जातं. अस्पृश्यता आली ती व्यवसायातून. अस्पृश्य जाती जे व्यवसाय करत असत ते व्यवसाय भटके-विमुक्त जाती करत नव्हत्या. यांचं वेगळंच जग होतं. त्यामुळे ते अस्पृश्य आहेत की नाहीत हा प्रश्नच उद्भवलेला नाही. पण गावोगाव भटकणाऱ्या, नोटिफाइड असलेल्या आणि नसलेल्या अशा सगळ्याच भटक्या जमातींना गावाच्या पाटलाकडे दाखला द्यावा लागत असे, ज्याला गावात अस्पृश्य असणाऱ्या कोतवालाच्या मध्यस्थीने पाटलाला भेटायला जावं लागे. आता गावातले अस्पृश्य दूर ठेवले जात होते आणि बाहेरून येणाऱ्या भटक्या जमातींना काय चावडीवर बसवून घेतलं जात होतं? नाही, म्हणजे गावात आलो की आम्हीही अस्पृश्य होतो आणि जंगलात गेलो की त्या दिवशी आम्ही आदिवासी. त्यामुळे हे दोन्हीही निकष खरे तर आम्हाला लागू होतात.

काकासाहेब कालेलकरांपासून, लोकूर समितीपासून सगळे अहवाल स्पष्टपणे सांगतात, की भटक्या-विमुक्त जमातींचा विचार हा अनुसूचित जाती किंवा अनुसूचित जमातींमध्ये समावेशासाठी करावा. बापट आयोगाने सुचवलं आहे, की मूळ गुन्हेगार जमाती आणि भटक्या जमाती यांचा एक प्रवर्ग करून त्यांच्यासाठी 'अनुसूचित जमाती-ब' करून त्यांची यादी निश्चित करावी. आम्ही आदिवासींचे निकष ९५ टक्के पूर्ण करतो. फक्त भौगोलिकदृष्ट्या आम्ही एका ठिकाणी नसतो, भटकत असतो. तेवढ्यावरून आम्ही आदिवासी नाही म्हणून आम्हाला डावललं जातंय. त्यांच्यामध्ये आज उच्च अधिकारी आहेत, आमदार-खासदार आहेत. आमच्यातले अजून ग्रामपंचायत सदस्यसुद्धा झालेले नाहीत. त्यांना समानतेची विशेष संधी मिळाली म्हणून त्यांच्यात आज प्रगतीची वाटचाल वेगाने सुरू झाली आहे.

खरं तर कोण आदिवासी आणि कोण अस्पृश्य याचे निकष आपणच ठरवले.

आदिवासी असण्यात फक्त भटकणे हे आमचं वेगळं वैशिष्ट्य असेल तर तसा आणखी निकष त्यात का नाही टाकता येणार? पण त्याऐवजी त्याचं केवळ भांडवल करत केवळ राजकीय स्वार्थ आजवर साधला गेला आहे. शरद पवार मुख्यमंत्री असताना १९९४ साली वडार समाजाचा मोठा मेळावा झाला. त्यात पवार म्हणाले, ''भटक्या-विमुक्त प्रवर्गाचा समावेश अनुसूचित जमातीमध्ये करण्यासंबंधीचा प्रस्ताव आम्ही केंद्र सरकारकडे पाठवू आणि त्याचा पाठपुरावा करू.'' आज वीस वर्षं झाली या गोष्टीला. इकडून प्रस्ताव गेला, पण केंद्र सरकारकडून त्याला मान्यता मिळत नाही असं सांगितलं जातं. ते तेव्हा केंद्रात सत्तेत होते. तिथे काय होतं आणि काय नाही हे त्यांना माहीत असणारच. मग असं असेल तर खोटी आश्वासनं ते का देतात? मागे पडलेल्या आमच्या मागास जमातींना वर आणणं महत्त्वाचं की निकष महत्त्वाचे?

रेणके आयोगाने स्वतंत्र सूचीची मागणी अचानकच कारण नसताना केली. हा आयोग नेमला गेला तो योजनांची अंमलबजावणी प्रभावीपणे करण्यासाठी काय करावं हे सांगण्यासाठी; परंतु आयोगाने आपल्या अधिकाराच्या पलीकडे जाऊन भटक्या-विमुक्तांची स्वतंत्रच सूची करावी ही शिफारस केली. ही स्वतंत्र सूचीची मागणी १९५३ साली व्हायला हवी होती. १९७६ ला सेकंड बिल ज्या वेळी लोकूर समितीनंतर आलं तेव्हा बऱ्याचशा जाती अनेक राज्यांनी एससी किंवा एसटीमध्ये समाविष्ट करून घेतल्या. इतर राज्यांनी तसा समावेश करण्याबाबतच्या शिफारशी केंद्राकडे केल्या. मात्र, महाराष्ट्रात भटक्या-विमुक्तांची लोकसंख्या इतर राज्यांच्या तुलनेत मोठी आहे. त्यामुळे इथल्या राज्यकर्त्यांनीच त्या वेळी एससी-एसटीच्या खासदारांना पुढे करून महाराष्ट्रातल्या एससी-एसटीतल्या भटक्या-विमुक्तांच्या जमातींचा समावेश थांबवला. पण जिथे जिथे भटक्यांमधल्या जातींचा समावेश झालेला आहे ते आता तिथून बाहेर येऊन अनिश्चित अशा एखाद्या स्वतंत्र सूचीमध्ये यायला का तयार होतील?

आज महाराष्ट्रात ऊठसूट 'ओबीसी'तल्या काही जाती जाग्या होतात आणि आम्हाला भटक्या-विमुक्तांत टाका म्हणतात. आज जे धनगर अनुसूचित जमातीत जायची भाषा करत आहेत ते १९९२ पर्यंत ओबीसीत होते. या जमातीचे नेते फार शक्तिशाली आहेत. आरक्षण नसताना त्यांचे आमदार होऊ शकतात. त्यामुळे त्यांनी मागणी केल्यावर भटक्या-विमुक्तांच्या वर्गवारीत 'क' प्रवर्ग करून धनगरांना त्यात टाकलं. तसंच वंजारी जातीचं. तीसुद्धा एक ताकदवान जात असल्यामुळे त्यांनाही स्वतंत्र दोन टक्के आरक्षण दिलं गेलं. एकेका जातीला एवढं आरक्षण महाराष्ट्रात दिलं गेलं आहे. त्यांची लोकसंख्या जास्त वगैरे हे सगळे गुलदस्तातले विषय आहेत.

दुसरीकडे अनेक वर्षं गुन्हेगार म्हणून हिणवल्या गेलेल्या आणि सतत भटकत राहिलेल्या एकूण बेचाळीस जातींसाठी फक्त अडीच टक्के आरक्षण! 'एनटी-ब' हा प्रवर्ग तर जनरल बोगीसारखा झाला आहे. त्यात कुणीही मागणी केली की कोंबा या जनरल बोगीत, असं आहे. आजवर २८ पासून ३७ पर्यंत ही यादी आली पण आरक्षण मात्र त्या प्रमाणात वाढलं नाही.

या सगळ्यासाठी लढताना चळवळीतही काही दोष आहेतच. एवढ्या वर्षांत भटक्या-विमुक्तांमधल्या जाती त्यांच्या हक्क आणि अधिकारासाठी लढलेल्याच नाहीत. भटके-विमुक्त प्रवर्ग म्हटला जात असला तरी यात अंतर्गत एकी अजिबात नाही. याला डाळिंबाचं उदाहरण देता येईल. वरून सगळं एक पण आतमध्ये सगळे कप्पे! बंजाराची मुलगी वडारांना नाही दिली जात कधीच. ब्राह्मण आणि मराठा यांच्यात जेवढं अंतर असतं तेवढंच भटक्या-विमुक्तांच्या अंतर्गत जातींमध्येही आहे. वरून मात्र भटके-विमुक्त सगळे एक. मग आपण म्हणतो, की आमच्या चळवळीला यश का नाही मिळालं? या दऱ्या पूर्वीच्या नेत्यांनी लक्षात घेतल्या की नाही हा प्रश्नच आहे. कैकाडी समाजाचा नेता वडारवस्तीत गेला तर जो परिणाम व्हायला हवा तो होत नाही. रामोशी समाजाचा नेता गोंधळी समाजात गेला तर त्याचा प्रभाव पडत नाही. बाबासाहेबांच्या ताकदीची कुणी व्यक्ती या समाजात निर्माण झाली नाही. ज्याला प्रत्येक जात माहीत आहे, त्यांच्या खोडी माहीत आहेत, असं नेतृत्व मध्यंतरीच्या काळात निर्माण झालं नाही. १९८० च्या कालखंडात आत्मकथनांच्या रूपाने या समाजाचं साहित्य मराठीत आलं. त्यातून पुढे साहित्यिक नेतृत्व मिळालं. याच्या बदल्यात चळवळीला जे मिळालं ती भीकच होती. हक्क आणि अधिकाराची भाषा चळवळीने केली नाही. राज्यकर्त्यांना वाटलं तर द्यायचं त्यांच्यावर बंधन नाही. आज आमचे लोक जसे घरं पाहिजेत, शाळा पाहिजेत असं मागत आहेत, तसे आजचे आदिवासी, दलित मागताना दिसतात का? नाही. कारण संविधानानेच प्रशासनावर आणि राज्यकर्त्यांवर त्यांच्यासाठी वेगळं बजेट, मतदारसंघ हे सगळं करण्यावर बंधनं घातली आहेत. हे सगळं हक्काने त्यांना मिळतं. ते त्यांना मागावं लागत नाही. कारण त्यांच्याकडे कलम ३४१ आणि ३४२ ची शस्त्रं आहेत.

आमच्यात सगळ्यात चांगला बुद्धिवादी नेता म्हणजे लक्ष्मण माने. पण त्यांनी दोन चुका केल्या. धर्मांतर करून बाबासाहेबांच्या वाटेने समाजाला घेऊन जाण्याची त्यांची भूमिका योग्य होती. पण बाबासाहेबांनी धर्मांतराची अंमलबजावणी करण्यासाठी वीस वर्षांचा काळ घेऊन मध्यंतरी समाजाचा सत्तेतला वाटा त्यांनी निश्चित

केला. त्यामुळे लाखोंच्या संख्येने लोकांनी त्यांना साथ दिली. माने यांनी असे कोणते कष्ट घेतले? आमच्या शिक्षणाचा प्रश्न सुटला नाही, जागेचा प्रश्न सुटला नाही. जिथे पोटाची भूक भागत नाही तिथे तुम्ही धर्मांतर कोणत्या भाजीबरोबर खायचं, असा प्रश्न समाज त्यांना विचारतो. त्यामुळे आता भटका-विमुक्त प्रवर्ग आज त्यांच्या किती पाठीशी आहे हा प्रश्नच आहे.

मानेसाहेब हे राष्ट्रवादी पक्षात आहेत. त्यांच्यातच राहून ते कसे लढणार आहेत? राजकीय भूमिका ही चळवळीत राहूनच त्यांना घ्यायला लागेल. ती चळवळ आज कुठे आहे याची नोंद त्यांना घ्यावीच लागेल. आम्ही आधीपासून आदिवासी जमाती म्हणवलो गेलेलो असूनही अशी लढाई लढू शकत नाही. आम्ही भिकेसाठी लढलो. त्यांनी पुरस्कार दिले हे आम्हाला जास्त वाटलं. आश्रमशाळा दिल्या ते खूपच वाटलं. मग आम्हाला सांगितलं गेलं, तुम्हाला चार टक्के आरक्षण दिलं आहे वगैरे. परंतु जशी तरतूद या देशातल्या अस्पृश्य आणि आदिवासींसाठी केली तशीच तरतूद आम्हाला हवी आहे. पण आज अस्पृश्य आणि आदिवासी आम्हाला त्यांच्यात घेत नाहीत, तर आम्हाला 'माजी गुन्हेगार आणि भटक्या जमाती' या नावाने त्यांच्यातच वेगळा प्रवर्ग काढून द्या. आम्हाला जर भारतीय राज्यघटनेनुसार एससी-एसटीसारखी तरतूद मिळाली तर दुसरं काही मागण्याची गरज नाही असं माझं मत आहे. जातीय अत्याचार अस्पृश्यांवर होतात, आदिवासींवर होतात तसेच आणि तेवढेच अत्याचार भटक्या जातींवरही होतात; पण जातीय अत्याचार प्रतिबंधक कायद्यांतर्गत त्यांच्याबद्दलचे गुन्हे दाखल होऊ शकत नाहीत. आम्ही घटनात्मक संरक्षणाच्या कवचाखाली आलो तर आमच्याबाबत होणाऱ्या अत्याचारांनाही वाचा फुटतील. चार टक्के आरक्षण हे शिक्षण आणि नोकऱ्यांपुरतंच राज्य सरकारने दिलं. त्याने प्रगती फार होत नाही हे आता सिद्ध झालं आहे.

आणखी एक व्यावहारिक अडचण आहे ती म्हणजे आदिवासी समाजाचा विरोध. आज बारामतीत धनगर समाज अनुसूचित जमातीत टाकण्यासाठी आंदोलन करत आहेत. दुसरीकडे आदिवासी समाजाचे नेते 'आमचा याला विरोध आहे' म्हणून धरणं धरून बसलेत. आता एवढ्या वर्षांनी पुलाखालून बरंच पाणी गेलं आहे. जनता फार शहाणी झाली आहे. बाबसाहेबांनी जे दिलं होतं ते न्यायाच्या आधारावर दिलं होतं. राजकीय आरक्षण दिलं नसतं तर आज मधुकर पिचड मंत्री होऊ शकले असते का? आज न्यायाच्या नाही तर ताकदीच्या आधारावर आरक्षण दिलं जात आहे.

आज भविष्यातल्या हक्कांची जाणीव होते म्हणून धनगर रस्त्यावर येतात. 'र'चा

'ड' (बेरड-बेडर) एवढ्या फरकासाठी त्यांनी एवढी लढाई उभी केली आणि रान पेटवलं. त्यामागे इतरही समीकरणं आहेत. ही लढाई सामाजिक न्यायावर आधारित नाही. त्यांना राजकीय स्वप्न आता पडलेलं आहे. आपल्याला आरक्षण मिळालं तर आपण बारामतीचे आमदार होऊ शकतो हे ते स्वप्न आहे. पण तुम्ही जात म्हणून लढत असणार तर तुम्हाला ते कधी ना कधी तोडणार, तुमच्यात फूट पाडणार आणि आपापसात लढून तुम्हाला संपवणार. ब्राह्मणांनी जातिवाद आणि विषमता निर्माण केली हे जरी खरं असलं, तरी आता गावोगावी जातिवादाची अंमलबजावणी ही ब्राह्मणांकडून केली जात नाही. मंडल आयोगाच्या माध्यमातून ओबीसींच्या बरोबर विमुक्त-भटक्यांना राजकीय आरक्षण दिल्याचं म्हटलं जातं, परंतु त्याचा फायदा विमुक्त-भटक्यांना झालेलाच नाही. पुन्हा मंडल आयोगानंतरही आम्ही सत्तेपासून दूरच.

या सगळ्या परिस्थितीची जाणीव इतरही जमातींमध्ये आता झाली पाहिजे. आपले हक्क काय, वाटा काय, आपल्याला काय मिळालं हे त्यांना कळलं पाहिजे. दुसरं म्हणजे आता मतदानपेटीची लढाई लढण्याशिवाय पर्याय नाही. विखुरलेले मोर्चे, आंदोलनं, हे आम्ही चाळीस वर्षांपासून करत आहोत. पण अशा पद्धतीने आम्ही जे मागत आहोत ते मिळेल की नाही ही मला शंका आहे. आता सामाजिक न्यायाच्या आधारावर तुम्हाला काही मिळणार नाही, तर ताकदीच्या आधारावरच ते मिळू शकेल. मतदानपेटीवर आम्ही जर परिणाम करत असू तर आमचं ऐकलं जाईल. एक जात म्हणून ही लढाई लढून चालणार नाही. १९९४ साली वडार समाजाच्या मेळाव्यात मुख्यमंत्री जे आश्वासन देतात तेच आजचे मुख्यमंत्रीही देतात ; पण ते पूर्ण झालं नाही म्हणून वडार समाज त्यांचं काही वाकडं करू शकला नाही.

सामुदायिक नेतृत्व हा कदाचित या मुद्द्यावर तरी समाज एकत्र येण्यासाठी चांगला मार्ग असू शकतो. कारण आज कुणी सत्ताधाऱ्यांशी संवाद साधायला गेलं तर तुमच्या किती संघटना आहेत हे विचारलं जातं. जातीच्या राजकारणाला खतपाणी घालून आमची शक्ती तोडायचं काम प्रस्थापित राज्यकर्त्यांनी आजवर केलेलं आहे. शक्ती नावाचा गुण आता चळवळीतून लोप पावत चालला आहे. जात म्हणून दोन लाख लोक बारामतीत जमत आहेत पण प्रवर्ग म्हणून एकत्र येत नाहीत. एकत्र येऊन लढलो आणि आदिवासींचाच उपगट म्हणून लढलो तर ही शक्ती कदाचित निर्माण होईल.

आम्हाला भविष्यात एकत्र येऊन आदिवासी नेत्यांशी चर्चा, सत्ताधाऱ्यांशी चर्चा, आंदोलनाची पद्धत ही सगळी रणनीती ठरवावी लागेल. मात्र, उद्या जे काही

सामुदायिक नेतृत्व तयार होईल त्यांचं केवळ संविधानिक हक्क, हे एवढंच ध्येय असायला हवं, राजकीय पदं मिळवणं हे नव्हे. पण हेसुद्धा वाटतं तेवढं सोपं नाही. त्यासाठी त्या त्या गटातल्या नेतृत्वाशी संपर्क साधून त्यांना एकत्र आणण्यासाठी शक्ती खर्च करावी लागेल. या सगळ्यांमध्ये जातवार वैविध्य आहेच; पण आम्ही वेगवेगळ्या धर्मांनाही अनुसरतो. एवढं सगळं वेगळं असल्यानंतर यांना एकत्र आणण्यासाठी विशेष मेहनत घ्यावी लागणार. पण मला खूप विश्वास आहे, की हे सगळं आम्ही पुन्हा उभं करू शकू, चळवळ जिवंत करू शकू. कारण आम्ही न्यायाच्या आधारे लढतो आहोत. ●

डॉ. चंद्रकांत पुरी

डॉ. चंद्रकांत पुरी हे राजीव गांधी समकालीन अध्ययन केंद्र, मुंबई विद्यापीठ इथे अध्यासन प्राध्यापक म्हणून कार्यरत होते. टाटा समाजशास्त्र संस्थेमधून त्यांचं उच्च शिक्षण झालं असून आदिवासी विकासाशी संबंधित विषयात त्यांनी डॉक्टरेट मिळवलेली होती. वेगवेगळ्या समुदायांबरोबर काम करण्याचा जवळपास तेवीस वर्षांचा अनुभव त्यांच्या गाठीशी होता. आदिवासींच्या प्रश्नांसाठी आणि भटक्या-विमुक्तांच्या चळवळीतही ते पूर्वीपासून सक्रिय होते. 'भारतीय भटके-विमुक्त विकास परिषद' या कार्यकर्त्यांच्या नेटवर्कचे ते अध्यक्ष होते. 'कार्यकर्त्याची डायरी' हे त्यांचं तिसरं पुस्तक प्रकाशित झालं आहे.

"आरक्षणाच्या बाबत आपण बोलतो तेव्हा त्याचे फायदे जे खरंच गरजू आहेत त्यांना मिळतात का हे बघणं महत्त्वाचं आहे. आज अनेक प्रवर्गांमध्ये काही विशिष्ट जातीच पुढे येऊन आरक्षणाचे फायदे घेताना दिसतात. दलितांच्या विशिष्ट वर्गांनेच 'शेड्युल कास्ट'मध्ये जास्त आरक्षण घेतलं आहे. आदिवासींचाही हा प्रश्न आहे. टाटा इन्स्टिट्यूटसारख्या मोठ्या संस्थेत आदिवासी माणूस प्राध्यापक होण्यासाठी सत्तर वर्षं जावी लागली. क्लास वन अधिकारी वर्गात 'शेड्युल्ड कास्ट्स' (अनुसूचित जाती)ची परिस्थिती ही 'शेड्युल ट्राइब्ज' (अनुसूचित जमाती)पेक्षा खूपच चांगली आहे. आदिवासींमध्ये काही विशिष्ट लोकांनी त्याचा वापर केला आणि ते पुढे गेले, पण सर्वसाधारण आदिवासी आज प्रचंड वाईट स्थितीत आहे. मी सध्या कातकरी, माडिया गोंड, कोलाम या जमातींचा अभ्यास करतो आहे. हे सगळे अतिशय

वाईट स्थितीत आहेत. हे बघत असताना भटक्या-विमुक्तांना त्यांच्या वर्गात टाका, ही मागणी किती योग्य असू शकते, असा मला प्रश्न पडतो. आमच्यातला मोठ्या संख्येने असलेला धनगर किंवा वंजारी-कातकऱ्यांबरोबर स्पर्धा करू शकतो का? मी हे आग्रहाने मांडेन, की आदिवासींच्या तोंडातला घास काढून घेणं हे अयोग्य ठरेल. हे म्हणताना मी फक्त भावनिक दृष्टीने बोलत नाही. मी स्वतः भटक्या-विमुक्तांमधला आहे. तरीही मी असं म्हणतो, कारण मी पाच-सहा वर्षं आदिवासींसोबत राहून काम केलेलं आहे.

भटक्या-विमुक्तांच्या आरक्षणाचा प्रश्न राज्य पातळीवरचा नाही, तो देशपातळीवरचाच आहे. राज्य पातळीवर गुजरात, महाराष्ट्र या राज्यांनी अगोदरच आपल्याला शिक्षण आणि नोकरीत आरक्षण दिलेलं आहे. भटक्या-विमुक्तांचं वेगळं स्वतंत्र आरक्षण महाराष्ट्रात आहे आणि ते अगदी पद्धतशीर अ, ब, क अशी जात वर्गवारी करून दिलं गेलेलं आहे. आपला प्रश्न आहे तो राष्ट्रीय पातळीवर शेड्युल्ड म्हणून जे घटनात्मक अधिकार अनुसूचित जाती-जमातींना दिले गेले आहेत ते आम्हाला नाहीत. पहिला सगळ्यात महत्त्वाचा मुद्दा आहे, की आपण केवळ शेड्युलमध्ये नसल्यामुळे आपल्यावरचे अत्याचार ॲट्रॉसिटी कायद्याखाली येत नाहीत. दलितांच्या खालोखाल सगळ्यात जास्त जातीय अत्याचार भटक्या-विमुक्तांवर होतात, पण त्यांना या कायद्याचं संरक्षण नसल्यामुळे हे अत्याचार बाहेर येत नाहीत. केवळ या जातीय अत्याचार प्रतिबंधक कायद्याच्या संरक्षणामुळे आज इतर लोक दलित-आदिवासींच्या बाबतीत एखादा अन्याय करण्याअगोदर दहा वेळा विचार करतात. हे एवढं मोठं शस्त्र त्यांच्याकडे आहे, ते आपल्याकडे नाही.

आता भटक्या-विमुक्त जमातींना जे आरक्षण लागू आहे हेसुद्धा विकासाचे फायदे देण्यासाठीचं आहे. ते घटनात्मक नाही. केंद्र सरकारमध्ये भटक्या-विमुक्त जाती नावाचा वेगळा काहीच प्रकार नाही. राज्य सरकारमध्ये तो आहे. त्यामुळे केंद्राकडून आमच्यासाठी स्वतंत्रपणे निधीही मिळू शकत नाही. तुम्हाला निधी द्यायचा तर तुम्हाला त्याची तरतूद करायला पाहिजे.

प्रशासकीयदृष्ट्या एखाद्या सामाजिक गटासाठी आर्थिक तरतूद करण्यासाठी त्या गटाविषयी सरकारचं एक धोरण असावं लागतं. त्याच्या आधारावर कार्यक्रम तयार होतात. ते कार्यक्रम राबविण्यासाठी यंत्रणा तयार करावी लागते. भटक्यांच्या बाबतीत मागील पंचवार्षिक योजनेत जी तरतूद केली गेली ती केवळ सांगण्यापुरती. कुणाला निधी द्यायचा आणि कशासाठी द्यायचा याविषयीचं निश्चित धोरण नसल्याने ती रक्कम खर्च झाली नाही. माझ्या खिशात पैसे आहेत आणि मी बँकेत खातं उघडायला गेलो.

बँकेने विचारलं, कुणाच्या नावाने उघडायचं खातं? तर ते मात्र मी सांगू शकत नाही. कारण त्याच्यासाठी जी कागदपत्रं लागतात, (जन्माचा दाखला वगैरे) ती माझ्याकडे नाहीत. आपला सरकारवर दबाव हा अशा तरतुदीसाठी नाही तर 'धोरणात्मक' तरतुदीसाठी असला पाहिजे. परंतु जर आमचा राष्ट्रीय पातळीवर जन्मच नाही, तर आमच्याविषयी धोरण काय ठरवणार? त्यामुळे भटक्या-विमुक्तांची घटनात्मक ओळख जोपर्यंत राष्ट्रीय पातळीवर तयार होत नाही, तोपर्यंत राज्यपातळीवर जे बरे-वाईट फायदे मिळत आहेत ते घेण्याशिवाय दुसरा पर्यायच नाही. निदान आमच्यासारखी मंडळी शिक्षणात सवलती होत्या म्हणून प्राथमिक शिक्षण घेऊ शकली. शिक्षणाच्या सवलतींमध्ये अनेक त्रुटी आहेत. पण जोपर्यंत राष्ट्रीय पातळीवर हे सर्व मांडलं जात नाही आणि अधिकृतपणे उपाययोजना होत नाही तोपर्यंत त्याला अर्थ नाही.

'आरक्षण द्या' यावर सगळ्यांचंच उत्तर 'हो' असेल. असायलाच पाहिजे. पण कुठल्या आणि कशा प्रकारे यात मतभेद असू शकतात? पुन्हा ते घटनात्मक असलं पाहिजे. नसेल तर पुन्हा प्रश्न निर्माण होतील. सांस्कृतिकदृष्ट्या भटक्या-विमुक्तांची जवळीक ही आदिवासींशीच जास्त आहे. त्यांची वैशिष्ट्यं तशीच आहेत. पण जर आपल्यामुळे त्यांच्यावर अन्याय होणार नसेल, त्यांच्या 'अनुसूचित जमातीं'च्या सूचीत वेगळा संवर्ग काढून घेण्याचा पर्याय असेल तर ते सोपं होऊ शकतं. आता आपण भटक्या-विमुक्तांच्या दहा टक्क्यांबद्दल बोलतोय. हे दहा टक्के घेऊन 'अनुसूचित जमातीं'मधली टक्केवारी जर वाढणार असेल, एकूण एकोणीस टक्के वगैरे होणार असेल, त्यात वेगळी वर्गवारी होणार असेल तर आपण त्यांच्यावर अन्याय करत नाही.

रेणके आयोगाने सुचवलेल्या तिसऱ्या शेड्युलच्या पर्यायावरही विचार व्हावा असं मला वाटतं. भटक्या-विमुक्तांतल्या अनेक जातींची आता आदिवासी समाजाशी फारकत झालेली आहे. आपण जे म्हणतो ते शंभर वर्षांपूर्वीचं म्हणतो. आजच्या स्थितीबद्दल बोलायचं झालं तर आपल्याकडे काही दस्तावेज, साहित्यही उपलब्ध नाही. आम्ही दोन जिल्ह्यांतला अभ्यास करताना भटक्यांतल्याच ज्या मनोरंजन करणाऱ्या जातींची पार्श्वभूमी वाचत होतो ती अतिशय विसंगत आहे. ती आज लागू होत नाही. त्यामुळे जे बदल झाले आहेत तेही बघायला हवेत. आता भटक्या-विमुक्तांतल्या जाती जंगलात राहत नाहीत. अनेक जाती स्थायिक झाल्या आहेत. त्यामुळे हे सगळं लक्षात घेऊन मागण्या करायला हव्यात.

तिसरं शेड्युल केलं तरी त्यांना इतर शेड्युलप्रमाणेच सगळ्या सवलती लागू होतील का, हासुद्धा प्रश्न आहे. अशी सूची बनली आणि त्याच्यासाठी ॲट्रॉसिटी ॲक्टचं संरक्षण काढून टाकायचं ठरवलं तर काय उपयोग? ही एक खेळीसुद्धा असू

शकते. त्यामुळे जे आधीपासूनच कुठल्या तरी शेड्युलमध्ये आरक्षणाच्या कवचात आहेत त्यांना तसंच ठेवायला हवं. बाकीच्यांचा विचार करायला हवा.

महाराष्ट्रात आणि कर्नाटकात एकाच जातीची माणसं वेगवेगळ्या वर्गांत आहेत. कर्नाटकात बऱ्याच भटक्यांतल्या जाती 'एससी'मध्ये आहेत. भटके म्हणून आम्हाला एक ओळख म्हणून एकत्र यायला आवडेल, ही त्यांची भूमिका आहे. पण हा भावनिक भाग झाला. प्रत्यक्ष आरक्षण सोडून तुम्ही वेगळ्या वर्गात येणार आहात का? याचं उत्तर 'नाही' असंच आहे. सध्या 'एससी', 'एसटी' यात असलेल्या भटक्या-विमुक्त जमातींना वेगळ्या सूचीत काढण्याच्या रेणके आयोगाच्या सूचनेला बऱ्याच लोकांचा विरोध आहे. माझाही आहे. तिसरं शेड्युल जर वेगळ्या फॉर्ममध्ये दिलं तर कुणीच त्याला पाठिंबा देणार नाही. तिसऱ्या शेड्युलची मागणी जे कुठेच नाहीत त्यांच्यासाठी असावी. महाराष्ट्र, गुजरातमधले जे आहेत ते सगळे त्यात जाऊ शकतील. समजा, एससी, एसटीला ज्या ज्या सवलती लागू आहेत त्या सगळ्या त्यांना लागू होणार असतील तर कदाचित मतदानाची डेमॉग्राफी बदलेल. लोक इकडून तिकडे जातील. एससी, एसटीची लोकसंख्या कमी होणार. आज आदिवासी नऊ टक्के आहेत, ते कदाचित पाच-सहा टक्क्यांवर येतील. हे सगळं राजकीयदृष्ट्या आपण कसं बघणार आहोत त्यावर विचार करायला हवा. ह्यावर गदारोळ नक्की होणार. आहेत त्यांना काढून स्वतंत्र यादीत टाकायचं असेल तरी गोंधळ उडणार.

जेव्हा कधी कोणत्याही सामाजिक मुद्द्याचं राजकारण सुरू होतं तेव्हा मूळ मागणी बाजूला होते, असा सामाजिक चळवळी शिकवतानाचा माझा अनुभव आहे. मागणी सोडून दुसरीकडेच आपलं लक्ष जातं. भटक्या-विमुक्तांच्या बाबतीतही तेच झालेलं आहे. त्यांचे प्रश्न महाराष्ट्राच्या निर्मितीच्या आधीपासून लोकांना माहीत आहेत. नेहरूंनी तारेचं कुंपण तोडलं म्हणतात. म्हणजे त्यांना या समाजाची कल्पना होती. राजीव गांधींना हे माहीत होतं. सगळ्या पंतप्रधानांना या विषयाची माहिती आहे. त्यांना शिष्टमंडळं जाऊन भेटलेली आहेत. रेणके आयोग तर अटलबिहारी वाजपेयींच्या काळातच निर्माण झाला होता. मग आता सहा दशकं झाली तरीही हा प्रश्न सुटत नाही याचा अर्थ तो एवढा सोपा नाही. त्याला खूप कंगोरे आहेत. ते सगळे नीट तपासून बघायला लागतील. मग त्याच्यावर जो काही निर्णय असेल तो घ्यायला लागेल. तिसरं शेड्युल झालं, तर त्यात लोकांची यायची इच्छा आहे की नाही याची चाचपणी करायला पाहिजे. कॉंग्रेस सरकारने जाता जाता ज्या आयोगांची स्थापना केली त्यांचं एक मुख्य काम हे लोकांची चाचपणी करण्याचंच असलं पाहिजे. अशा प्रकारचं वास्तववादी, लोकांशी संवाद साधून जर काही झालं तर ते शक्य आहे. बरं, एकदा

काही निर्णय झाला की राजकीय दृष्टीने बघणंही आलं. आज जातीच्या आधारावर आपण बोलतो, कारण जात हाच मूळ मुद्दा आहे. महाराष्ट्रात बहुसंख्य आमदार मराठा आहेत. सरतेशेवटी तुम्ही घटनात्मक आरक्षण घेणार म्हणजे या राजकीय स्पर्धकसंख्येत भर घालणार. त्यामुळे त्यांचा वाटा कमी होणार. त्यामुळेच ह्याला तोडा, त्याला फोडा, भटक्यांना वेगळं करा, विमुक्तांना वेगळं करा, अशाही खेळी अधूनमधून केल्या जातात. एकसंध येऊ द्यायचं नाही. राजकारणी कुठलेही असोत, त्यांना ते नको असतं. त्यामुळे कुठल्या दृष्टीने या सगळ्याकडे बघणार आहोत याची मोठी व्यूहरचना आपल्याला ठरवावी लागणार आहे. सरकारमध्ये जाऊनसुद्धा हे सगळं घडवून आणणारे लोक आपल्याला निर्माण करायला लागतील, ज्यांना आपण निगोशिएटर म्हणू शकतो.

प्रत्येक टप्प्यावर जेव्हा जेव्हा भटक्या-विमुक्तांच्या आरक्षणाची वेळ आली तेव्हा तेव्हा 'एससी', 'एसटी'मधल्या नेत्यांकडून विरोध झालेला आहे. त्यासाठी लागणारी राजकीय इच्छाशक्ती नाही. अगदी प्रशासनातूनही याला विरोध होतो. 'एससी'/'एसटी' सबप्लॅन बिल येऊ घातलं होतं. त्याचा मी भाग होतो. दलित समाजातले काही खूप चांगले आयएएस ऑफिसर्स तिथे होते. हे बिल तयार करण्यापासून, ते कसं पुढे आणायचं, कोणाला भेटायला पाहिजे, त्यातल्या पळवाटा काय आहेत, कुठे ते थांबू शकतं, याचे सगळे तपशील त्यांच्या चर्चांमध्ये होते. अशा प्रकारचे किती अधिकारी भटक्या-विमुक्तांमध्ये आहेत? आम्ही आता कुठे तरी असिस्टंट कलेक्टर, पीएसआय वगैरेंच्या पदांवर पोचलो आहोत. व्यवस्थेच्या आतून जे व्हायला हवं तो पाठिंबाही आम्हाला नाही.

मागील सरकारने आयोगाचा 'जीआर' काढला तो मी बघितला आहे. तो अतिशय त्रोटक आहे. जाता जाता मागच्या रस्त्याने एक गाजर फेकून दिल्यासारखं ते आहे. तुम्ही काय केलं, असं विचारलं तर दाखवता यायला हवं म्हणून तो काढला गेला आहे. एवढी वर्षं किती तरी वेळा या विषयावर चर्चा करण्यासाठी अनेक लोकांच्या भेटीगाठी झालेल्या आहेत. नॅकचा एक रिपोर्ट तयार झाला होता. तो स्वीकारला गेलेला नाही. सगळ्यांना हे प्रश्न माहीत आहेत, पण त्यावर काम करण्याची तयारी कुठल्याच राजकीय पक्षाची आजवर दिसलेली नाही. जे होईल ते अधिकृतरीत्या व्हायला हवं. संसदेत तुम्ही भटक्या-विमुक्तांचे प्रश्न का नेत नाही, हा माझा प्रश्न आहे. संसदेत जाईल तेव्हा भटक्या-विमुक्तांना काही देण्याविषयी दलितांचं मत काय आहे, आदिवासींचं काय आहे हे कळेल. शेवटी ठराव पास करण्यासाठी बहुमत लागणारच आहे. मग सुरुवातीलाच खुलेपणाने जायला काय हरकत आहे? बरं, योगायोग असा आहे, की नवीन सरकारमध्ये भटक्या-विमुक्तांचे पाच-सहा खासदार आहेत. मग आता

तरी प्रश्न, ठराव मांडा. त्यावर दणदणीत चर्चा व्हायला हवी. पहिली गोष्ट म्हणजे १९३१ नंतर आमची जनगणना झालेली नाही. तुम्ही ते करत नाही. कारण तुम्हाला माहीत आहे, की कदाचित त्यानंतर भयानक स्थिती पुढे येईल. कदाचित मंडल आयोगासारखी स्थिती निर्माण होईल. पण त्याकडे अभ्यासाच्या, संशोधनाच्या दृष्टीनेही बघा. कुणाला तरी खूष करायचं म्हणून काही तरी करायचं असं नको. म्हणून पहिली मागणी ही असायला पाहिजे, की सगळ्या राज्यांमधून आमची जातिनिहाय जनगणना व्हायला हवी. नॅशनल सॅम्पल सर्व्हेमध्ये अभ्यास होऊ दे. या संस्था एकदा काम केलं की पाच वर्षं सुस्त पडून असतात. एकदा ही जनगणना झाली की सध्याची त्यांची स्थिती कळेल. ते कळलं की त्यावर आधारित धोरणं, उपाययोजना करता येतील. नाही तरी भटक्या-विमुक्तांची स्थिती 'भीक नको पण आयोग आवर' अशी झाली आहे.

राष्ट्रीय पातळीवर रेणके आयोग ही एक चांगली संधी होती. रेणके आयोगाच्या 'टर्म ऑफ रेफरन्स'ची व्याप्ती फार छोटी होती. त्यांना सांगितलं गेलं, भटक्या-विमुक्तांची स्थिती बघा आणि त्यांच्यासाठी कुठल्या सवलती देता येतील ते बघा. दुर्दैवाने मुदतीत न संपलेला हा आयोग पुढे विवादास्पद होऊन बसला. त्यात त्रुटी आहेत. त्यांच्या जागी कुणीही असतं तरी त्यात त्रुटी राहिल्याच असत्या. पण मग त्यावर चर्चा होऊन तो पुढे का गेला नाही? एकदा तो आयोग झाल्यानंतर पुन्हा 'टेक्निकल ॲडव्हायझरी ग्रुप' कशाला नेमला? पण हा 'टेक्निकल ॲडव्हायझरी ग्रुप' झाला काय, रेणके आयोग झाला काय किंवा नरेंद्र जाधवांचा 'नॅक'चा रिपोर्ट झाला काय, शेवटी भटक्या-विमुक्त समाजाच्या पदरात काय पडलं? मला असं वाटतं, आता आपण याच गोष्टीवर बोललं पाहिजे. साठ वर्षांत जे आयोग भटक्यांसाठी झाले आहेत त्यातून त्यांना काय मिळालं? याचं उत्तर शून्य आहे.

भटक्या-विमुक्तांच्या पदरात काही पाडून घ्यायचं असेल तर त्यासाठी खूप मोठी ताकद लावावी लागणार आहे. सगळ्या राज्यांमध्ये जे काही संघटन आहे, संस्था आहेत, व्यक्ती आहेत त्या सगळ्यांची राष्ट्रीय पातळीवर एक मोट बांधण्याची आवश्यकता आहे. ते आणखी अवघड आहे. कारण महाराष्ट्रात जशी चळवळीत शकलं आहेत तशी राष्ट्रीय पातळीवरही आहेत. पुढाकार कोण घेणार असा प्रश्न आहे. संस्था घेणार, संघटना घेणार, राजकीय लोक घेणार की सरकार घेणार? सरकारला या प्रश्नाचं काही पडलेलं नाही. गेल्या दहा वर्षांतला हा अनुभव आहे. रेणके आयोगाचा अहवाल आल्यानंतर तो त्यांनी संसदेतही ठेवला नाही. हे दुर्दैवी आहे. दुसरा एक मुद्दा भटक्या-विमुक्तांच्या बाबतीत महत्त्वाचा आहे, तो म्हणजे आपल्याकडे 'व्होट पॉवर'

नाही. छोट्या छोट्या जमाती सगळीकडे विखुरलेल्या आहेत. त्यामुळे एकसंध ताकद तयार करणं अवघड होऊन बसतं. आणखी एक अडचण आहे ती भटके-विमुक्त म्हणून एक समान ओळख तयार व्हायला हवी तशीही ती झालेली नाही. एकीकडे सगळे भटके-विमुक्त एक होऊन हल्ला बोल करू या, असे प्रयत्न झालेले आहेत. पण प्रत्यक्षात असा हल्ला बोल करायला गेलो की शंभर लोकही दिसत नाहीत. दुसरीकडे विशिष्ट जातीचा मोर्चा असेल तर हजारोंनी माणसं रस्त्यावर येतात. हे आपण कशा प्रकारे लिंक करायचं आहे, चळवळ आपण कुठे घेऊन जाणार आहोत याचाही अंतर्मुख होऊन विचार करायला हवा.

महाराष्ट्रात जेव्हा कधी नेत्यांनी आपल्या प्रश्नांविषयी बोलायला सुरुवात केली तेव्हा त्यांना आमदारकी देऊन गप्प करण्यात आलेलं आहे. एकदा तुम्ही सत्तेत गेल्यानंतर त्या व्यवस्थेविरोधात भांडण करू शकत नाही. तुम्हाला उत्तरं द्यावी लागतात.

या सगळ्या लोकांना एकत्र आणण्याचा आम्ही काही तरुण कार्यकर्ते मंडळी प्रयत्न करत आहोत; पण गट-तट विसरून जेव्हा जेव्हा एकत्र येण्याचा विचार होतो तेव्हा तो यशस्वी होत नाही. जसं दलित चळवळीचं झालं तसंच भटक्या-विमुक्तांच्या चळवळीचं झालं आहे.

मी एक विचार नेहमीच मांडतो, तो म्हणजे आता भटक्या-विमुक्तांची 'कलेक्टिव्ह लीडरशिप' झाली पाहिजे. एकच नेतृत्व असेल तर ते सहज कमकुवत केलं जाऊ शकतं, पण सामुदायिक असेल तर तसं होणार नाही. 'नॅशनल अलायन्स फॉर पीपल्स मूव्हमेंट'ने हे दाखवून दिलं आहे. आज त्यांचं मोठ्या प्रमाणावर काम आहे. तुम्ही कोणती विचारसरणी किंवा इझम मानता त्याच्याही अडचणी आपल्याला येतात. मी समाजवादी, मी डावा, मी उजवा... प्रत्येकाची विचारसरणी वेगळी. दुसरं म्हणजे प्रत्येकजण म्हणतो, मीच नेता. आपल्यामागे किती लोक आहेत याचाही आता पारंपरिक नेत्यांनी अंतर्मुख होऊन विचार केला पाहिजे. मी म्हणतो, की सगळ्यांना एकत्र घ्या. एक व्यासपीठावर आणि बाकी समोर, असं बसण्यापेक्षा गोलाकार करून बसा. त्यात सर्वांना बोलण्याच्या समान संधी असतात. त्या त्या प्रांतातला तो नेता. म्हणून कलेक्टिव्ह लीडरशिप जास्त चांगली होऊ शकते आणि तिची गरजही आहे. भारताचं सरकारसुद्धा किमान कार्यक्रमावर चालतं, तर एक चळवळ का चालू नये? वैयक्तिकरीत्या सगळ्यांशी मी बोललो आहे. त्या सगळ्यांना हे मान्य आहे, पण प्रत्यक्षात मात्र येत नाही.

दुसरी एक गोष्ट म्हणजे भारतातल्या एकूणच चळवळी संपत चाललेल्या आहेत, ही एक फार मोठी खेदाची गोष्ट आहे. प्रत्येक चळवळ एका विशिष्ट संक्रमणातून जात असते. जागतिकीकरणाच्या पार्श्वभूमीवर आता डाव्यांच्या चळवळी कुठे राहिल्या आहेत? समाजवाद्यांच्या चळवळी कुठे राहिल्या आहेत? तसाच परिणाम याही चळवळीवर झाला असावा कदाचित. दलित चळवळीला जे साधायचं होतं ते साधून घेतलं आहे. भटक्या-विमुक्तांचं मात्र तसं झालेलं नाही. आमची चळवळ अशा ठिकाणी येऊन थांबली आहे, की तरुणपणाची स्वप्नं डोळ्यांत आहेत, पण म्हातारी थकली आहे. गेल्या काळात मोठमोठे लढे झाले. त्या काळचे राज्यकर्तेही सजग होते. एखादा मोर्चा गेला की त्या मोर्चाला आडवे जाणारे मुख्यमंत्री महाराष्ट्रात होते, जे प्रश्न समजून घ्यायचे. आज ते राहिलेलं नाही. आज आपण डेडलॉकच्या टप्प्यावर आहोत. लीडरशिप एकत्र नाही. लोकांचे प्रश्न तिथेच आहेत. अन्याय वाढताहेत, राजकारणातल्या लोकांकडून होणारे अत्याचार वाढताहेत. हे जे आहे ते सगळं संसाधनांवर नियंत्रण ठेवण्यासाठीची लढाई आहे. आता हीच वेळ आहे की ही चळवळ आपण पुनरुज्जीवित करू शकतो. ज्येष्ठांकडून मार्गदर्शन घेत पुढे जायला हवं. एकाचं दुसऱ्याशी जमत नाही ना, मग एकाला एका दिवशी बोलवा, दुसऱ्याला दुसऱ्या दिवशी बोलवा. माझ्या कार्यक्रमाला सगळे महत्त्वाचे नेते येऊन गेलेले आहेत. हे होण्यासारखं आहे.

कलेक्टिव्ह लीडरशिपबद्दल मी बऱ्याचजणांशी बोललो आहे. विशेषतः तरुण मुलांशी. त्यांच्यातच मला आशा आणि एक भक्कम पर्याय दिसतो. कारण नेतृत्व हा सामान्य कार्यकर्त्याचा प्रश्न नाही. जमिनीवर काम करणाऱ्या माणसासाठी भटक्या-विमुक्तांवरचे अत्याचार कसे बंद होतील, त्यांना रेशनकार्ड कसं मिळेल, त्यांचं पालावरचं जगणं कसं बंद होईल हे महत्त्वाचं आहे. या सगळ्या अंधाराच्या वातावरणात नेतृत्व तर पाहिजे. त्याशिवाय आपण पुढे जाऊ शकत नाही. म्हणून ज्यांची इच्छा आहे त्या सगळ्यांनी एकत्र या. हे जमिनीवर काम करणाऱ्या, कार्यकर्त्यांशी जोडलेल्या माणसाने करायला हवं. आताचं नेतृत्व कुचकामी आहे, हे धाडसी विधान मला करावंसं वाटतं. याला पर्याय नाही म्हणूनच चळवळ थांबलेली आहे. इतरांना कशाला शिव्या द्यायच्या? आपण स्वतःकडेही बघायला हवं. रेणके आयोग संसदेत न जाण्याचं कारण आम्हीही आहोत. त्यांच्या अहवालावर जी साधकबाधक चर्चा व्हायला हवी होती ती झाली नाही. जे झालं ते विकृत राजकारण.

आदिवासींच्या चळवळीत झिंदाबाद, मुर्दाबाद करण्यात मी खूप वर्षं घालवली. तेव्हा मला असं वाटायचं की तोच एक मार्ग आहे. पण आज जेव्हा मी तटस्थपणे विचार करतो तेव्हा असं वाटतं, की तो एक मार्ग असू शकतो, पण तो एकमेव मार्ग नाही. ज्या व्यवस्थेबरोबर तुम्ही बोलताय, ज्या व्यवस्थेला शिव्या घालताय, तिच्याशी तुम्ही समाजाचे प्रश्न सोडवण्यासाठी जुळवून घेऊ शकता का? नाही झालं तर मुर्दाबादचा पर्याय आहेच. आम्ही नाथपंथी डवरी गोसावी समाजाच्या लोकांबरोबर मुंबईत काम सुरू केलं होतं. यातल्या महिला ज्या गाई घेऊन बसतात, त्या हजारभर महिलांच्या जीवनाधाराचा प्रश्न निर्माण झाला होता. कारण मुंबई महापालिकेने 'हे लोक मुंबईला घाण करतात, तर त्यांना काढून टाका, आम्हाला मुंबईचं शांघाय करायचं आहे' अशा आशयाचं एक सर्क्युलर काढलं होतं. आम्ही एक परिषद आयोजित केली, त्यात एका मंत्र्यांना बोलावलं. त्यांना प्रश्न सांगितला. त्यांच्याकरवी पत्रव्यवहार केला. हजार महिलांच्या जीवनाधाराचा प्रश्न दोन दिवसांत सुटला. आपण आपल्या समाजाचे प्रश्न सोडवण्यासाठी असे किती प्रयत्न केले आहेत? कधी तरी सरकारी यंत्रणेबरोबर बसून सामोपचाराने आपण आपला अजेंडा राबवत राहिलो तर काही तरी होण्याची शक्यता आहे. वैदू, वडार, गोंधळी इ. जातींचा टॅग घेऊन, त्यांच्या समाजाच्या संघटना घेऊन जरी एकत्र आले आणि त्यांची आपण मोट बांधू शकलो तरी फार मोठं काम होईल. काही लोक जातीची ओळखच नको म्हणून खूप चूक करतात. वास्तव असं आहे, की सरकार तुम्हाला सगळे फायदे, आरक्षण हे जातीच्या आधारावर देतं. मग तुम्हाला जातीची ॲलर्जी कशासाठी? पण हा विचार माझ्यासारख्या एखाद-दुसऱ्याने करून ते होणार नाही. त्यासाठी सर्वांनी एकत्र येण्याची गरज आहे. ते तरुण लोक करू शकतात असं मला वाटतं.

●

वैशाली भांडवलकर

वैशाली भांडवलकर या भटक्या-विमुक्तांच्या चळवळीतील नव्या फळीतील आघाडीच्या अभ्यासक आणि कार्यकर्त्या आहेत. या जमातींच्या संविधानिक हक्कांबाबतचा लढा ते देत आहेत. तसेच त्या 'निर्माण' या सामाजिक संस्थेच्या संस्थापक-सदस्य आहेत. भटक्या-विमुक्त महिलांच्या प्रश्नांसाठी त्या शासकीय-सामाजिक पातळीवर हिरीरीने लढा देत आल्या आहेत.

“भारतीय राज्यघटनेची स्वातंत्र्य, समता, बंधुत्व, धर्मनिरपेक्षता आणि सामाजिक न्यायाची मूल्ये भारतीय समाजाने स्वीकारून ७० वर्ष उलटून गेली. मात्र, तरीही भारतातील सर्वच स्तरातील स्त्रियांना जात, धर्म आणि लिंग या आधारावर भेदभावाला सामोरे जावे लागत आहे. त्यातही दलित, आदिवासी आणि भटके विमुक्त जमातीतील महिलांच्या बाबतीत जातिव्यवस्था जितकी जाचक वा अन्यायकारक आहे तितकी ती सवर्ण समाजातील महिलांच्या बाबतीत जाणवत नाही. धर्माने महिलांना हीन वागणूक दिली. त्यांना त्यांच्या हक्क आणि अधिकारांपासून वंचित केले. गुलाम बनवले. इतकेच नव्हे, तर धर्माने भटक्या विमुक्त जमातींना आणि जमातीच्या महिलांना कलंकित केले वा तशी व्यवस्था करून ठेवली. जर महिला पूर्वाश्रमीच्या अस्पृश्य जातीत जन्माला आली असेल, तर तिच्या पोटी जन्माला येणारे बाळ हेदेखील अस्पृश्यच असेल. महिला जर गुन्हेगारी जमातीतील असेल, तर तिच्या पोटी येणारे बाळ हे जन्मजात गुन्हेगारच ठरविण्यात आले. साहजिकच, पारधी, कैकाडी, वडार, बंजारा, रामोशी अशा समाजातील महिलांच्या पोटी जन्माला येणारे बाळ हे जन्मजातच गुन्हेगार ठरविण्यात आले.

'शूद्र मूळचे कोण?' या १९४६ साली प्रसिद्ध झालेल्या ग्रंथात डॉ. बाबासाहेब आंबेडकर यांनी पूर्वाश्रमी अस्पृश्य, आदिवासी आणि भटके विमुक्त जमातींच्या व्यवस्थेचे समाजातील अस्तित्वच मुळात तिरस्करणीय असल्याचे म्हटले आहे. ही संस्कृतीच बदनाम आहे. उदरनिर्वाहाचे साधन म्हणून समाजातील एका घटकाने गुन्हेगारीचे धंदे चालवावेत; दुसऱ्या घटकाने कमालीच्या रानटीपणात राहावे आणि तिसऱ्या घटकाने मानवी देवघेवीपासून दूर राहावे किंवा त्यांच्या केवळ स्पर्शाने विटाळ मानला जावा, अशी शिकवण ज्या संस्कृतीने दिली आहे, तिला बदनामी शिवाय दुसरे काय म्हणावे, असा प्रश्न इथल्या व्यवस्थेला डॉ. बाबासाहेब आंबेकरांनी विचारलेला आहे.

रूढी-परंपरांचे जोखड :

सर्व भटक्या विमुक्त जाती व जमातींच्या रूढी-परंपरा, चालीरीती, वेशभूषा, बोलीभाषा, नीती-नियम, जात पंचायती या वेगवेगळ्या आहेत. उत्तरेकडून स्थलांतरित होऊन आलेल्या जमाती (उदाहरणार्थ, पारधी, कंजारभाट, राजपूत भामटा, छप्परबंद, वाघरी, बंजारा इत्यादी जमाती) या हिंदी, गुजराती, मारवाडी आणि राजस्थानी या मूळच्या भाषांत स्थानिक भाषांचे मिश्रण होऊन बनलेल्या बोलीभाषा बोलतात. अगदी तसेच दक्षिणेकडून स्थलांतरित झालेल्या जमाती (उदाहरणार्थ, वडार, कैकाडी, बेस्तर, टकारी, कटबु, मांगगारुडी, रामोशी, बेरड या जमाती) तेलुगू, कन्नड, आणि तमिळ या भाषांचे मिश्रण असलेल्या बोलीभाषा बोलतात. भाषेच्या बाबतीत आणखी एक गोष्ट म्हणजे पूर्वी गुन्हेगारी जमातीतील लोक आपल्या संरक्षणासाठी पारुशी म्हणजे सांकेतिक बोलीभाषा किंवा गुप्तभाषा बोलत असत. त्या सांकेतिक भाषेचा अर्थ फक्त जमातीतील एकमेकांनाच कळत होता.

'विमुक्तायन' या अभ्यास ग्रंथानुसार भारतातील अपवाद वगळता सर्व आदिम जमाती आर्यपूर्व, स्त्रीप्रधान व स्त्रीसत्ताक आहेत. एखाद्या जातीची, जमातीची, वंशाची किंवा धर्माची मुळे शोधायची असतील तर स्त्रियांच्या जपलेल्या सांस्कृतिक एकात्मतेचा, स्त्रियांना असलेल्या अधिकारांचा आणि त्याच्यावर लादलेल्या बंधनाचा सखोल विचार करणे गरजेचे आहे.

पूर्वीच्या काळी या जमातींमध्ये स्त्रियांना वरच्या दर्जाचे स्थान होते. सती जाणे, केशवपन, विधवाविवाह निषेध, पुनर्विवाह निषेध, कामाच्या हक्काचा निषेध या गोष्टी जमातींमध्ये सापडणार नाहीत. सांस्कृतिक, प्रापंचिक संदर्भातील निर्णय घेणे, संपत्तीचे वाटप करणे, नवऱ्याबरोबरचा सहजीवनाचा हक्क नाकारणे हे सारे हक्क स्त्रीच्या स्वाधीन

होते. या जमातीच्या कोणत्याही स्त्रीला तिच्या मनाविरुद्ध नांदण्यास भाग पाडले जात नाही. या जमातीमध्ये विधवा पुनर्विवाहाला परवानगी दिली जाते. एखाद्या मुलीचा नवरा मेल्यास तीन दिवसांचे सुतक पाळले जाते. त्यानंतर तीन दिवसांनी मुलीची आई मुलीला नवी वस्त्रे देते. त्या प्रथेचा अर्थ तिने नव्या संसाराची सुरुवात करावी, असा आहे. लग्न हे मुलीचा मामा असल्याखेरीज लागत नाही. मुलीचे लग्न करणे आणि तत्संबंधीचे निर्णय घेणे असे अधिकार मुलीची आई आणि विशेषतः मामाचे असतात. या सर्व जमातींमध्ये बाळ जन्माला आल्यानंतर त्याची किंवा तिची 'पाचवी' केली जाते. या वेळेस सटवाईची पूजा केली जाते. जावळ काढण्याच्या समारंभातदेखील मुलाच्या मामाची आवश्यकता असते. तो पहिली बट काढतो आणि मगच जावळाचा 'चढी' संपन्न होतो. या साऱ्याच जमातींमध्ये मातुलकुळ प्रतिष्ठित आहे. या जमातींमध्ये मातृदेवतांना प्राधान्य आहे. सातीअसरा, यल्लमा, काळूबाई, मरीआई, सखाई आणि लक्ष्मी या त्यांच्या प्रमुख देवता आहेत. या जमातींमध्ये देवकांची पद्धत आहे. उदाहरणार्थ, पिंपळ्याच्या पानांची वा आंब्याच्या पानांची पूजा केली जाते. लग्नामध्ये मुलीला मुलांकडून 'वधूमुल्य' देण्याची प्रथा या जमातींमध्ये आहे. पूर्वीच्या काळात हा विवाह या जमातींतील जंगम लावत असे. जंगम उपलब्ध नसेल तर वृद्ध स्त्रियांना लग्न लावण्याची परवानगी असे.

भटक्या विमुक्त जमातींमध्ये आजही कुटुंबसंस्था प्रबळ आणि निर्णायक भूमिका बजावीत आहे. प्रत्येक जमात आपल्या मुली-मुलांना विशेष मुलींना जमातीचे नियम, कायदे-कानून, चालीरीती, रूढी-परंपरा, पेहराव, चाल-चलन, वागणूक यांबाबतचे अतिशय सूक्ष्म आणि काटेकोर शिक्षण देत असते. ते सर्व नियम बालपणापासूनच त्यांच्या मनावर ठसवले जातात. स्त्रियांना मानसिकदृष्ट्या गुलाम बनविण्याचे काम ही कुटुंब व्यवस्था अतिशय दक्षतेने करीत असते. काही भटक्या जमातींमध्ये आजही जात पंचायत अस्तित्वात आहे. जन्मापासून ते मृत्यूपर्यंतच्या सर्व विधी या जात पंचायतीच्या परवानगीशिवाय करता येत नाहीत. तांड्याच्या पंचायतीमध्ये एखादा निर्णय होत नसेल, तर त्या तांड्यातील सर्वांत वृद्ध स्त्री आपला शेवटचा निर्णय देते आणि तो सर्वांना बंधनकारक असतो. व्यभिचार, विवाहपूर्व संबंध किंवा लग्नसंबंधात आलेल्या अडचणींबद्दल अपराधी स्त्रियांना आपली बाजू मांडण्याची आणि सिद्ध करण्याची पूर्ण मुभा असते. मात्र, एकाच गुन्ह्यासाठी शिक्षेचे स्वरूप मात्र वेगवेगळे असते. या जमातींमध्ये बहुपत्नीकत्वाची परंपरा आहे. पहिली बायको हयात असल्यास आणि दुसरे लग्न करायचे असल्यास जात पंचायतीकडून परवानगी घ्यावी लागत असे. एकंदरीत मुलीच्या आणि महिलांच्या लैंगिकतेवर नियंत्रण करण्याचे काम जात पंचायत

करत असते. जातिव्यवस्थेला खतपाणी घालणाऱ्या जात पंचायतीचे स्वरूप बदलून या जात पंचायतींच्या माध्यमातून जमातींच्या विकासाचे कार्य होणे अत्यंत गरजेचे आहे.

पूर्वीच्या काळी या जमातींचे जगणे हे आदिम आदिवासी लोकांसारखेच होते. टोळ्या-टोळ्यांनी राहण्याची संस्कृती, सांकेतिक व बोलीभाषा, रूढी-परंपरा, जात पंचायत, लग्न व मृत्यूचे विधी, वेशभूषा, गाणी, देवक, देवदेवता यावरून या जमातीचे वेगळेपण कळते. तसेच ब्रिटिशांनी या जमातीला 'ट्राईब्ज' (Tribes) म्हटले आहे. त्याचा मराठीत अर्थ 'जमाती' असा होतो. त्यामुळे या आदिम जमाती होत्या हे सिद्ध होते. स्वातंत्र्योत्तर काळात या जमाती ठिकठिकाणी स्थायिक होत आहेत आणि या जमाती गावकुसाजवळ स्थायिक होऊ लागल्यामुळे नोकऱ्यांच्या, व्यवसायांच्या निमित्ताने इतर समाजात मिसळल्यामुळे हिंदूंच्या व इतर धर्मीयांच्या अनेक पद्धती व परंपरांचा कळत-नकळत स्वीकार या जमातींकडून होऊ लागला आहे. उदाहरणार्थ, शिकलेली मुले हुंडा घेऊ लागली, पंचांच्याऐवजी किंवा जमातीतीलच जंगमच्या ऐवजी ब्राम्हणास लग्न लावण्यास बोलावू लागली. तसेच घरातील स्त्रियांचे स्थान हेही गौण होऊ लागले आहे.

एके काळी भारतीय स्त्रीला समाजात गौरवपूर्ण स्थान होते. बौद्धिक, सामाजिक जीवनात ती निर्धोकपणे वावरत असे. स्त्री विद्याभ्यासाच्या जोरावर उच्च स्थान मिळवू शकत होती, असे मानले जाते. आणि या संदर्भात मैत्रेया, गार्गी, सुलभा यांचे नेहमी उल्लेख केले जातात. मनूच्या उदयाबरोबरच स्त्रियांची उपेक्षाच झाली. गुलामांचे जीवन तिच्या वाट्याला आले. स्त्रीकडे बघण्याच्या दृष्टिकोन बदलला. तो तुच्छ मानला जाऊ लागला ही अवस्था सर्वसामान्य स्त्रीची झाली. मग शूद्र- अतिशूद्र स्त्रीजीवनाचे व समस्त समूहाचे काय होणार? शूद्र-अतिशूद्रांना, स्त्रीला व समस्त समूहाला कलंकित करण्याचे काम मनूने केले. कोणाला अस्पृश्य ठरवले, तर कोणाला रानटी आदिवासी, तर कोणाला जन्मजात गुन्हेगार ठरवले.

कपाळी कायद्याचा 'गुन्हेगारी'चा टिळा :

गुन्हेगारी जमातीचा काळा कायदा ब्रिटिशांच्या काळात करण्यात आला. मन व बुद्धी असलेल्या माणसाला सत्ताधारी वर्गाकडून 'तुम्ही चोर आहात', 'गुन्हेगार आहात' असा अपमान जगाच्या पाठीवर इतर कुठल्याही माणसांचा झालेला दिसून येत नाही. जमातींचा असा अवमान व अपमान फक्त ब्रिटिशांच्या काळातच झाला किंवा तेव्हापासून सुरू झाला असे नाही, तर ज्या दिवशी जातिव्यवस्थेवर आधारलेले दंडक कायदे या देशात अस्तित्वात आले तेव्हापासून हे घडत आहे. मनुस्मृतीच्या

काळापासूनच जमातींना असे सांगितले गेले कि, कोणी कुठल्या पायरीवर राहायचे आणि कसे जगायचे. त्यामुळे भटक्यांच्या आजच्या दुरवस्थेला जर कोण जबाबदार असेल, तर ती इथली मनुस्मृतीवर आधारलेली धर्मव्यवस्था, जातिव्यवस्था आणि पुरुषप्रधान समाजव्यवस्था होय!

सुरुवातीच्या काळामध्ये ब्रिटिश राज्यकर्ते आणि ब्रिटिश अधिकाऱ्यांना भारतीय जातिव्यवस्था, हिंदू धर्म, हिंदू धर्माचे तत्त्वज्ञान, त्यांतील बारकावे न समजल्यामुळे तसेच भारतीय समाजजीवनाविषयी पुरेसे आकलन न झाल्यामुळे त्यांच्यामध्ये अत्यंत चुकीची गृहीतके रुजली. त्याचेच परिणाम म्हणून अमानवी अशा कायद्यांचे गंभीर घोटाळे झाले. या गफलतींची शिक्षा समाजातील अत्यंत दुर्बल वर्गाला कशी भोगावी लागते ते टी.व्ही. स्टीफन यांच्या उदाहरणावरून लक्षात येईल. भारतामध्ये जात आणि धंदा या दोन्ही गोष्टी एकच असतात. सुताराचा मुलगा सुतारच असतो आणि शतकानुशतकांपासून त्यांचा तोच धंदा असतो. त्यावरून 'धंदेवाईक गुन्हेगार' ही संज्ञा स्पष्ट होते. याचा अर्थ, ज्या जमातीचे सदस्य पुरातन काळापासून गुन्हेगार आहेत, ते आपल्या जातीचा उपयोग गुन्हे करण्यासाठीच करतात आणि त्यांचे वारससुद्धा कायद्याच्या दृष्टीने गुन्हेगारी वर्तनच करणार आहेत, अशा ठगांचा संपूर्ण नायनाट केल्याशिवाय पर्याय नाही, ही भावना जातींच्या कपाळावरील 'गुन्हेगारी' टिळ्यामुळे दृढ होते. अशा परिस्थितीत जेव्हा एखादा माणूस कायद्यासमोर गुन्हेगार असल्याचे कबूल करतो आणि पूर्वीपासून तो तसा आहे किंवा त्याच्या अंतापर्यंत तो तसाच राहणार आहे, हे बिंबवलेले अर्धसत्य समाजव्यवस्था सांगते तेव्हा त्या जमातीमध्ये सुधारणा होण्याची शक्यता धूसर होते. कारण गुन्हे करणे हा त्यांचा धंदा असतो आणि तीच त्यांची जात असते.

सेटलमेंटच्या कुंपणात जमातींची बाग फुलविण्याचा प्रयत्न:

१८७१ साली ब्रिटिशांनी गुन्हेगारी जमाती कायदा केला. देशातील १९८, तर महाराष्ट्रातील १४ विमुक्त जमातींना या कायद्यामुळे गुन्हेगार म्हणून कलंकित केले गेले. १९०८ साली गुन्हेगार जमाती कायद्यामध्ये बदल करून स्थानिक सरकारांना गुन्हेगार जमातीस त्यांच्यातील एखाद्या गटास किंवा मिश्र टोळीस किंवा व्यक्तिगत सदस्यास किंवा मुलांना त्यांच्यासाठी खास निर्माण केलेल्या औद्योगिक, सुधारात्मक शेती-वसाहतीत किंवा सुधारशाळेत -जिला 'सेटलमेंट' असे म्हटले गेले- दाखल करण्याचे अधिकार देण्यात आले होते. या सेटलमेंटमध्ये विविध गुन्हे करण्यासाठी 'लाल-पिवळा-हिरवा' अशा तीन रंगाच्या भागांची निर्मिती केली होती. मध्यभागी म्हणजेच

लाल भागात सर्वांत अधिक कठोर गुन्हे करणाऱ्यांना ठेवले जात असे. त्या बाहेरच्या दुसऱ्या कुंपणात म्हणजे पिवळ्या भागात मध्यम गुन्हे करणाऱ्यांना ठेवले जात असे. त्यानंतर सौम्य गुन्हे करणाऱ्यांना तिसऱ्या भागात म्हणजे हिरव्या भागात ठेवले जात असे. या तीन कुंपणांच्या बाहेर मुक्त वसाहत होती. त्यामध्ये ब्रिटिशांनी घरे बांधली होती. जशी जशी व्यक्तीमध्ये सुधारणा होत असे, तसे त्याच्या कुटुंबाला लाल भागातून, पिवळ्या भागात आणि नंतर पिवळ्या भागातून हिरव्या भागात व सर्वांत शेवटी हिरव्या भागातून मुक्त वसाहतीतील घरात राहण्याची संधी दिली जात होती. या तीन भागांतील व्यक्तींना बाहेर जाण्याची परवानगी नव्हती. मुक्त वसाहतीत बाहेर जाता येत असे, पण या सर्वच सेटलमेंटमध्ये व्यक्तीला दिवसांतून तीन वेळा हजेरी द्यावी लागायची. मुक्त वसाहतीतील लोकांकडून ब्रिटिश वेठबिगारीची कामे करून घेत. या कामाच्या मोबदल्यात पुरुषांना सहा रुपये, तर महिलांना तीन रुपये मिळत. या सेटलमेंटमधील लोकांसाठी ब्रिटिशांनी सहकारी पतसंस्था स्थापन केल्या होत्या. विमुक्त जमातीचे लोक या सहकारी पतसंस्थांमध्ये बचत करत. ख्रिस्ती मिशनच्या माध्यमातून मुला-मुलींना सक्तीचे शिक्षण दिले जाई. वसाहतीमध्ये पाच ते बारा वर्षांच्या सर्व मुलांना प्राथमिक शिक्षण सक्तीचे करण्यात आलेले होते. जी मुले गिरणीमध्ये अर्धवेळ कामगार होती, त्यांना वयाची १५ वर्षे पूर्ण होईपर्यंत रात्रीच्या शाळेत किंवा अर्धवेळ शाळेत हजर राहणे सक्तीचे होते. वसाहतीमध्ये मुले अनेक परदेशी व भारतीय खेळ खेळत. तसेच त्यांच्या मनोरंजनगृहांमध्ये कीर्तन, धार्मिक आणि नैतिक शिक्षणाचे कार्यक्रमही घेतले जात. नवीन कौशल्य विकसित करण्याच्या हेतूने उद्योगशिक्षण दिले जाई. त्यामध्ये सुतारकाम, शिवणकाम, विणकाम, मोटाररिवायंडिंग, चप्पल मेंकिग, प्रिंटिंग, शेती आदींचे प्रशिक्षण दिले जाई. पुरेसा रोजगार, योग्य आणि सक्तीच्या शिक्षणानेच गुन्हेगारी जमातींमध्ये सुधारणा घडून येऊ शकतील, असे वाटून ब्रिटिशांनी सेटलमेंटच्या माध्यमातून विविध उपक्रमांची आखणी केल्याचे दिसून येते.

गुन्हेगार नव्हे, 'सवयी'चा गुन्हेगार!

आपल्या देशाला १५ ऑगस्ट १९४७ रोजी स्वातंत्र्य मिळाले. स्वातंत्र्यानंतर तब्बल ५ वर्षे ५ दिवसांनी पंडित जवाहरलाल नेहरूंनी सोलापूरच्या तीन तारेच्या सेटलमेंटची तार कापून या गुन्हेगारी जमातींना ३१ ऑगस्ट १९५२ साली या रानटी, अमानवी, क्रूर कायद्यापासून मुक्तता मिळवून दिली. मात्र, हा गुन्हेगारी रानटी कायदा पूर्णपणे रद्द केला नाही. गुन्हेगारी जमाती कायद्याच्या नावात बदल करून त्याजागी

'सवयीचा गुन्हेगार कायदा' असे त्याचे नामांतर केले. त्याची अंमलबजावणी आजही आपल्या देशात सुरू आहे.

भारताच्या स्वातंत्र्यप्राप्तीनंतर तीन वर्षांनी २६ जानेवारी १९५० रोजी राज्यघटना अमलात आली. राज्यघटनेने सर्वांना समान हक्क दिलेत. भारतातील जातिव्यवस्था नष्ट करण्याकरिता राज्यघटनेत कलम १५नुसार राज्य केवळ धर्म, वंश, जात, लिंग आणि जन्मस्थान या किंवा यांपैकी कोणत्याही कारणांवरून कोणत्याही नागरिकाला प्रतिकूल होईल अशाप्रकारे भेदभाव करणार नाही. तसेच कलम १७ नुसार कोणत्याही प्रकारची अस्पृश्यता पाळण्यास मनाई करण्यात आली आहे. स्वातंत्र्यप्राप्तीनंतर डॉ. बाबासाहेब आंबेडकर यांच्या घटना समितीने तयार केलेली भारतीय राज्यघटना स्वीकारण्यात आली. या घटनेमध्ये अनुसूचित जाती व जमातींसाठी खास संरक्षण आणि हक्क देण्यात आले. ज्या वेळी घटना बनविण्याचे कामकाज चालू होते, त्या वेळी भटके विमुक्त जमाती या सेटलमेंटमध्ये असल्यामुळे त्यांच्याकडे लक्ष देण्यात आले नाही. त्यामुळे या जमाती संविधानाचे हक्क आणि अधिकारांपासून वंचित राहिल्या. ज्या वेळी अनुसूचित जाती आणि अनुसूचित जमातींची यादी बनत होती, त्या वेळी ही यादी बनविण्याची जबाबदारी त्या राज्यातील प्रांतिक सरकारकडे दिली होती. १९३१च्या जनगणनेच्या आधारावर अनुसूचित जाती आणि अनुसूचित जमातींचा अभ्यास करून याद्या बनविण्यात आल्या. १९४१ साली दुसऱ्या विश्वयुद्धामुळे जातवार जनगणना झाली नाही. त्यानंतर १९५१ सालची जनगणना नेहरू सरकारने जातवार न करता फक्त अनुसूचित जाती आणि अनुसूचित जमातीं पुरतीच मर्यादित ठेवली. त्यामुळे भटक्या विमुक्त जमातींची जातवार जनगणना झाली नाही. इतर राज्यांमध्ये अनुसूचित जाती, अनुसूचित जमाती आणि ओबीसी यांच्या निकषांनुसार भटके विमुक्त जमातीचा समावेश अनुसूचित जाती, अनुसूचित जमाती वा ओबीसी या प्रवर्गात केलेला आहे. महाराष्ट्रात या भटके विमुक्तांना अनुसूचित जाती, अनुसूचित जमाती वा ओबीसी या प्रवर्गात त्या त्या निकषांनुसार समाविष्ट करण्याच्या ऐवजी त्यांचा असंवैधानिक असा 'व्ही.जे.एन.टी.' म्हणून स्वतंत्र प्रवर्ग निर्माण करण्यात आला. त्याद्वारे भटके विमुक्त जमातींना संवैधानिक हक्क आणि अधिकारांपासून वंचित ठेवण्यात आले.

आजही समाजव्यवस्थेचा या जमातीकडे पाहण्याचा दृष्टिकोन फारसा बदललेला दिसत नाही. आजही कुठे चोरी किंवा एखादा गुन्हा घडला की पोलीस पालांवर-तांड्यांवर धाडी टाकतात.पुराव्यांशिवाय त्यांना पकडून त्यांच्यावर खोट्या केसेस लावतात. ज्या भटक्या विमुक्तांनी गुन्हेगारी सोडून शेतीची कास धरली त्यांची पिके जाळली जातात. घर-झोपडी बांधून एका ठिकाणी स्थायिक होऊ लागले तर त्यांची

घरे-झोपड्या जाळल्या-मोडल्या जातात. त्यांना गावात राहण्यास मज्जाव केला जातो. गावातील गावगुंडांची दहशत तर त्याहून भयंकर आणि अन्यायकारक असते. पोलिसांकडूनही भटके विमुक्तांच्या वस्तीवर, पालांवर, तांड्यांवर रात्री-बेरात्री धाड टाकल्या जातात. 'मोका'सारखी कलमे लावून या जमातीतील लोकांचे मनोबल कायमचे खच्चीकरण करण्याचा प्रयत्न होतो. पोलीस कस्टडीमध्ये होणारी जबर, भयंकर वेदनादायी मारहाण कधी कधी त्यांच्या मृत्यूला कारणीभूत ठरते. अलीकडच्या मॉब लिचींगमधील घटनांत सर्वांत जास्त बळी हे भटक्या विमुक्त जमातींचे झाले आहेत. स्वातंत्र्यानंतरही होणारे त्यांचे हे हाल उर्वरित भारतीयांना दिसत नाहीत, हेच दुर्दैव!

महिलांचे हालअपेष्टांचे जिणे :

जिथे भटक्या-विमुक्त समाजाची अशी अवस्था दिसते, तिथे त्यांच्या स्त्रियांचे हाल तर विचारायलाच नकोत. जेव्हा पोलीस धाड टाकण्याच्या उद्देशाने भटक्या विमुक्तांच्या पाला-तांड्या वर जातात तेव्हा या जमातीतील महिला पोलिसांना सामोऱ्या जातात. कारण पुरुषांप्रति पोलिसांची वागणूक ही अतिशय क्रूर आणि खुनशी स्वरूपाची असते. त्या वेळी त्या महिला बऱ्याचदा नवऱ्याचे गुन्हे स्वतःवर घेतात. एकत्रितपणे पोलिसांशी झुंज देतात. नवऱ्याला लपवून ठेवून स्वतःला अटक करून घेतात. कुटुंबातील कर्ता पुरुष तुरुंगात गेल्यावर मागे तीन-चार मुला-बाळांचा संसार ती कोणत्याही निवाऱ्याशिवाय समाजातील अवहेलना, त्रास, कष्ट झेलत मोठ्या धीराने सांभाळण्याचा प्रयत्न करतात. अशा महिलांची एकीकडे तिची नवऱ्याला तुरुंगामधून बाहेर काढण्यासाठी धडपड सुरू असते, तर दुसरीकडे कुटुंबाच्या पालनपोषणाची जबाबदारी त्या सांभाळत असतात. नवरा हयात असताना अगदी तारुण्यातही या महिलांना दहा-पंधरा वर्षे एकाकी जीवन कंठावे लागते. अशा एकाकी जीवनात पालांवरील असुरक्षितता पाचवीलाच पुजलेली. जळणफाटा आणि वस्तूंच्या विक्रीसाठी दारोदारी कराव्या लागणाऱ्या भटकंतीवेळी नराधमांकडून होणारे अत्याचार आणि छेडछाडही नित्याचीच. या सर्व गोष्टी ती मुकाट सोसत असते वा त्याला तोंड देत असते. त्याशिवाय महिलांना होणारी मारहाण, वापरले जाणारे अपशब्द, केले जाणारे बलात्कार, त्यांची होणारी मानवी तस्करी याही गोष्टी भरीस भर असतातच. अशा प्रकारे या जमातीतील महिलांना शाब्दिक, शारीरिक, लैंगिक अन्याय आणि अत्याचाराला सामोरे जावे लागते.

भटकंतीचे मुख्य ओझे हे या जमातीच्या महिलांच्या डोक्यावर लादलेले आहे. गाढवाच्या पाठीवर संसाराचे ओझे वाहत एका ठिकाणाहून दुसऱ्या ठिकाणी भटकंतीचे जीवन त्या जगत आहेत. भटकंती करताना कुटुंबाला पुरेसे संरक्षण मिळत नाही. हे लोक कोणत्याही गावाचे कायम स्वरूपी स्थायिक नागरिक नसल्यामुळे प्राथमिक सोयी आणि सुविधांपासून त्या वंचित राहतात. भटक्यांचे संसार उघड्यावर असल्यामुळे वयात आलेल्या मुलींना आणि महिलांना गावातील गावगुंड, पोलीस, जमीनदार असे लैंगिक वासनेने बरबटलेले लोक त्रास देतात. परिणामी, वयात आलेल्या मुलीचा सांभाळ करणे कठीण असल्यामुळे आणि तिच्या सुरक्षिततेच्या काळजीपोटी मुलींची लग्ने उरकून टाकण्याच्या प्रथेने जोर पकडला आहे. लहान वयातच मुलींची लग्ने होतात आणि लहान वयातच गरोदरपण त्यांच्या नशिबी येते. गरोदरपणाच्या काळात कोणत्याही वैद्यकीय सेवा सुविधांचा लाभ त्यांना मिळत नाही. कुटुंब नियोजन विषयक साधनेही माहीत नसतात किंवा त्यांच्यापर्यंत पोहोचलेली नसतात. आणि पोहोचलीच तरी त्यांच्या वापरास बंदी असते. गर्भपात करण्यास त्यांना मनाई केली जाते. कारण रूढी परंपरांचा मोठा पगडा या जमातींवर असतो. तसेच स्त्रीला जेवढी मुले होतील तेवढी होऊ दिली जातात. यामागचे कारण म्हणजे जेवढी मुले जास्त तेवढे श्रम करणारे हात जास्त आणि मिळकत जास्त. त्यामुळे स्त्रियांच्या पुनरुत्पादकतेचा तिच्या आरोग्यावर होणारा दुष्परिणामही ओघाने येतोच. शिवाय लोकसंख्या नियंत्रण आणि परंपरा अशा दोन्ही बाजूने तिचे शोषण हे ठरलेलेच!

आजच्या जागतिकीकरणाच्या काळात आर्थिक विषमतेची खूप मोठी दरी आपल्याला दिसून येत. त्याचे सर्वाधिक दुष्परिणाम भटके विमुक्त जमातींना भोगावे लागत आहेत. त्याच खऱ्या अर्थाने जागतिकीकरणाच्या बळी ठरलेल्या आहेत. उद्योग-तंत्रज्ञानाच्या विकासाच्या मुख्य प्रवाहापासून हे लोक कोसो दूर आहेत. त्यावर कडी म्हणजे गेल्या काही वर्षांत पर्यावरण संतुलनासाठी काही कायदे बनवले गेले आहेत. मात्र हे कायदे करताना अशा भटक्या विमुक्त जमातींच्या जीवनमानावर होणाऱ्या दुष्परिणामांचा काहीही विचार केलेला दिसत नाही. परिणामी, या कायद्याने भटकंती करणाऱ्या बऱ्याचशा जमातींची उपजीविका हिरावून घेतली गेली आहे. शिवाय जमातींमध्ये व्यसनाधीनतेचे प्रमाण जास्त असल्यामुळे कुटुंबासाठी अर्थार्जन करण्याची जबाबदारी ही महिलांच्याच खांद्यावर येऊन पडते. आजही वडार समाजातील काही महिला ह्या दगड फोडण्याचे काम करत आहेत. मरीआई या जमातीतील महिला डोक्यावर मरीआईचे देऊळ घेऊन धर्माच्या नावाने भिक्षा मागताना दिसतात. पारधी समाजातील महिला ह्या सिग्नलवर, फुटपाथवर भिक्षा मागताना किंवा

लिंबू मिरची आणि खेळणी विकताना दिसतात. डोंबारी समाजातील लहान मुली आणि महिला ह्या डोंबाऱ्याचा खेळ करताना दिसतात. कोल्हाटी महिला ह्या विशिष्ट वर्गातील पुरुषांच्या फडावर नाचून मनोरंजन करताना दिसतात.

तसेच काही जमातींनी त्यांचे पारंपरिक व्यवसाय बदलले दिसतात. जसे कि, गोंधळी, नाथजोगी, गोपाळ, बहुरूपी यांसारख्या जमातीचे लोक हे कान साफ करणे, म्हशी भादरणे, म्हशी सांभाळणे, केस गोळा करणे असे व्यवसाय करतात. डवरी गोसावी समाजातील महिला ह्या गावोगावी फिरून टिकल्या, बक्कल, चाप, पिना, बांगडी, सुया, आरसा, कंगवे अशा वस्तू विकतात. भंगार विकणे, कचरावेचक म्हणून कामे करताना दिसतात. भटके विमुक्त महिलांचे असंघटित क्षेत्रातील प्रमाणही चांगलेच लक्षणीय आहे. उदाहरणार्थ, बांधकाम, कचरावेचक, भंगार गोळा करणे आणि विकणे, इत्यादी. अशा ठिकाणी काम करणाऱ्या महिलांना कामाच्या ठिकाणी कोणतेही संरक्षण मिळत नाही; अनेकदा कामाचा पुरेसा किंवा संपूर्ण मोबदलाच मिळत नाही; कामाच्या ठिकाणी अन्याय व अत्याचाराला सामोरे जावे लागते; त्यामुळे या स्त्रिया अत्यंत असुरक्षित वातावरणामध्ये, हलाखीच्या परिस्थितीमध्ये काम करतात. भटक्या विमुक्तांच्या पारंपरिक व्यवसायाला मूठमाती दिल्याशिवाय मानसिक गुलामगिरी नष्ट होणार नाही. त्यामुळे त्यांना सन्मानपूर्वक चिरस्थायी रोजगार मिळण्यासाठी प्रशिक्षण, आर्थिक साहाय्य आणि उत्पादित मालाला बाजारपेठ उपलब्ध करून देणे समाजाचे-सरकारचे कर्तव्य आहे.

त्यांच्या दारी शिक्षणाची गंगा कधी पोहोचणार?

शिक्षण हक्क कायद्याद्वारे सरकार 'सर्वांसाठी शिक्षण' हे उद्दिष्ट घेऊन काम करत असले तरी काही जाती आणि जमाती ह्या आजही शिक्षणापासून वंचित आहेत. एखाद्या जमातीत पुरुषांचेच शिक्षणाचे प्रमाण इतके अल्प असेल, तर त्या जमातीमधील मुलींच्या शिक्षणाची अवस्था काय असेल, याचाच विचारच केलेला बरा. रेणके आयोग २००८च्या अहवालानुसार या जमातीमधील मुले-मुली जास्तीत जास्त आठवीपर्यंत शिक्षण घेत असल्याचे म्हटले आहे. त्यांच्यासाठी ज्या काही आश्रमशाळांची स्थापना केलेली आहे त्यामध्ये भटके विमुक्तांच्या मुलां-मुलींना प्राथमिक आणि माध्यमिक शिक्षणाची संधी मिळते. हे जरी खरे असले तरी, माध्यमिक शिक्षण पूर्ण झाल्यानंतर उच्च शिक्षणाची वाट त्यांच्यासाठी अतिशय बिकट असते किंवा ती वाट बंदच होते. त्यामुळे पुढील शिक्षण घेणाऱ्यांचे प्रमाण अगदीच नगण्य होते. शाळेचे अंतर, शाळेतील भेदभाव, शालेय खर्च, बोलीभाषा, बालकामगार,

मुलांमध्ये असलेली व्यसनाधीनता, बालविवाह, स्थलांतर ही ती कारणे होत ज्यामुळे मुले-मुली शालाबाह्य होतात. घरात खाण्यापिण्याची आबाळ होत असल्यामुळे या मुलांना विशेषतः सिग्नल-फुटपाथवर खेळणी-फुगे-पिशव्या विकणे, भीक मागणे, हलकी घरकामे करणे, कचरा वेचक बनणे, भंगार गोळा करणे, छोट्या हॉटेलमध्ये बालकामगार म्हणून काम करण्याची वेळ येते. भटके विमुक्त जमातीच्या मुला-मुलींच्या शिक्षणासाठी प्रत्येक विद्यार्थ्यामागे फक्त १०० रुपये प्रती महिना भत्ता शासनाकडून दिला जातो. मात्र ही तरतूद अतिशय तुटपुंजी आहे. भटक्या विमुक्त महिलांना चूल आणि मूल या चौकटीत अडकवून न ठेवता तिला शिक्षणाच्या मुख्य प्रवाहात आणले पाहिजे. तसेच शासन स्तरावर या जमातीतील मुलींच्या शिक्षणाबाबत ठोस धोरण ठरवून त्याप्रमाणे बजेटची तरतूद केली पाहिजे.

महाराष्ट्र राज्यातील ६ वर्षांखालील बालकांच्या विकासासाठी कार्यरत असणाऱ्या एकात्मिक बाल विकास सेवा योजनेच्या माध्यमातून मुला-मुलींना पोषण आहार दिला जातो; त्यांचे लसीकरण केले जाते; तसेच स्तनदामाता आणि गरोदर महिलांनाही पोषण आहार दिला जातो आणि त्यांची आरोग्य तपासणीही केली जाते. मात्र भटके विमुक्त जमातीचे बालक आणि माता या योजनेच्या लाभांपासून आजच्या घडीलाही वंचित आहेत. भटक्या विमुक्त जमातीतील बरेचसे लोक भीक मागून आणलेले शिळे अन्न खातात. त्यातही घरातील अन्य सदस्यांमध्ये वाटप होऊन जे उरेल ते घरातील स्त्रिया खातात. त्यामुळे अशा निकृष्ट दर्जाच्या अत्यल्प आहारातून त्यांना कोणती पोषक मूल्ये मिळत असतील, याचा सारासार विचार होणे गरजेचे आहे. लहान मुलांना लसीकरण केले जात नाही; तसेच स्तनदा माता, गरोदर महिलांना शासनाकडून कोणतेही फायदे मिळत नाही. कारण एका ठिकाणी वस्ती नसल्यामुळे त्यांची शासन दरबारी मुळी नोंदच नसते. या जमातीतील अनेक मुले-मुली कुपोषित असतात. योग्य वेळी उपचार न मिळाल्यामुळे अनेक बालमृत्यू आणि मातामृत्यू होतात. सरकारी आरोग्य यंत्रणा अशा जमातींच्या लोकांची वस्ती त्यांच्या हद्दीत येत नसल्याने त्यांना सेवा द्यायला नकार देतात. त्यासाठी पालां-तांड्या-वस्त्यांपर्यंत अंगणवाडी सेवा पोहोचणे अत्यंत गरजेचे आहे. तेव्हा कुठे एकात्मिक बालविकास विभागाचे उद्दिष्ट पूर्ण होईल.

भटके विमुक्तांसाठी असलेल्या विविध समित्या व आयोग :

गेल्या अनेक वर्षांपासून भटके विमुक्त चळवळीने, विविध आयोगांनी व समित्यांनी आपले योगदान दिले आहे. The Criminal Tribes Inquiry

Committee (१९४७), अय्यंगार समिती (१९५०), काकासाहेब कालेकर समिती (१९५३), लोकूर कमिटी (१९६५), मंडल कमिशन अहवाल (१९८०), राष्ट्रीय मानवाधिकार आयोग अहवाल (२०००), तांत्रिक सल्लागार गट (२००६), राष्ट्रीय विमुक्त व भटक्या जमाती आयोग (२००८), बापट कमिशन (२००६), राष्ट्रीय सल्लागार समिती (२०११), नियोजन आयोग अहवाल (२०१२) इत्यादी समित्या आणि आयोगांची नेमणूक भटके विमुक्तांच्या विकासासाठी उपाययोजना करण्यासाठी केलेली होती. आजतागायत कोणत्याही जमातीवर जेवढा अभ्यास झाला नसेल, तेवढा अभ्यास भटके विमुक्तांवर झालेला आहे. असे असले तरी, आजवर भटक्या विमुक्तांच्या पदरी फुटकळ सुधारणा-सवलतींशिवाय काहीच पडले नाही. किंबहुना त्यांचे कोणतेच मूलभूत प्रश्न मार्गी लागले नाहीत.

२७ डिसेंबर १९२७ रोजी भाषण करताना डॉ. बाबासाहेब आंबेडकर स्त्रीवर्गाला उद्देशून म्हणाले होते की, ''अस्पृश्यता निवारणाचा प्रश्न हा पुरुषांचाच नसून तो स्त्रियांचाही आहे. तुमच्या पोटी जन्माला येणाऱ्या बालकाला अस्पृश्य म्हणून का ठरवावे? त्याला साधा माणुसकीचा अधिकारही मिळू नये?'' याचा विचार आपण विमुक्त जमातींतील स्त्रियांनीही करणे गरजेचे आहे. १४ ऑक्टोबर २०२१ रोजी या गुन्हेगारी जमाती कायद्याला १५० वर्ष पूर्ण होत आहेत. सवयीचा गुन्हेगारी कायदा लागू करून आजही विमुक्त जमातीच्या मानगुटीवर या कायद्याची अंमलबजावणी केली जात आहे. भटक्या विमुक्त समाज आणि महिलांवर पोलीस आणि सवर्ण समाजाकडून होणारे अन्याय-अत्याचार रोखण्यासाठी भटके विमुक्त जमाती अन्याय अत्याचार प्रतिबंधक व संरक्षण कायदा करण्याची गरज आहे. गुन्हेगारी कलंकापासून मुक्तता मिळविण्यासाठी समस्त विमुक्त स्त्रियांनी लढा दिला पाहिजे.

भटके विमुक्त जमातीला घटनात्मक संरक्षण न दिल्यामुळे एकविसाव्या शतकातही या जमाती मूलभूत अधिकारांपासून, सन्मानाने जगण्यापासून, अन्न मिळविण्याच्या अधिकारापासून वंचित आहेत. जन्मापासून ते मृत्यूपर्यंत केवळ पोटाची खळगी भरण्यासाठी पायाला चक्र बांधल्यासारखे वर्षानुवर्षे भटकंती करत आहे. राहायला घर नाही; स्वतःचे गाव नाही; एका ठिकाणी स्थिरता नाही; कसायला जमीन नाही; त्यांची साधी सरकार दरबारी नोंद नाही. गावोगावी भटकणे, भीक मागून गुजराण करणे, स्थिरस्थावर समाजाचे मनोरंजन करून पोट भरणेच त्यांच्या नशिबी आहे. लोकांच्या दयेवर जगणाऱ्या या जमाती असुरक्षिततेचे व असहायतेचे जीवन जगत आहे.

भटक्या विमुक्त जमातीतील स्त्रिया या इतर समाजाच्या मानाने जास्त स्वावलंबी आणि कष्टाळू आहेत; परंतु भटके विमुक्त जमातींमधील महिलांच्या वाट्याला येणाऱ्या नरकप्राय जीवनापासून उर्वरित समाज अद्याप अपरिचित आहे. सामाजिक-राजकीय स्त्री-पुरुष समानता, स्त्रीमुक्तीचा उच्चार, महिलांचे आरक्षण या गोष्टी या महिलांच्या गावीही नाहीत. त्या बाबतची कसलीही गंधवार्ता या भटक्या विमुक्त स्त्रियांपर्यंत पोहोचलेली नाही. त्यांच्यामध्ये जाणीव जागृती व्हावी म्हणून साधा प्रयत्नही होताना दिसत नाही. एकीकडे, या देशातील स्त्रिया नवनवीन क्षितिजांना स्पर्श करीत आहेत; अंतराळात भरारी घेत आहेत; सत्तेच्या शिखरावर पोहोचत आहेत; आपले कर्तृत्व सिद्ध करीत आहेत. त्याच वेळी दुसरीकडे, विविध जमातींमधील स्त्रियांना आपण माणूस आहोत, याचीदेखील जाणीव नसावी हे अत्यंत खेदजनक आहे, ही गोष्टच मुळी कल्याणकारी राज्यव्यवस्थेला लांच्छनास्पद आहे. भटक्या विमुक्त स्त्रियांना आत्मसन्मानाने, स्वाभिमानाने जगता यावे यासाठी संविधानातील संरक्षणाचे हक्क आणि अधिकारांचे कवच तिला देणे गरजेचे आहे. त्यासाठी राज्यव्यवस्था, शासनव्यवस्था त्याचबरोबर समाजातील विचारवंतांनी, बुद्धिजीवी आणि समाज सुधारकांनी प्रामाणिक प्रयत्न करण्याची नितांत गरज आहे.

विविध आयोगांनी आणि समित्यांनी भटके विमुक्त महिला ह्या सर्वच स्तरावर अतिशय वंचित असल्याचे सांगितले आहे. शासन आणि राज्यकर्ते हे भटक्या विमुक्तांच्या व महिलांच्या प्रश्नांबाबत उदासीन दिसत आहेत. भटके विमुक्त महिलांचे मुद्दे महाराष्ट्राच्या महिला धोरणात येण्यासाठी दुसरे महिला धोरण येण्याचे वाट पाहावी लागली. तसेच भटके विमुक्त महिलांच्या सामाजिक, आर्थिक आणि शैक्षणिक विकासासाठी कोणत्याही विशेष योजना वा बजेट नाही. शासनस्तरावर असलेल्या विविध समित्या आणि कमिट्यांमध्ये भटके विमुक्त महिलांचे प्रतिनिधित्व भिंग घेऊन शोधावे लागेल. इतकेच काय पण या देशाचे नागरिकत्व सिद्ध करू शकणारी साधी कागदपत्रेही त्यांच्याकडे नाहीत. अशी ही या जमातींची मोठी शोकांतिका आहे. त्यासाठी भटके विमुक्त जमाती आणि स्त्रियांच्या प्रश्नांचा विशेष अभ्यास अग्रक्रमाने सुरू करायला हवा. त्याद्वारे त्यांच्या स्थितीचा आणि त्यावरील उपाय योजनांचा अहवाल बनवून सरकारने युद्ध पातळीवर विकासात्मक ठोस पाऊल उचलून लोकशाही, घटनात्मक मूल्यांशी असलेली आपली बांधीलकी दाखवून द्यायला हवी. तेव्हाच कुठे भटक्या विमुक्त जमाती आणि स्त्रियांना न्याय मिळू शकेल. त्यांना उजळ माथ्याने समाजात उत्कर्ष साधता येईल.

परिशिष्ट १

लक्ष्मण माने यांचे टिपण

दिनांक २७ डिसेंबर २०२० रोजी साने गुरूजी स्मारक, राष्ट्र सेवा दल, पुणे येथे संपन्न झालेल्या 'भटक्या विमुक्तांच्या प्रश्नांची गोलमेज परिषद'तील विचार विनिमयासाठी सादर केलेले लक्ष्मण माने यांचे टिपण.

"

विमुक्त जमातींचा सामाजिक आणि सांस्कृतिक इतिहास :

सृष्टीच्या उत्क्रांतिकाळामध्ये माकडसदृश मानवप्राण्याने दोन पायांवर चालण्यास सुरूवात केली. तो क्षण म्हणजे प्राण्यांच्या मानवीकरणाचा क्षण होय. उभा राहणारा हा प्राणी 'होमोइरेक्टस्' या नावाने ओळखला जातो. हाताचा अंगठा, विकसित असा मोठा मेंदू (न्यूओ कॉरटेक्स), पुढील दोन पायांचा हातांसारखा उपयोग करता येणे, जुन्या हत्यारांच्यामध्ये सुधारणा करून नवी हत्यारे बनविणे यांसारख्या गुणांमुळे कालौघात होमोइरेक्टसपासून तयार झालेला 'होमोसॅपियन' हा आजचा आधुनिक मानव होय. या आधुनिक मानवालादेखील सुधारणांच्या निरनिराळ्या टप्प्यांतून जावे लागले आहे. ध्वनिचिन्हांतून झालेली बोलीची निर्मिती, वसतिस्थानामध्ये घडवून आणलेले बदल, आणि त्याबरोबर त्याची होत असलेली प्रगती यातूनच आजची सांस्कृतिक अवस्था मानवास प्राप्त झाली आहे. घरे, भाषा, धर्म, शेती, तत्त्वज्ञान, यंत्रे, विविध शास्त्रे या सर्व मानवनिर्मित गोष्टी आहेत. प्रत्येक गोष्टीची कारणपरंपरा शोधणे, प्राप्त परिस्थितीबाबत असंतुष्ट असणे आणि सृष्टीचे नियम शोधून काढून त्यांचा आपल्या सुखसोयींसाठी वापर करणे यातूनच गुहा-मानवापासून संगणक-मानवापर्यंतची प्रगती सिद्ध झाली आहे. अती प्राचीन मानव पृथ्वीच्या निरनिराळ्या भूभागांवर निर्माण झाला व त्या त्या ठिकाणच्या भौगोलिक परिस्थितीनुसार त्याचा विकास झाला. मानवी जीवनाची ठेवण लक्षात घेता माणूस हा मिश्र आहारी प्राणी ठरतो. त्यामुळे रानामध्ये पडलेली कंदमुळे, फळे सहज सापडणारे छोटेमोठे प्राणी यांवर गुजराण करणे व गुहा किंवा झाडे यांच्या आश्रयाला वस्ती करणे हे आदिमानवाचे वैशिष्ट्य होते. अन्नशोधासाठी भटकत असताना किंवा वन्य

प्राण्यांपासून संरक्षण करताना कधीतरी त्याला हत्याराचा वापर समजला असावा परंतु त्याची सुरूवातीची सारी हत्यारे लाकूड, ओबडधोबड दगड किंवा हाडे अशाच स्वरूपाची होती. जंगलात राहत असताना जेव्हा अन्नाचा हुकुमी पुरवठा होत नसे तेव्हा त्याला अन्नासाठी शिकार करणे क्रमप्राप्त झाले. त्यातून शिकारी मानवाची अवस्था निर्माण झाली. मोकळ्या वेळात हुकमी शिकार मिळविण्यासाठी, मिळालेली शिकार फाडण्यासाठी त्याला सुधारित हत्यारांची गरज पडू लागली. पुढे अशी हत्यारे करावयास तो शिकला. अशा हत्यारांचे अनेक साठे आजही सिंध प्रांतात, उत्तर प्रदेश व बिहारच्या पहाडी इलाख्यात, दख्खनच्या पठारावर अलिकडेच सापडले आहेत. आपल्या कौशल्याच्या साहाय्याने त्याने जे जिवंत प्राणी पकडले होते, त्यांतील काहींना माणसाळवता येईल हे त्याच्या लक्षात आले, तेव्हा आणिबाणीच्या प्रसंगाला अन्नाचा साठा म्हणून असे प्राणी त्याने पाळण्यास सुरूवात केली. त्यातूनच माणसाची पशुपालक अवस्था जन्माला आली. माणसाळवले जाणारे बहुसंख्य प्राणी हे तृणभक्षी होते. त्यांनी खाल्लेल्या गवताच्या बियांपासून पावसाळ्यानंतर नवी रोपे तयार होतात हे प्रथम स्त्रियांच्या लक्षात आले व तेथेच मानवाच्या शेतीचा जन्म झाला. ज्या मानवसमूहांना शेतीचे शास्त्र अवगत झाले ते मोकळ्या भूभागावर शेती करू लागले. परंतु काही काळातच शेतीसाठी उपयोगात आणलेली जमीन नापीक होत असे. मग ते शेतीसाठी अन्य पिकांचा शोध घेऊ लागले. यातूनच स्थलांतरित शेतकरी जमाती (शिफ्टिंग कल्टिव्हेटर्स) उदयाला आल्या.

मानवी समूहांना उपलब्ध असणाऱ्या नैसर्गिक परिस्थितीवर त्यांची अवस्था अवलंबून असते. ज्या विभागामध्ये मोठ्या प्रमाणावर दाट सदाहरित जंगले असतात त्या विभागातील मानवी समूह दीर्घ काळापर्यंत अन्न शोधतच राहतात कारण त्यांना उपजिविकेसाठी हवे असणारे अन्न शिकार किंवा शेती न करता मिळू शकते. जो भाग डोंगराळ, कुरणांचा असतो त्या भागात फळे, कंदमुळे व प्राणी यांची उपलब्धता वर्षभर नसते. त्यामुळे अन्नाचे हुकमी साधन म्हणून त्यांना पशूपालनावर अवलंबून राहावे लागते व शेतीसाठी जमीन फारशी उपलब्ध नसल्याने या पशुपालक समूहांचे रूपांतर शेतकरी समूहांत होत नाही. हे पशुपालकसमूह पावसापासून बचाव करीत कुरणांच्या शोधात वर्षभर भटकत राहतात. ज्या विभागामध्ये जंगली प्राण्यांचे वैपुल्य असते अशा विभागात संरक्षण व उपजिविका या दोहोंसाठी शिकार करण्यावर भर द्यावा लगातो, त्यामुळे अशा ठिकाणचे समूह हे शिकारी समूह म्हणून ओळखले जातात. नद्यांचे खोरी, सुपीक सखल प्रदेश या ठिकाणी जंगली प्राण्यांपासून अभय, थोड्या श्रमामध्ये मिळणारे विपूल शेतीचे उत्पन्न या मुळे अशा विभागात राहणारे मानवी समूह लवकरच

स्थिर, मानवी जीवन जगू लागतात व त्यांच्यामध्ये कला, कौशल्य व तंत्र यांचा विकास होतो आणि त्यांची वाटचाल नागर संस्कृतीकडे होऊ लागते. नागर संस्कृतीला लाभलेल्या सुखी व स्थिर जीवनामुळे त्यांची लोकसंख्या वाढत राहते व आजूबाजूच्या जंगलावर आक्रमण करून तेथील पशुपालक शिकारी व अन्नशोधक समूहांना विस्थापित करून त्यांना आपली शहरे बसवावी लागतात. विस्थापित झालेले अविकसित मानवसमूह दोन भागांमध्ये विभागले जातात. त्यांतील एक भाग आपल्या आदिम कौशल्यांचा वापर करून व भीक मागून नागरी जीवनाच्या आश्रयाने राहू लागतो, तर दुसरा भाग जंगलांच्या शोधात भटकत राहतो. आज आपणांस भारतामध्ये ज्या भटक्या जमाती दिसतात त्यांमध्ये अन्नशोधक, पशुपालक आणि शिकारी या तिन्ही प्रकारचे समूह आढळून येतात.

भारतातील भटक्या विमुक्त जमाती :

'भटके' हा शब्द 'नोमॅड' या इंग्रजी शब्दांचे रूपांतर आहे. नोमॅड हा शब्द 'नेमो' या ग्रीक शब्दापासून तयार झाला आहे. आणि नेमो याचा अर्थ 'पशुपालक' असा होतो. युरोपियन देशांमध्ये दाट जंगलाच्या अभावामुळे व कुरणांच्या उपलब्धतेमुळे तेथील मानवी समूह दीर्घकाळ पशुपालक अवस्थेमध्ये होते. परंतु भारतामध्ये मात्र पशुपालक, शिकारी व अन्नशोधक या तिन्ही प्रकारचे समूह मानवी संस्कृतीच्या सर्व टप्प्यांत दिसून येतात. भारतातील आदिम व भटक्या जमातींच्या उत्पत्तीविषयी फारसे संशोधन झालेले नाही. भारत हा नैसर्गिक विविधतेने नटलेला देश आहे. या देशातील शेतीला तीन वेगवेगळे ऋतू प्राप्त आहेत. प्रत्येक हंगामात उत्पादन देणारी शेती, सदाहरित असणारी दाट जंगले, अग्निजन्य घटकांपासून तयार झालेल्या पर्वतराई या साऱ्या गोष्टी या देशात उपलब्ध आहेत. येथील संपत्तीच्या आशेने, अन्नाच्या आशेने या देशावर अनेक मानववंशांनी आक्रमणे केली व हे मानववंश येथेच स्थायिक होऊन येथील जनजीवनामध्ये मिसळून गेले. त्यामुळे येथील जातींच्या व जमातींच्या वांशिक निर्मितीबद्दल काही अनुमान करणे हे धारिष्ट्याचे ठरते. रिस्ले, मुजुमदार, इरावती कर्वेयांसारख्या मानववंशशास्त्रज्ञांनी याबाबत परस्परविरोधी अनुमाने काढलेली आहेत. कपोलदर्शकांक व नासिकादर्शकांक या वांशिक निश्चितीसाठी इतर देशांत यशस्वी ठरलेल्या कसोट्या या देशातील शास्त्रज्ञांना मात्र गोंधळात टाकतात. रिस्ले यांच्या मते देशस्थ ब्राह्मण, चित्पावन, आणि महार यांच्यात वांशिक साम्य दिसून येते. परंतु या तिन्ही जमातींचा सामाजिक दर्जा मात्र अतिशय भिन्न भिन्न दिसून येतो. भारतातील वर्णाश्रमपद्धती, अस्पृश्यता, अन्य जातिव्यवस्था यांमुळेही भारतातील जातीजमातींच्या

संशोधनामध्ये पाश्चात्य शास्त्रज्ञांच्या गृहीतकांचा आधार घेणे धोक्याचे ठरते. अर्वाचीन मानववंशशास्त्रज्ञांनीही बव्हंशी पाश्चात्य गृहीतकांचाच आधार घेतल्याने भारतीय इतिहास व समाजशास्त्र यांच्यामधील सत्यशोधनात अनेक प्रश्नचिन्हे आजही कायम आहेत. भारतातील फार मोठ्या मानवसमूहांना येथील ब्राह्मणी संस्कृतीने मानवी दर्जाच नाकरल्याने त्यांच्या इतिहासाबद्दल, संस्कृतीबद्दल, अन्यायाबद्दल, श्रमांबद्दल येथील लिखित वाङ:मयात अवाक्षरही काढलेले दिसत नाही. स्वातंत्र्यानंतरही ही परिस्थिती फारशी बदललेली नाही. त्यामुळे आजही संशोधकांना केनेडी, ॲन्थोवेन, रिस्ले, थ्रस्टन, हायमेन डॉर्फ, रसेल यांसारख्या परकीय संशोधकांनी जमा केलेल्या तुटपुंज्या सामग्रीवर अवलंबून राहावे लागते. या देशातील आदिम व भटक्या जमाती एद्देशीय व परकीय संस्कृतीच्या असंख्य आक्रमणांमुळे भीतिग्रस्त, एकलकोंड्या व अंतर्मुख बनलेल्या आहेत. त्यामुळे बाहेरच्या संस्कृतीतील व्यक्तींना त्यांच्यामध्ये जाऊन काम करणे, माहिती मिळवणे दुरापास्त असते.

भारतातील आदिम व विमुक्त जमातींच्या मूळ उगमांचा शोध घेता त्यांचे तीन प्रमुख गट पडताना दिसतात :

१) ज्या जमाती हजारो वर्षांपासून मानवी संस्कृतीपासून अलग पडलेल्या असून अत्यंत दाट जंगलात राहतात. उदा., संथाल, भिल्ल, कोरकू, कोळाम, गोंड, इत्यादी.

२) आपले वसतिस्थान उद्ध्वस्त झाल्याने नागर संस्कृतीच्या आसपास राहणाऱ्या परंतु भीक मागणे किंवा आदिम कौशल्याचा वापर करून उपजीविका करणाऱ्या जमाती उदा., कैकाडी, माकडवाले, गारूडी, गोपाळ, चित्रकथी, जोशी, पारधी, कंजारभाट इ.

३) जातिव्यवस्थेच्या आधाराने पण गावाबाहेर राहणाऱ्या जमाती उदा. रामोशी, बेरड, वडार, घिसाडी, गोंधळी इ.

या विमुक्त जमातींमध्ये दोन विभाग पडतात. एक म्हणजे उत्तरेकडून स्थलांतरित होऊन आलेल्या जमाती उदा., पारधी, कंजारभाट, रजपूत भामटा, छप्परबंद, वाघरी, बंजारा इत्यादी आणि दुसऱ्या दक्षिणेकडून स्थलांतरित झालेल्या जमाती उदा., वडार, कैकाडी, बेस्तर, टकारी, कटबू, मांगगारूडी, रामोशी, बेरड. उत्तरेकडील जमाती कातडीचा रंग, बोलीभाषा या दोन गोष्टींवरून ओळखू येतात. हिंदी, गुजराथी, मारवाडी, राजस्थानी यांच्यात मिश्रण असलेल्या बोली हे उत्तरेकडून आलेल्या जमातीचे वैशिष्ट्य आहे, तर सावळा किंवा काळा रंग, तेलगू, कन्नड आणि तमीळ या भाषातील शब्द मिळून झालेल्या त्यांच्या बोली भाषा यांवरून दक्षिणेकडून आलेल्या

जमाती ओळखू येतात. परंतु एक गोष्ट मात्र सतत गोंधळात टाकत राहते ती म्हणजे या दोन्ही प्रकारच्या जमातींच्यामध्ये असणारे सांस्कृतिक साम्य. यांच्या पारूशी बोली आणि दैवते यांवरून या सर्व जमातींमध्ये किमान प्राचीन काळात तरी दृढ संबंध असावेत असे म्हणण्यास वाव आहे.

ऋग्वेदामध्ये आर्यांचे शत्रू म्हणून वर्णन केलेले लोक आणि या जमाती यांच्यामध्ये विलक्षण साम्य आढळते. अही आणि पणी लोकांप्रमाणे भिजेला चिरा देण्याची किंवा चटका देण्याची पद्धत आजही या जमातींमध्ये आहे. शिवपूजा, मातृपूजा, स्थळपूजा आणि वृक्षपूजा ही वैशिष्ट्ये उत्तरेकडील व दक्षिणेकडील दोन्ही जमातींत आढळतात. या सर्व जमातींमध्ये देवकांची (टोटेम) पद्धत आढळते. तसेच या सर्व जमातींत जमातीबाह्य संबंध वर्ज्य आहेत. यांपैकी अनेक जमातींमध्ये ते राजे असल्याबद्दलच्या त्यांच्या राजांना बहिष्कृत केल्यावर परागंदा व्हावे लागल्याच्या अनेक दंतकथा आढळतात. या सर्व गोष्टींवरून या जमातींची आर्यपूर्वकाळात स्वतंत्र राष्ट्रके अस्तित्वात असावीत असे म्हणण्यास वाव आहे. आर्यांच्या अनेक टोळ्यांची आक्रमणे दीर्घकाळापर्यंत भारतावर होत राहिली. त्यांनी आपल्या वसतिस्थानांसाठी जुन्या नगरांचा विध्वंस केला. नद्यांचे पाट फोडून टाकून नगरे नष्ट केली. जंगले जाळून आदिवासींना विस्थापित केले. या सर्व गोष्टींची वर्णने ऋग्वेदात व नंतरच्या आणि महाकाव्यांमध्ये अनेक वेळा आलेली आहेत. आर्यांनी या माणसांना माणूस न मानता असूर, राक्षस, शाखामृग (वानर), दस्यू, नाग अशी विशेषणे बहाल केली. त्यांच्या स्त्रिया पळविल्या, मालमत्ता हरण केली, दैवतांचे विकृतीकरण केले व या जमातींना रानावनात परागंदा होण्यास भाग पाडले. ऋग्वेदामध्ये इंद्राचे वर्णन तर पुरंदर (पुरान्-दारयती-इति) नगरांचा विध्वंस करणारा असे आले आहे. रामायणामध्ये रामाने वालीस शाखामृग असे म्हणून सहनबल्य असे संबोधले आहे. महाभारतामध्ये कृष्णार्जुनांनी खांडववन त्यातील सर्व आदिवासींसह जाळून टाकल्याचे वर्णन आहे. हे जाळून टाकलेले आदिवासी रानटी किंवा असंस्कृत असल्याचे दिसत नाही. कारण त्यांच्यातील एका असुराने 'मय'सभेच्या निर्मितीच्या बदल्यात स्वतःचे प्राण वाचवल्याची कथाही महाभारतात आलेली आहे. स्थापत्यशास्त्र, ओतीवकाम, नौकानयन, धनुर्विद्या या बाबतींत हे लोक पुढारलेले होते. परंतु अल्पसंख्याक टोळ्यांनी केलेले अमानुष, क्रुर हल्ले व स्थानिक जमातींत असलेला क्रूरतेचा अभाव यांमुळे यांचा पराभव झालेला दिसतो. आर्यांच्या बायका पळवून नेण्याच्या प्रवृत्तीमुळेच या सर्व जमातींमध्ये मातृसत्ताक पद्धती असूनही स्त्रियांच्या व्यभिचारावर सर्वांत कडक निर्बंध आले व ते आजही टिकून असल्याचे दिसतात.

विमुक्त जमातींचे विस्थापन-ऐतिहासिक पार्श्वभूमी :

सुमारे पाच हजार वर्षापुर्वी भारतामध्ये आर्यांच्या टोळ्यांनी आक्रमणे करण्यास सुरूवात केली. हा प्रकार सर्वसाधारणपणे आठशे ते नऊशे वर्षेचालला असावा. आक्रमणाच्या लाटा सिंधुतीरावर येऊन थडकत होत्या आणि येथील अनार्यांशी संघर्ष करून प्रसंगी समेट करून आर्यांनी आपल्या वस्त्या गंगेपर्यंत वाढवीत नेल्या. आपल्या मनुष्यबळाच्या अपुरेपणामुळे त्यांनी जित अनार्यांच्या स्त्रिया व मुले पळविण्यास सुरूवात केली होती. त्यामुळेच ऋग्वेदात स्त्रिया मिळविण्यासाठीचे यज्ञ, मुले आणि नातू मिळविण्याचे यज्ञ, अशा यज्ञांची आणि युद्धांची वर्णने आहेत. याशिवाय सिंधू आणि गंगा खोऱ्यांतील सुपीक प्रदेशामुळे येथे राहणारे मूळ अनार्य लोक ज्यांना दास, दस्यू, अही, पणी, नाग, राक्षस, असूर, कालकेय, किरात अशा अनेक नावांनी ओळखले जात होते ते मूलत: सुसंस्कृत, शांतताप्रिय, कालवे काढून शेती करणारे, धरणे बांधणारे, नगरे बांधणारे, स्थापत्यविशारद, गोपालक, वृषभपूजक, शेतकरी व कारागीर होते. त्यांच्या सुपीक शेतांमधून मिळणाऱ्या धान्यामुळे निरनिराळ्या कलाकुसरीच्या वस्तू, भांडी, मसल्याचे पदार्थ, आदी गोष्टी निर्माण करू शकण्याइतकी सुबत्ता त्यांच्याकडे होती. त्यांच्या मोठमोठ्या धरणांच्या पात्रांमधून जलप्रवास आणि व्यापार चालत असे. इजिप्त, मेसोपोटेमिया, बाबीलोनिया इत्यादी तत्कालीन राष्ट्रांशी त्यांचा व्यापार चालू असल्याचे अनेक पुरावे सापडतात. त्यांनीच मोहोंजोदडो व हडप्पा यांसारखी व्यापारी शहरेही वसविली होती हे उत्खननित पुराव्यावरून सिद्ध झाले आहे. परंतु भारतावर संपुर्णपणे अधिकार असणारे कोणतेही साम्राज्य अस्तित्त्वात असल्याचा पुरावा आढळत नाही. इतकेच काय तर फार मोठे सैन्य किंवा शस्त्रसाठा असल्याचेही पुरावे आढळत नाहीत. म्हणजे नद्यांच्या खोऱ्यांमध्ये वसलेली निरनिराळ्या जमातींची सुखी नगरे या प्रकारचे स्वरूप तत्कालीन राष्ट्रकांचे असावे असे दिसते. म्हणूनच आर्यांनी त्यांचा पाणीपुरवठा तोडून, त्यांची घरे जाळून त्यांच्यावर सहजी विजय मिळविला आहे. अगदी वृत्रहननाचे वर्णनसुद्धा वेदांमध्ये धरण फुटण्याच्या वर्णनासारखेच आहे. इंद्राने सरस्वती अडवणाऱ्या वृत्राचा नाश करताच त्याच्या शरीरामधून रथाच्या चाकाएवढे असंख्य दगड बाहेर पडले आणि सरस्वतीचे मुक्त झालेले पाणी वृत्राच्या मृत शरीरावरून वाहू लागले. संरक्षणाच्या अपुऱ्या साधनांमुळे मूठभर टोळ्यांच्या साहाय्याने असंख्य अशा अनार्य नगरांचा आर्यांनी विध्वंस केला असे दिसून येते. आर्यांच्या या टोळ्या असंस्कृत, रानटी, कलाकौशल्यहीन व स्त्रीविहीन अशा होत्या. त्यामुळे रानटी लोकांच्या या ठिकाणी पहिल्या हल्ल्याबरोबरच नगरातील लोक जंगलामध्ये पळून जात असे दिसते. कारण

मोहेंजोदडो, हडप्पा व नर्मदा नदीच्या खोऱ्यात सापडलेल्या नगरांच्या अवशेषांमध्ये मानवी प्रेतांची संख्या अत्यंत कमी आहे. त्यामध्ये ही युद्ध करताना मेलेले लोक फारसे आढळत नाहीत. याचा अर्थ असा की, परचक्राच्या आगमनाबरोबर गावातील लोक आपली मालमत्ता व घरेदारे सोडून जंगलामध्ये परागंदा होत असत आणि त्या नगरांचा ताबा आर्य घेत असावेत. परंतु या टोळ्यांमध्ये भांडी तयार करणारे, शेती करणारे, इतर कलाकुसरीची कामे करणारे, सेवाउद्योग करणारे लोक नसत. म्हणून परागंदा झालेल्या लोकांना कामधंद्याच्या आशेने परंतु गुलामांच्या किंवा शूद्रांच्या स्वरूपात गावाच्या बाहेर किंवा गावाच्या परिघाला लागून वस्ती करण्याला परवानगी देत. म्हणजे आर्यांच्या आक्रमणानंतर दोनच महत्त्वाचे बदल झाले. एक म्हणजे सत्ताधारी वर्ग बदलला आणि कामकऱ्यांची प्रतिष्ठा नष्ट झाली. हे गावांच्या परिघाजवळ राहणारे लोक आपआपल्या पूजाअर्चा व देवदेवता जपून ठेवून आजतागायत गुजराण करीत आहेत. याउलट, ज्यांनी आर्यांशी संगनमत करून त्यांच्याजवळ प्रवेश मिळविला त्यांनी मात्र आपली पुरोहितव्यवस्था आर्यसदृश बनवली व यज्ञसंस्थेचा स्वीकार केला. एखाद्या दलदलीच्या डबक्यामध्ये अचानक मोठा दगड पडल्यास दोन प्रकारचे बदल घडून येतात. पहिल्या धक्क्याबरोबर त्या डबक्यातून दूर उडून जाणारा चिखल तेथेच वाळून जातो किंवा अश्मिभूत होतो. पण उरलेला चिखल मात्र त्या दगडाला वेढून राहतो आणि दगड चिखलाशी एकरूप झाल्यासारखा दिसतो. याच पद्धतीप्रमाणे जे अनार्य लोक दूरवर जंगलामध्ये विस्थापित झाले ते फळे, कंदमुळे, व शिकार यांच्यावर उपजीविका करून आपापल्या जमातींची फिरती राष्ट्रे बनवून आदिम टोळ्यांच्या स्वरूपात जगत राहिले व आजही जगत आहेत. एका अर्थाने या सर्व लोकांना भारतीय संस्कृतीचे जिवंत जीवाश्म असे संबोधता येईल कारण पाच हजार वर्षोपूर्वीची संस्कृती, जी नागर जीवनापासून संपूर्ण दुरावलेली आहे ती जशीच्या तशी चालू आहे. रूढी, परंपरा, आणि न्यायव्यवस्तेसह या लोकांनी टिकवून ठेवली आहे. तर त्यांच्याचसारखी संस्कृती असलेल्या गावगाड्यातील शूद्रांचे मात्र संस्कृतीकरण किंवा आर्यीकरण होत गेलेले दिसते. दलदलीतला दगड कितीही चिखलाने वेढला गेला तरी आपले अंतरंगातील दगडपण बदलू देत नाही. त्या पद्धतीने या देशातील उच्चवर्णीय समाज अस्पृश्यतेसह आपले आर्यस्वरूप नष्ट होऊ देत नाही. बहुजन समाज मात्र आर्य-अनार्य संकरातून निर्माण झालेल्या प्रजेच्या परंपरांचा, धर्मविधींचा, देवदेवतांचा, प्राणपणाने सांभाळ करीत राहतो आणि मनोभावे ही आर्यांची देणगी आहे असे मानीत राहतो. आदिम जमातींच्या संस्कृतीचा आणि या विद्येचा अभ्यास केला असता असे दिसते की, देवके (टोटेम्स), देवदेवता, लग्नविधी, जन्मसंस्कार, मृत्यूसंस्कार या बाबतींत विमुक्त जमाती

व अन्य बहुजन समाज यांचा मूळ स्रोत सारखाच आहे. विमुक्त जमाती या पूर्णपणे जमातीस्वरूपातच आहेत. गावगाड्यामध्ये किंवा बलुतेदारी व्यवस्थेमध्ये त्यांना काम व स्थान नाही. त्यांची स्वतंत्र जात पंचायत आहे, जी दिवाणी व फौजदारी स्वरूपाचे दोन्ही प्रश्न मिटवते. त्यांचा धर्म हिंदू किंवा मुस्लिम या स्वरूपाचा नाही तर आदिम दैवतांची व शक्तीची ते पूजा करतात. ते बळी देतात, निसर्गातील सुष्टदुष्ट शक्तींवर विश्वास ठेवतात. नागर समाजातील कायदेकानून मानत नाहीत. जमातीच्या बाहेर शरीरसंबंध करत नाहीत. जमातीबाहेरचे पुरोहित बोलवत नाहीत. अंगाखांद्यावर गोंदवतात. धार दिव्य, तैल दिव्य यासारखी दिव्ये करतात. जनावरांच्या आणि गुन्ह्याच्या संख्येवर त्यांची प्रतिष्ठा ठरते. अनेक जमातींमध्ये मृत इसमाच्या पत्नीवर धाकट्या भावाचा हक्क पोहचतो. पंचायतीकडून न सुटणाऱ्या गोष्टींवर वयोवृद्ध स्त्रीचा सल्ला घेतला जातो. मातुल कुलाला प्रतिष्ठा दिली जाते. दारूला पूजाविधीमध्ये महत्त्वाचे स्थान आहे. तुरूंगात जाणाऱ्या किंवा मरणाऱ्या माणसाच्या कुटुंबाची सर्व जमाती मिळून काळजी घेते. लुटीचा अगर भिकेचा वाटा सशक्त, अशक्त, सक्षम, अक्षम, स्त्रिया, मुले या सर्वांनाच मिळतो. या सर्व बाबींचा विचार केल्यास विमुक्त जमाती या पूर्णपणे आदिम जमाती असून हजारो वर्षांपूर्वी येथील मूळ प्रवाहापासून त्या तुटलेल्या असाव्यात, हे सिद्ध होते. जमातपरत्वे काही रूढी, परंपरा यांमध्ये बदल दिसत असला तरीही मातृसत्ताकता, पंचायतपद्धती, दैवते आणि संस्कार या बाबतींत या सर्व जमातींमध्ये विलक्षण साम्य आहे.

भारतामध्ये जोपर्यंत जंगलाचे वैपुल्य होते तोपर्यंत नागरभागामध्ये एक संस्कृतीसंकर चालू होता तर दुसऱ्या बाजूला जंगलामध्ये आदिम टोळ्यांची बदल नाकारणारी, थिजलेली संस्कृती गुण्यागोविंदाने नांदत होती. वाढत्या लोकसंख्येने जेव्हा नगरे अपुरी पडू लागली. शेतीसाठी व नगरे निर्माण करण्यासाठी नव्या भूभागाची गरज पडू लागली तेव्हा मोठ्या प्रमाणात जंगले जाळण्यास व तोडावयास सुरूवात झाली. खांडववन जाळून निर्माण झालेले इंद्रप्रस्थ हे अशा प्रकारचे एक उदाहरण आहे. जंगलाचे नैसर्गिक छत्र हरवल्यानंतर अन्नाच्या अभावामुळे त्रस्त झालेल्या या टोळ्या, कधी जंगलाचा माल घेऊन, कधी प्राण्यांची कातडी घेऊन, शिकवलेले पक्षी व प्राणी घेऊन एकट्यादुकट्याने किंवा कारागिराच्या स्वरूपात नागरभागात प्रवेश करू लागल्या. राजासाठी शिकार करून पुरविणे, शिकवलेले बहिरी ससाणे व चित्ते पुरविणे व त्या बदल्यात अन्न मिळविणे या स्वरूपाचे संबंध या टोळ्या व नागरी समाज यांच्यामध्ये राहिले. त्यांच्या आदिम संस्कृतीमुळे त्यांच्यामध्ये 'साठा' करण्याची प्रवृत्ती नसते म्हणून त्यांना मिळणाऱ्या मोबदल्याचे स्वरूप एखाद्यादुसऱ्या वेळचे अन्न किंवा

भीक असेच असे. जमिनीवर, झाडावर किंवा अन्नावर कोणाची व्यक्तिगत मालकी असू शकते ही कल्पनाच आदिम कायद्यामध्ये नसल्याने जेव्हा अन्न मिळणार नाही तेव्हा सापडलेली तेथील कंदमुळे, अन्नधान्य, लाकूडफाटा निसर्गाची देणगी म्हणून या जमाती घेऊन जातात. ब्रिटिश कायद्याप्रमाणे जंगले, नद्या, शेती, जमिनी यांच्या मालकी हक्कासंबंधात कायदे तयार झाले. या कायद्यांची या जमातींना माहिती असणे शक्य नव्हते. किंबहुना निसर्ग ही कोणा एकाची खाजगी मालकीची गोष्ट असू शकते ही कल्पनाही त्यांना मानवण्यासारखी नसते. म्हणून या जमातींचे कायदे व ब्रिटिश सरकारचे कायदे यांच्यामध्ये संघर्ष निर्माण झाला व त्याचीच परिणती म्हणून हे निसर्गाचे पुत्र नागरसमाजात चोर व गुन्हेगार ठरले व त्यांच्या वाट्याला दीर्घकाळ तुरूंगवास आला. या सर्व जमाती गुन्हेगार जमाती म्हणून ओळखल्या जाऊ लागल्या. कैकाडी, बेस्तर, कंजारभाट, रामोशी, बेरड, पारधी, टकारी, कटबू, रजपूत भामटा, वडार, छप्परबंद व बंजार या महाराष्ट्र राज्यामध्ये आढळणाऱ्या गुन्हेगार जमाती.

कायद्याची वाटचाल

भारताच्या काही भूभागावर ईस्ट इंडिया कंपनीचे राज्य असताना भारतात कायद्याचे राज्य आणावयाचे व हे कायदे ब्रिटिश कायद्यांसारखे असतील असे धोरण कंपनी सरकारचे होते. त्या अनुषंगाने ब्रिटिशांनी जमात, जंगल, जीवित, वित्ताचे प्रश्न या संदर्भात कायदे जारी करण्यास सुरूवात केली होती. तत्कालीन भारतात विविध संस्थानांचे, राज्याचे, जातिजमातींचे, धर्मांचे, आदिवासींच्या राष्ट्रकांचे कायदे अस्तित्त्वात होते. हिंदूंच्या बाबतीत मिताक्षर कायदा, दायभाग कायदा, मुसलमानांच्या बाबतीत शरियत कायदा व जमातींच्या बाबतीत त्यांच्या त्यांच्या पंचायतीचे कायदे पाळले जात होते. जंगलचा कायदा तर भारताला सर्वस्वी अपरिचित होता. प्रथम तैनाती फौजांच्या साहाय्याने इंग्रजांनी एतद्देशीय राज्यांना व संस्थानिकांना निर्बल करून टाकले होते. त्यानंतर विविध कारणे दाखवून इंग्रजांनी ही संस्थाने खालसा करण्यास सुरूवात केली. याचा परिणाम असा झाला की, छोटे संस्थानिक व टोळ्यांच्या राज्यांना आपली स्वायत्ता व राज्य धोक्यात आल्याची साधार भीती वाटू लागली. १७६१ ते १८५७ हा काळ भारताच्या दृष्टीने भयंकर हलाखीचा, दुष्काळांचा, अराजकतेचा व बंडाळ्यांचा काळ होता. मोठी युद्धे थांबून छोट्या चकमकींचे प्रमाण वाढले होते. जहागीरदारांनी स्वतंत्र होऊन हजारो संस्थानिक निर्माण केले होते. दिल्लीतील मोगल सत्ता, दक्षिणेतील मुस्लिम राजवटी, मराठा राज्ये या साऱ्या सत्ता मोडकळीला आल्या होत्या. गुंड, पुंड, ठग, पेंढारी यांच्या लुटालुटीला ऊत आला होता. यातूनच १८५७ चे

बंड निर्माण झाले. हे बंड म्हणजे पूर्वनियोजित स्वातंत्र्ययुद्ध नव्हते तर धार्मिक, आर्थिक, राजकीय, सामाजिक अशा अनेक कारणांनी ब्रिटिशांच्या विरोधात असणाऱ्या लोकांनी केलेला तो एक विस्कळीत उठाव होता. या बंडात निरनिराळ्या वन्य जमातींचे सरदार व लोक मोठ्या संख्येने सामील झाले व या बंडात मरणाऱ्यांमध्ये मात्र रामोशी, कैकाडी, कोळी, पारधी, मुंढा इ. आदिवासी व विमुक्त जमातींची संख्या लक्षणीय होती. ब्रिटिशांच्या जंगल कायद्यामुळे, जंगलावर गुजराण करणारे आदिवासी गुन्हेगार ठरले. मोगल सत्ता खिळखिळी झाल्याने सैन्याची छावणी उभारणारे छप्परबंद गुन्हेगारीकडे वळले. ब्रिटिश रूपयांचे चलन सुरू झाल्याने नाणी पाडणारे वाममार्गला लागले. मोठे सैन्य नष्ट झाल्याने त्यांना रसद पुरवणारे लमाण बंजारे देशोधडीला लागले. अन्य उत्पादनाची साधने उपलब्ध नसल्याने हे लोक गुन्हेगारीकडे वळले. त्यातच भरीस भर म्हणून यांनी आपल्या जबानीत, लूट करणे हा आमचा धर्म आहे असे सांगितले. तत्कालीन युरोपात ज्यू वंशीयांना जन्मजात अनैतिक शोषक व गुन्हेगार म्हणून वागविण्याची प्रथा होती, तशीच भारतामध्ये धंदा व्यवसाय म्हणून गुन्हेगार जमात ही संकल्पना ब्रिटिशांच्या मनात तयार होऊ लागली. गुन्हेगारी हा जातधंदा असून या गोष्टीस काही गुन्हेगारांनी तसेच तत्कालीन उच्चवर्णीय सुशिक्षितांनी पुष्टी दिली. परिणामी १८७१ साली पहिला गुन्हेगार जमाती कायदा टी.व्ही.स्टिफन्स याने मांडला व तो पास झाला. हा कायदा होण्यास सिंध प्रांतीतील हूर जमातीचे बंड हे एक तत्कालीन कारण होते. त्यामुळे प्रथमतः तो सिंध प्रांतात लागू झाला. हळूहळू त्याची व्याप्ती मध्य प्रांत व संयुक्त प्रांतापर्यंत वाढवण्यात आली. आणि नंतर तो संबंध ब्रिटिश भारताला लागू करण्यात आला. सुरूवातीच्या काळात या कायद्याचे स्वरूप अत्यंत विस्कळीत होते. जमातींना गुन्हेगार जाहीर करणे आणि सापडलेल्यांना तुरूंगात डांबणे किंवा शिक्षा करणे असे त्याचे स्वरूप होते. विसाव्या शतकाच्या प्रारंभी गुन्हा व गुन्हेगार यांचे मानसशास्त्र या बाबतीत नवविचारांची लाट आली. गुन्हेगारी हा परिस्थितीचा परिपाक असतो, तसेच तो संस्कारांचा परिणाम असतो, संगती गुन्हेगारी मनोवृत्ती तयार करण्यास कारणीभूत ठरते आणि शिक्षा करणे हे अमानवी असून गुन्हेगारांना सुधारणे हे कायद्याचे व समाजाचे कार्य असते, अशा विचारसरणीने युरोपात मूळ धरले. या सर्व विचारसरणीचे पडसाद भारतातही उमटल्याशिवाय राहिले नाहीत. याच काळात भारतात ब्रिटिश कायद्यातील विस्कळीतपणा घालवून सुस्पष्ट कलमे, पोटकलमे व आदेश यांची रचना सुरू झाली होती. ब्रिटिश न्यायसंस्थाही सुस्थिर झाल्याने भारतातील गुन्हेगारीच्या संदर्भात मूल्यांकन सुरू झाले होते. म्हणून १९०९, १९११, १९१६, १९१७ या सालांत गुन्हेगार कायद्यात निरनिराळ्या कलमांची व

आदेशांची भर पडली. १९२४ सालात खऱ्या अर्थाने परिपुर्ण असा गुन्हेगार जमाती कायदा अस्तित्वात आला. मुंबई सरकारने १९२४ साली या कायद्याचे स्वतंत्र पुस्तक 'क्रिमिनल ट्राइब्ज ॲक्ट मॅन्युअल १९२४' प्रसिद्ध केले.

१९०९ सालीच या जमातींतील अट्टल गुन्हेगारांना वेगळ्या वसाहतीत ठेवून त्यांना सुधारण्याचा प्रयत्न करावा असा विचार पुढे आला. युरोपखंडात याच सुमारास मिशनऱ्यांनी, 'सॉल्व्हेशन आर्मी' नावाची गुन्हेगारांना सुधारणारी संघटना स्थापन केली व या संघटनेने अशा प्रकारचा कार्यक्रम भारतात चालविण्याची इच्छा प्रदर्शित केली. या काळात भारतात ब्रिटिश मिशन, ऑस्ट्रेलिया मिशन, जर्मन मिशन, अमेरिकन मराठी मिशन असा ख्रिस्ती संस्था धर्मप्रसाराचे, मागासवर्गीयांना सुधारण्याचे, त्यांच्या वस्त्यांत शाळा चालविण्याचे काम करीत होत्या. त्यामुळे सरकारने अशी भूमिका घेतली की, जेथे मिशनऱ्यांना शक्य आहे तेथे त्यांच्याकडे वसाहतींचे व्यवस्थापन सोपवावे व उरलेल्या वसाहतीचे व्यवस्थापन सरकारने करावे. या हेतूनच सोलापूरची वसाहत मिशनऱ्यांकडे देण्यात आली. इंग्रज सरकारने या गुन्हेगारांचे तीन भाग पाडले : १) ज्या जमाती सुधारलेल्या असून प्रामाणिक उद्योगधंद्यावर स्थायिक झाल्या आहेत, पण त्यांच्यापैकी काही सदस्यांचा इतिहास गुन्हेगारी स्वरूपाचा आहे. २) ज्या जमाती स्थायिक झाल्या आहेत परंतु निरनिराळ्या ऋतूंत गुन्हे करण्यासाठी भटकंती करीत असतात. ३) जिप्सींप्रमाणे पूर्णवेळ भटक्या गुन्हेगार जमाती. याच वेळेस गुन्हेगार जमातींवर करण्याची कारवाई चार टप्प्यांत विभागली गेली: १) नोटिफिकेशन २) रजिस्ट्रेशन ३) रिस्ट्रिक्शन ४) वसाहतीत दाखल करणे. १९११ च्या दुरूस्तीत गुन्हेगार जमाती कायद्याचे दोन प्रमुख हेतू स्पष्ट करण्यात आले : १) असामाजिक तत्त्वापासून समाजाच्या हक्कांचे संरक्षण करणे. २) गुन्हेगार जमातींचे पुनर्वसन करणे. एका बाजूने कायद्यात सुधारणा होत राहिल्या तरी नोकरशाहीतील समन्वयाचा अभाव, गैरसमज व कायद्याचा किचकटपणा यामुळे कायद्याची अंमलबजावणी मनमानी पद्धतीने झाली. म्हणून १९१९ साली ऑल इंडिया जेल कमिशनची स्थापना झाली. या कमिशनने गुन्हेगार जमाती कायद्याच्या विधायक भागावर प्रचंड भर दिला. त्यांच्या मते या कायद्याचे यश हे या जमातींना पुरेशा आर्थिक सोई, त्यांच्या गरजांची पूर्तता व समाधान देण्यावरच मोजले पाहिजे. उत्साह, त्याग या गोष्टींना आर्थिक स्थैर्याशिवाय कोणतेच महत्त्व उरत नाही. त्यांनी स्पष्ट इशारा दिला की, गुन्हेगार जमातींच्या वसाहती म्हणजे सुधारित तुरूंग नव्हेत, माणसांना अमर्याद काळापर्यंत स्वातंत्र्यापासून वंचित ठेवता येणार नाही. या जमातींचे पुनर्वसन व सुधारणा या गोष्टी प्रमुख आहेत. मुलांना आईबापांपासून वेगळे करू नये. रोजगार व शिक्षण या बाबतच्या तरतुदींची कसोशीने

अंमलबजावणी व्हावी. अशी मूलभूत स्वरूपाच्या शिफारशी जेल कमिशनने केल्या आहेत.

वरील पार्श्वभूमीवर १९२४ चा गुन्हेगार जमाती दुरूस्तीचा कायदा अस्तित्त्वात आला. या कायद्यामुळे स्थानिक आणि प्रांतिक सरकारला व्यवस्थापकीय नियम व अधिनियम बनवण्याचे स्वतंत्र अधिकार देण्यात आले. या कायद्यान्वये गुन्हेगार जमातींना सर्वसाधारण समाजाशी एकरूप बनवणे हे मुख्य ध्येय ठरविण्यात आले. तसेच जमातीला किंवा व्यक्तीला गुन्हेगार म्हणून घोषित करण्यापूर्वी त्यांची कार्यालयीन चौकशी बंधनकारक राहील, असे ठरवण्यात आले. नोटिफिकेशन, रजिस्ट्रेशन, रिस्ट्रिक्शन व वसाहतीत दाखल करणे यांबाबत सुधारणा करण्यात आल्या. परवाना पद्धती, हजेरी, संचारबंदी या गोष्टी कडक बनवण्यात आल्या. गुन्हेगार जमातीतील सदस्यांना दुसऱ्या व त्यानंतरच्या गुन्ह्यांबद्दल वाढत्या शिक्षांची तरतूद करण्यात आली.

गावपातळीवर हा कायदा शोषणाचे साधन म्हणून वापरला गेला. पोलिस पाटील व पोलीस यांनी गुन्हेगारांशी संगनमत करून गुन्ह्यांना प्रोत्साहन देण्याचे प्रकार सुरू केले.

गुन्हेगार जमाती कायद्याचा अभ्यास केल्यास त्यामध्ये खालील तरतुदी प्रमुख ठरतात :

१) मुलांना पालकांपासून वेगळे करण्याची तरतूद. २) वसाहती स्थापन करण्यासंबंधीची तरतूद. ३) गुन्ह्यांच्या बाबतीत शिक्षांबाबत सर्वसाधारण गुन्हेगार व गुन्हेगार जमातींतील गुन्हेगार यांच्यात दाखविण्यात आलेली सापत्नभावाची वागणूक. ४) वसाहती स्वयंसेवी संस्थांकडे सोपविण्याचा निर्णय. ५) प्रतिबंधनाचा कालावधी कमीजास्त करण्याचा नियम.

वरील सर्व तरतुदी वेगवेगळ्या टप्प्यांत वेगवेगळ्या पद्धतीने लागू करण्यात आल्या, पण त्यांचा एकूण परिणाम या जमातींच्यावर विधायक न होता विध्वंसकच झाल्याचे दिसतो. १९३७ मध्ये सरकारने या कायद्याच्या पुनर्विलोकनासाठी मुन्शी कमिशनची नियुक्ती केली. या कमिशनची तीन महत्त्वाची उद्दिष्टे होती : १) गुन्हेगार जमाती कायदा व त्या संदर्भातील शासकीय प्रचलित धोरण यांचा सखोल अभ्यास करून योग्य ते बदल सुचविणे. २) गुन्हेगार जमातींच्या वसाहतींमधील सदस्यांविषयीच्या तक्रारींचा व गुन्ह्यांचा अभ्यास करून अहवाल देणे. ३) गुन्हेगार जमाती कायदा व त्यात करावयाचे कायदेशीर बदल आणि अन्य आवश्यक गोष्टींचा विचार करून अहवाल देणे. मुन्शी कमिशनने २८ गुन्हेगार जमातींपैकी ७ जमातींना भटक्या जमाती म्हणून संबोधिले. त्या म्हणजे १) बावरी २) मांग-गारूडी ३) मारवाड

बावरी ४) उधियाँ ५) पारधी ६) सॉसियाँ ७) वडार. मुन्शी कमिशनने कायद्याच्या वाटचालींचा हा इतिहास व्यवस्थितपणे मांडला आहे. त्यातील किचकट तरतुदी सुलभ कशा कराव्यात याबाबतही शिफारशी केल्या. तसेच या कमिशनने मुंबई प्रांतातील तरतुदी व इतर प्रांतांतील तरतुदी यांचा तुलनात्मक अभ्यास केला, व्यवस्थापनाचा दर्जा सुधारण्यासाठी कमिशनने महत्त्वाचे बदल सुचवले. ट्राइब्ज, गँग, क्लास व सराईत गुन्हेगार या सर्वांच्या प्रथम व्याख्या मुन्शी कमिशनने केल्या. बागडी, छप्परबंद, फटगुड्डी, भामटा, कटबू यांना डी-नोटिफाइड करण्याची शिफारस केली, तर बावरी, मिना, उधियाँ, पाशी, या परराज्यांतील जमातींवर जादा निर्बंध घालण्यास सुचविले. बेरड, भिल्ल, लमाण, वडार, कोळी आणि वाघरी या जमातींत सुधारणा दिसत असल्याने त्यांना ही लवकरच डी-नोटिफाय करण्यात यावे अशी शिफारस केली. 'गुन्हेगार जमात' या शब्दाऐवजी 'प्रतिबंधित जमात' असा बदल कमिशनने सुचवला. कार्यालयीन चौकशीऐवजी न्यायालयीन चौकशी करून अकारण संशयित गुन्हेगारास आपले निरपराधित्व शाबीत करण्यास पुर्ण वाव द्यावा, अशीही शिफारस त्यांनी केली. गुन्हेगार जमातींतील कायद्यामधील सेक्शन २३ रद्द करण्यात यावा, कायद्याच्या कक्षेतून लहान मुलांना वगळण्यात यावे, किरकोळ कारणावरून उठसूठ कोणालाही नोटिफाय करू नये, किरकोळ गुन्ह्यांच्या बाबतीत रजिस्ट्रेशन करू नये, सेक्शन १० व ११ शिथिल करण्यात यावे व त्यासाठी मद्रास प्रांतातील तरतुदी स्वीकारण्यात याव्यात, ग्रेडेड हजेरीची पद्धत सुरू करावी, वर्गीकृत नोंदणीची पद्धत स्वीकारण्यात यावी, चांगल्या वर्तणुकींसाठी बोनस म्हणून सुट देण्यात यावी, शेती वसाहतींच्याऐवजी औद्योगिक वसाहतींवर भर द्यावा, उद्योग मंत्रालयाने वसाहतीतच उद्योग उभारावेत, आणि चांगल्या वर्तणुकीच्या गुन्हेगारांना कारखान्याच्या व्यवस्थापनामध्ये सहभाग देण्यात यावा. एकूण या कायद्याची अंमलबजावणी सुसंस्कृतपणे व उन्नतपणे करण्यात यावी अशा अनेक मूलभूत शिफारशी १९३७ च्या मुन्शी कमिशनने केलेल्या होत्या. मुन्शी कमिटीचा अहवाल म्हणजे गुन्हेगार जमातींकडे कशा पद्धतीने पाहावे याचा एक आदर्श वस्तुपाठच आहे. मुन्शी कमिटीमध्ये असलेले अभ्यासू सदस्य, त्यांचे उदारमतवादी तसेच मानवतावादी धोरण यांमुळे कायद्याच्या वाटचालीतील मैलाचा दगड म्हणून या अहवालाकडे पाहावे लागेल.

या अहवालानंतर मुंबई सरकारने गुन्हेगार जमाती कायद्यातील तरतुदी, नियम व अधिनियम स्पष्ट करणारे पुस्तक गुन्हा-अन्वेषक विभागाच्या गुन्हेगार जमातीच्या शाखेतर्फे १९३८ साली प्रकाशित केले. या पुस्तकाच्या प्रस्तावनेतच सरकारने व्यवस्थापनातील त्रुटींची, नोकरशाहीतील अधिकाऱ्यांच्या गैरसमजांची कबुली

दिलेली आहे. तसेच कायद्याच्या पुरेशा आकलनाअभावी, चुकीच्या पद्धतीने निरपराध लोकांच्यावर खटले चालविले जातात हेही मान्य केलेले आहे. कायद्याच्या सेक्शन (३) खाली एखाद्या जमातीला किंवा टोळीला गुन्हेगार घोषित करावयाचे झाल्यास ११ बाबींचा विचार करणे गरजेचे ठरविण्यात आले. नोटिफाय करण्यासाठी सबळ पुराव्याची पूर्वअट मान्य करण्यात आली. स्थानिक प्रांतिक सरकार आणि जिल्हा न्यायदंडाधिकारी त्यांच्या जिल्ह्यात गुन्हेगार जमातींचे रजिस्टर तयार करू शकतात. एखाद्या व्यक्तीच्या अनुपस्थितीमध्ये त्या व्यक्तीची नोंदणी करण्यास बंदी घालण्यात आली. नोटिस प्रसिद्ध करण्याचे, समक्ष हजर राहण्याचे, अंगठे घेण्याचे आणि वेळप्रसंगी कोणत्याही व्यक्तीचे रजिस्ट्रेशन रद्द करण्याचे अधिकार जिल्हा न्यायदंडाधिकाऱ्याला देण्यात आले. रजिस्टरमध्ये जिल्हा न्यायदंडाधिकाऱ्याच्या लेखी आदेशाशिवाय कोणताही बदल करता येणार नाही अशी तरतूद करण्यात आली. या कायद्यामुळे जिल्हा न्यायदंडाधिकाऱ्यास अमर्याद अधिकार बहाल करण्यात आले होते. जिल्हा न्यायदंडाधिकाऱ्याच्या आदेशाविरूद्ध कोणालाही न्यायालयात जाता येणार नाही अशी अन्याय तरतूद या कायद्यात होती. या कायद्यामध्ये प्रतिबंधात्मक आदेशाविषयी सखोल विचार केलेला आहे. जिल्हा न्यायदंडाधिकारी नोटिस देऊन या जमातींच्या हालचालींवर प्रतिबंध घालू शकेल, परंतु प्रतिबंध घालण्यापूर्वी स्थानिक सरकारने वहिमी जमातीच्या संदर्भातील गुन्ह्याचे स्वरूप आणि अन्य परिस्थिती यांची तपासणी करायला हवी. तसेच प्रतिबंधित प्रदेशाचा सोयिस्करपणा व अडचणी तपासून पाहिल्या पाहिजेत. प्रतिबंधित विभागात त्या जमातीला सभ्य व शांततामय मार्गाने उपजीविका चालवता यायला हवी. प्रतिबंधित जमातीवर कलम ११ व १२ अन्वये हजेरी लागू करता येईल. या कायद्यात गुन्हेगार जमातींच्या वसाहती व शाळा या बाबतींतील तरतुदींचाही स्पष्ट निर्देश आहे. या निर्देशान्वये ज्यांना गुन्हेगार जमाती कायदा कलम ११ अन्वये प्रतिबंधित करण्यात आले आहे त्यांना स्थानिक सरकार औद्योगिक, शेती किंवा सुधारात्मक वसाहतीत दाखल करू शकेल परंतु त्यांना अशा वसाहतीत ठेवण्याबाबत स्थानिक सरकारची पुरेशी खात्री झाली पाहिजे. वसाहतीत दाखल करण्याच्या पद्धतीबाबत पोलिस व न्यायालयीन असे दोन भाग पडतात. पोलीस प्रथम पुरेशा पुराव्यानिशी विहित नमुन्यातील आपला अहवाल पाठवून चौकशी अधिकाऱ्यांकडे न्यायालयीन चौकशीची मागणी करतात. चौकशी अधिकारी तद्विषयक परिस्थितीजन्य व इतर पुराव्यांची छाननी करून आपला अहवाल जिल्हा न्यायदंडाधिकाऱ्याकडे पाठवतो व जिल्हा न्यायदंडाधिकारी मागासवर्ग अधिकाऱ्याला वसाहत स्थापण्याबाबत शासन आदेश देतो. स्थानिक सरकारचा वरील अहवाल

लक्षात घेऊन वसाहतीतील मुलांसाठी औद्योगिक, शेती किंवा सुधारशाळांमधून सक्तीने दूर करून तेथील किंवा इतर वसाहतीतील शाळेत दाखल करण्याचा अधिकार शासनाला दिला आहे. या शाळांना व त्यांमधील मुलांना सरकारच्या १८९७ च्या कलम १८ व २२ अन्वये सुरू करण्यात आलेल्या सुधारशाळांचे नियम लागू होतील. तसेच त्यांना त्या कायद्यातील किशोर गुन्हेगारांप्रमाणे वागवले जाईल. वयासंदर्भात जिल्हा दंडाधिकाऱ्याचा निर्णय अंतिम राहील.

सेक्शन ५ व ७ अन्वये दिलेल्या नोटिशीतील कलमांचा भंग केल्यास गुन्हेगार जमातीतील सदस्यांना वॉरंटशिवाय अटक करता येईल व सहा महिन्यांपर्यंत शिक्षा करता येईल. कलम २० मधील इ.जी.एच. तरतुदींचा भंग केल्यास एक वर्ष करावास, दुसऱ्यांदा नियमभंग केल्यास दोन वर्षेकरावास, तिसऱ्या व त्या पुढच्या नियमभंगाबाबत तीन वर्षेशिक्षा व पाचशे रूपये दंड अशा शिक्षा सांगण्यात आलेल्या आहेत. गुन्हेगार जमातीतील नोंदीत अथवा अनोंदीत व्यक्तीस इंडियन पिनल कोडच्या शेड्यूल १ मधील किंवा तत्सम गुन्हा केल्यास दुसऱ्या गुन्ह्यासाठी सात वर्षांपेक्षा जास्त व त्यापुढच्या गुन्ह्यांसाठी जन्मठेप, तसेच या शिक्षांशिवाय जादा शिक्षासुद्धा त्यांना करता येईल. शाळेतून पळून जाणाऱ्या मुलांवर तुरूंगातून पळून गेलेल्या कैद्यावर केली जाणारी कारवाई केली जाईल व यासाठी आय.जी. किंवा सरकार यांची परवानगी लागणार नाही. एखाद्या जमातीला परराज्यात हलवता येण्यासाठी कलम ३, ११ आणि १२ या तरतुदी आहेत आणि या तरतुदींना कोणत्याही कोर्टात आव्हान देता येणार नाही. या गोष्टीचा स्थानिक सरकारने फार मोठ्या प्रमाणावर गैरवापर केल्याचे आढळून आले होते.

भटक्या टोळ्यांवर नियंत्रण ठेवण्यासाठी त्यांना ओळखपत्रे देण्यात आली होती, तसेच टोळी-प्रमुखाकडे प्रत्येक वर्षाच्या १ जानेवारीस एक हजेरीपत्रक दिले जाई. एखाद्या गावाला वस्ती करताना हे हजेरीपुस्तक ग्रामप्रमुखाकडे असे. ग्रामप्रमुख त्या सदस्यांची हजेरीची व मालमत्तेची नोंद ठेवी व गाव सोडताना हे हजेरीपत्रक टोळी प्रमुखाला परत दिले जाई. एखाद्या सदस्याला संयुक्तिक कारणासाठी आपली जागा सोडावयाची असेल तर १२ तास अगोदर आपल्या स्थलांतराची नोटिस ग्रामप्रमुखाकडे द्यावी लागे. तसेच प्रत्येक पुरूषाने संध्याकाळी नियम २९ (१) अन्वये हजेरी दिली पाहिजे. टोळी बदलण्याची नोटिस सात दिवस आधी द्यावी लागे.

१९३८ चा क्रिमिनल ॲक्ट मॅन्यूअल हा एक महत्त्वाचा ऐतिहासिक दस्तऐवज आहे. यामध्ये कायद्यातील विविध संज्ञांचे योग्य ते स्पष्टीकरण घेण्यास मदत झाली आहे. मुंबई प्रांतातील विविध गुन्हेगार जमातींच्या नोटिफिकेशनचा सुसंगत इतिहास

प्रस्तुत संशोधनात मांडलेला आहे. या इतिहासात नोटिफिकेशनचे दिनांक, शासन आदेश क्रमांक, त्यांना लागू केलेली सेक्शन, त्यांची लोकसंख्या, मिळालेली सूट या सर्वांचा तपशिलवार विचार केला आहे. प्रस्तुत संशोधनात तत्कालीन अठ्ठावीसच्या अठ्ठावीस गुन्हेगार जमातींच्या नोटिफिकेशनचा इतिहास नोंदलेला आहे.

१९३९ च्या सुमारास भारतातील समाजसुधारक, राजकीय नेते व विचारवंत यांच्या ध्यानात गुन्हेगार जमाती कायद्यांची अमानुषता आलेली दिसते. रविशंकर व्यास, पंडित जवाहरलाल नेहरू, ठक्करबाप्पा, कम्युनिस्ट पुढारी अशा अनेकांनी हा कायदा रद्द करण्याच्या चळवळीला प्रोत्साहन दिल्याचे दिसते. १९३८ साली मद्रास हायकोर्टने एका महत्त्वपूर्ण निकालपत्रात म्हटले आहे की, ''गुन्हेगार जमाती कायदा हा आपल्या कायद्यावरील डाग आहे आणि तो नष्ट झाला पाहिजे.'' १४ मे १९३९ ला तिनेवेल्ली येथे एका न्यायमूर्तींनी या कायद्यास 'मानवतेवरील कलंक' म्हटले आहे. १० ऑक्टोबर १९३९ ला बिहारचे गव्हर्नर एस.एस.अने यांनी या कायद्यातील कलम २३ ला कडवा विरोध केला आहे. देशभक्त कोंडा व्यंकटपुय्या व दिवान बहाद्दूर व्ही. भाश्यम अयंगार या कायदातज्ञांनीही या कायद्यास विरोध केला. त्या वेळच्या न्यायखात्याचे मंत्री डॉ.के.एन.काटजू यांनी अश्राप बालकांना जन्मजात गुन्हेगार मानणे म्हणजे मानवतेचा व परमेश्वराचा अपमान आहे असे म्हटले. या सुमारास व्ही. राघवय्या यांच्या नेतृत्वाखाली देशभर या कायद्याविरूद्ध चळवळ सुरू झाली. याचा परिणाम म्हणून १९४२ साली कलम २३ मधील जन्मठेपेची शिक्षा रद्द केली. मद्रास प्रांतात १९४३ व ४५ मध्ये काही कलमे, १३ ऑगस्ट १९४९ ला असे जाहिर केले होते की, गुन्हेगार जमातींतील सदस्यांना यापुढे गुन्हेगार न समजता मागासवर्गीय समजण्यात यावे व त्यांची तशी काळजी घेण्यात यावी. १९४९ ला जेव्हा राज्यघटना देशाला सुपूर्त करण्यात आली तेव्हाच हा कायदा रद्द व्हायला हवा होता. कारण घटनेतील कलम १३, १४, १९ डी नुसार देशाचे सर्व नागरिक समान बनले व याच्या विरोधात जाणारे पूर्वीचे सर्व कायदे आपोआप रद्द झाले. कलम १९ जी अन्वये सर्व नागरिकांना देशभर मुक्तसंचाराचे स्वातंत्र्य लाभले हे खरे असले, तरी भारतीय लोकसभेने हा कायदा रद्द करण्यास १९५२ साल उजाडले. १९५२ साली गुन्हेगार जमाती कायदा रद्द होऊन त्याची जागा सराईत गुन्हेगारी कायद्याने घेतली.

भारतीय लोकसभेने या जमातींची खास नोंद घेतली आहे. या जमातींना आता डी-नोटिफाइड ट्राइब्ज किंवा विमुक्त जमाती असे म्हटले जाते. आंध्र प्रदेशात यानाडी, सुगामी आणि यरकुला (कैकाडी) यांना अनुसूचित जमातींत समाविष्ट केले आहे. आंध्रमध्ये या जमातींची लोकसंख्या साडेपाच टक्के असल्याने आंध्र विधानसभेत व

नोकऱ्यात त्यांच्यासाठी साडेपाच टक्के राखीव जागा ठेवण्यात आलेल्या आहेत. कलम ३३०, ३३२, ३३४ अन्वये या जमातींसाठी त्यांच्या लोकसंख्येच्या प्रमाणात राज्यांना जागा राखीव ठेवता येतात. परंतु भारतभर हा कायदा वेगवेगळ्या वेळेस रद्द झाला आणि नोकरशाहीच्या वैचारिक गोंधळामुळे या जमातींना अस्पृश्य जाती म्हणायचे की अनुसूचित जमाती म्हणायचे याबाबत राज्याराज्यांत परस्परविरोधी निर्णय घेण्यात आले. स्वातंत्र्यानंतरच्या ४५ वर्षात या जमातींची लोकसंख्या काय आहे, या जमातींचे स्वरूप काय आहे याबाबतच्या अभ्यासाकडे अक्षम्य असे दुर्लक्ष झाल्याने विशेषत: महाराष्ट्रात यांची अवस्था 'धोबी का कुत्ता ना घरका ना घाटका' अशी झाली आहे. या जमाती हिंदुजातिव्यवस्थेचा भाग कधीच नव्हत्या. त्यामुळे त्यांना अनुसूचित जमातींच्या यादीत घालणे हेच योग्य आहे. परंतु राजकारणाची गणिते आणि त्यांची उत्तरे दुबळ्यांच्या आणि गरीबांच्या बाजूने कधीच सुटत नसतात. महाराष्ट्रात हा कायदा रद्द होतानाच या जमातींच्या पुनर्वसनासाठी शिफारशी करण्याकरिता डॉ. अंत्रोळीकर कमिटीची नियुक्ती झाली. या समितीने विस्तृत पाहणी करून आपला अहवाल व शिफारशी सरकारला सादर केल्या आणि काळाच्या ओघात या साऱ्या शिफारशी विधिमंडळाच्या ग्रंथालयाच्या शोभा बनून राहिल्या.

●

'विमुक्तायन' लक्ष्मण माने यांच्या ग्रंथाची प्रस्तावना व
शिफारशी याच्या आधारे केलेले टिपण.

परिशिष्ट २

महाराष्ट्रातील विमुक्त भटक्या जमातींची यादी

महाराष्ट्र शासन

क्रमांक:- संकीर्ण-२००८/यादी /प्र.क्र. ५५३/मावक-५
सामाजिक न्याय व विशेष सहाय्य विभाग,
मंत्रालय विस्तार भवन, मुंबई ४०० ०३२.
फोन नं. २२०२९५२६ फॅक्स २२८३६६८८
दिनांक :- २६ सप्टेंबर, २००८.

प्रति,
सर्व विभागीय आयुक्त,(महसूल),
सर्व जिल्हाधिकारी, सर्व जिल्हे,
सर्व उपजिल्हाधिकारी, सर्व जिल्हे,
सर्व उपविभागीय अधिकारी, सर्व जिल्हे,
सर्व सदस्य सचिव, विभागीय जाती प्रमाणपत्र पडताळणी समिती,
सर्व विभागीय समाजकल्याण अधिकारी,
सर्व विशेष जिल्हा समाजकल्याण अधिकारी,

विषय :- महाराष्ट्र राज्याची अनुसूचित जाती, विमुक्त जाती, भटक्या जमाती, इतर मागासवर्ग व विशेष मागासप्रवर्गाची यादी

महाराष्ट्र राज्यातील अनुसूचित जाती, विमुक्त जाती, भटक्या जमाती, इतर मागासवर्ग व विशेष मागासप्रवर्गाची दिनांक २५ जुन, २००८ रोजी यादी अद्ययावत करण्यात आली असून ती जाती प्रमाणपत्र देणा-या व त्याची पडताळणी करणा-या सक्षम प्राधिका-यांना तसेच मागासवर्गीयाचे लाभ लागू करताना सदरहू यादीचा उपयोग व्हावा याकरीता सुलभ संदर्भासाठी जाती जमातींचे एकत्रित संकलन स्वरुपात यादी असून ती यादी शासनाच्या खालील नमूद संकेतस्थळावर ठेवण्यात आली आहे.

२. वरील यादी ही संकलन स्वरुपात असुन मागासवर्गीय जाती जमातीच्या निश्चितीसाठी तसेच त्या त्या मागासप्रवर्गाचे लाभ लागू करताना सदर जाती जमाती ज्या राष्ट्रपतींच्या आदेशान्वये वा शासन निर्णय वा आदेशाव्दारे त्यांचा समावेश केलेला आहे ते आदेश ग्राह्य धरण्यात यावे.

३. सदर यादी महाराष्ट्र शासनाच्या www.maharashtra.gov.in या वेबसाईटवर टाकण्यात आली असून त्याचा संकेताक क्रमांक **२००८०९२६१४४३०५००१** असा आहे. सदर यादी सर्व जनतेसाठी खुली असून सदरहू वेबसाईट वरुन तीचे अवलोकन करावे वा प्रत प्राप्त करुन घ्यावी.

(एन . आरुमुगम)
सचिव,महाराष्ट्र शासन

प्रत :-
सर्व मंत्रालयीन विभाग,मंत्रालय, मुंबई- ४०० ०३२ यांना विनंती की, त्यांनी त्यांच्या अखत्यारीतील सर्व आस्थापनांना वरील यादी पृष्ठांकीत करावी.

विमुक्त जाती -अ (V.J.)
आरक्षण (3 %)

अ.क्र.	जाती	तत्सम
1	बेरड	1) अ) ** , ब) नाईकवाडी , क) तलवार, ड) वाल्मिकी
2	बेस्तर	2) संचलू वड्डार
3	भामटा	3) अ) भामटी , ब) गिरणी वड्डार, क) कामाटी , ड) पाथरुट इ) टकारी (मुस्लिम धर्मीयांसह) , फ) उचले, ग) घंटीचोर
4	कैकाडी (मुंबई, ठाणे, कुलाबा, रत्नागिरी, नाशिक, धुळे, जळगाव, पुणे, अहमदनगर, सातारा,सांगली, कोल्हापूर, सोलापूर, औरंगाबाद,बीड, परभणी, उस्मानाबाद, नांदेड, जिल्हे व चंद्रपूर जिल्हयातील राजूरा तालुका यात)	4) अ) धोंतले ब) कोरवा क) माकडवाले किंवा कोंचीकोरवा ड) पामलोर इ) कोरवी
5	कंजारभाट	5) अ) छारा , ब) कंजार , क) नात
6	कटाबू	-
7	बंजारा	7) अ) गोर बंजारा , ब) लंबाडा / लंबारा , क) लंभाणी ड) चरण बंजारा, इ) लभाण , फ) मथुरा लभाण ग) कचकीवाले बंजारा , ह) लमान बंजारा इ) लमाण / लमाणी , ज) लबान , क) *** , ल) धाली / धालीया , ग) धाडी / धारी , न) सिंगारी व) नावी बंजारा, प) जोगी बंजारा , क्यु) ** , र) ** स) बंजारी
8	***	पाल पारधी
9	राज पारधी	अ) *** , ब) गाव पारधी , क) हरण शिकारी , ड) **
10	राजपूत भामटा	अ) परदेशी भामटा, ब) परदेशी भामटी
11	रामोशी	-
12	वडार	अ) गाडी वड्डर, ब) जाती वड्डर, क) माती वड्डर ड) पाथरवट , इ) संगतराश / दगडफोडू , ई) वड्डर
13	वाघरी	अ) सलात , ब) सलात वाघरी
14	छप्परबंद (मुस्लिम धर्मीयासह)	

प्रवास बाकीय...

गोल्डनपेज
प ब्लि के श न

प्रियांका डहाळे

प्रियांका
डहाळे
प्र वा स बा की य...

प्रकाशक : गोल्डनपेज पब्लिकेशन

विषय विभाग : कादंबरी

आकार : ५.५ ८.५

पृष्ठे : १२६

किंमत : १२५ रुपये

ISBN : 978-81-926504-1-8

पुस्तकाबद्दलची माहिती

'प्रवास बाकीय...' ही प्रियांका डहाळे या अष्टपैलू तरुणीची कादंबरी.

प्रियांका डहाळे ही पेशाने पत्रकार होती. 'अनावृत्त रेषा' हा तिचा पहिला कवितासंग्रह आणि पहिलेच पुस्तक. त्यानंतर आलेले तिचे हे दुसरे आणि शेवटचे पुस्तक. कारण तिचे अपघाती निधन झाले आणि तिचा लेखनप्रवास मात्र अधुराच राहिला. अतिशय हरहुन्नरी असलेली प्रियांका डहाळे हिची शोधक-चिकित्सक-निरीक्षक वृत्ती आणि दृष्टी तिच्या या कादंबरीतूनही प्रत्ययास येते. या कादंबरीतील मुख्य नायिकाही पेशाने पत्रकारच आहे. आत्मिक आणि देहिक पातळीवरील मानवाचे स्थलांतर... नातेसंबंधातील स्थलांतर... भावभावनांच्या पातळीवरील स्थलांतर कसे घडते? त्याचे काय परिणाम घडतात? परिणामांचे भोग कसे भोगावे लागतात? याचा तिच्या पत्रकार मनाने घेतलेला शोध आपल्यालाही अंतर्मुख व्हायला भाग पाडतो.

- पुस्तक खरेदीसाठी संपर्क : गोल्डनपेज पब्लिकेशन, १४, श्री दत्त कॉर्नर सोसायटी, दत्तनगर, नऱ्हे रस्ता, आंबेगाव बु।।, पुणे - ४११०४६.
- संपर्क क्र. : ७७२२००५०८१ • GooglePay 7722005081
- ई-मेल : goldenpagepublication@gmail.com

वाफाळलेले दिवस

प्रतिक पुरी

गोल्डनपेज
प ब्लि के श न

प्रकाशक : गोल्डनपेज पब्लिकेशन
विषय विभाग : कादंबरी
आकार : ५.५   ८.५
पृष्ठे : १७६
किंमत : १७५ रुपये
ISBN : 978-81-926504-0-1

पुस्तकाबद्दलची माहिती

'वाफाळलेले दिवस' ही प्रतिक पुरी या प्रसिद्ध तरुण लेखकाची पहिली कादंबरी. या कादंबरीत वयात येणाऱ्या एका शाळकरी मुलाच्या शारीरिक, मानसिक आणि भावनिक उलथापालथीचा थेट वेध घेतला आहे.

घराघरांत असणाऱ्या पौगंडावस्थेतील मुलींच्या शारीरिक-मानसिक-भावनिक प्रश्नांबाबत पालक आणि एकूणच समाज सजग असतो. त्यांच्या प्रश्नांकडे काटेकोरपणे आणि गांभीर्याने लक्ष देत असतो आणि ते प्रश्न सोडविण्यासाठी प्रयत्नशील असतो. मात्र पौगंडावस्थेतील मुलांकडे आणि त्यांच्या शारीरिक-मानसिक-भावनिक प्रश्नांकडे अजाणतेपणाने सर्वांचेच दुर्लक्ष होते. मुलांना अशा काही समस्या असतील, हेच जणू आपण विसरून गेलो आहोत. त्यामुळे अनेकदा अशा मुलांकडून विपरित घटना घडण्याची शक्यता असते. अशाच पौगंडावस्थेतील मुलांची शारीरिक-मानसिक-भावनिक स्थिती या कादंबरीतून प्रतिक पुरी यांनी सहज, ओघवत्या वैदर्भीय शैलीत मांडलेली आहे.

- पुस्तक खरेदीसाठी संपर्क : गोल्डनपेज पब्लिकेशन, १४, श्री दत्त कॉर्नर सोसायटी, दत्तनगर, न-हे रस्ता, आंबेगाव बु।।, पुणे - ४११०४६.
- संपर्क क्र. : ७७२२००५०८१   ● GooglePay 7722005081
- ई-मेल : goldenpagepublication@gmail.com

शहाणीव देणारी पुस्तकं

डॉ. वैभव ढमाळ

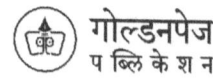

गोल्डनपेज
प ब्लि के श न

प्रकाशक :	गोल्डनपेज पब्लिकेशन
विषय विभाग :	समीक्षात्मक लेखसंग्रह
आकार :	५.५ ८.५
पृष्ठे :	१६०
किंमत :	२१५ रुपये
ISBN :	978-81-951637-2-4

पुस्तकाबद्दलची माहिती

''विचारसृष्टीचे अवलोकन केल्याशिवाय जीवनदृष्टी मिळत नाही. चांगल्या ग्रंथांच्या वाचनातून ती मिळते. मनाची मशागत आणि अंतरीच्या ज्ञानदीपाचे प्रज्वलित होणे ज्या विचारांमुळे घडते, त्या विचारांचे उगमस्थान ग्रंथात असते. चांगले पुस्तक एकांतात वाचताना, त्या पुस्तकातल्या अनुभवांशी एकरूप होताना शब्दांच्या सोबतीने माणूस शब्दांच्या पलीकडे जातो. अनेकदा नि:शब्द होतो. शब्दांपेक्षाही नि:शब्द जाणिवेचे महत्त्व अधिक आहे. नि:शब्द जाणिवा मनापासून अंतरात्म्यापर्यंत जातात. 'शहाणीव' याच मार्गावरती वास्तव्याला असते. पुस्तकांच्या रूपांनी तिचा परिसस्पर्श घडला तर जीवन उजळून जाते. हे सारे घडावे हाच डॉ. वैभव ढमाळ यांचा अट्टहास आणि स्वप्न आहे. वाचकांच्या जीवनवाटा प्रकाशमान करणाऱ्या पुस्तकांविषयीचे हे पुस्तक वाचकांना खूप काही देणारे आहे.''

– प्रा. मिलिंद जोशी, कार्याध्यक्ष, महाराष्ट्र साहित्य परिषद

- पुस्तक खरेदीसाठी संपर्क : गोल्डनपेज पब्लिकेशन, १४, श्री दत्त कॉर्नर सोसायटी, दत्तनगर, नऱ्हे रस्ता, आंबेगाव बु।।, पुणे - ४११०४६.
- संपर्क क्र. : ७७२२००५०८१ ● GooglePay 7722005081
- ई-मेल : goldenpagepublication@gmail.com

सदा सर्वदा

सदा डुम्बरे

गोल्डनपेज
प ब्लि के श न

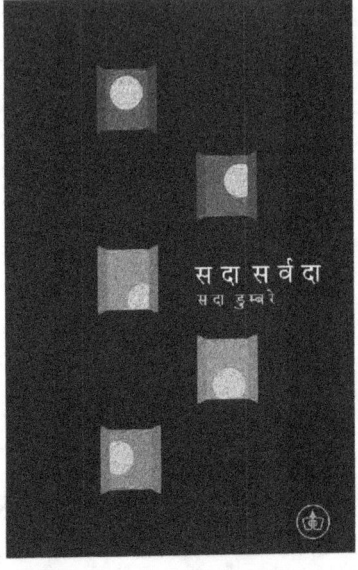

प्रकाशक : गोल्डनपेज पब्लिकेशन

विषय विभाग : वैचारिक लेखसंग्रह

आकार : ५.५   ८.५

पृष्ठे : २७२

किंमत : ३७५ रुपये

ISBN : 978-81-942004-1-3

पुस्तकाबद्दल :

स्वतःचा विशिष्ट 'वर्ल्ड व्ह्यू' असलेला हा संपादक आहे. असे संपादक आज अगदी क्वचितच आढळतील. राजकीय मतांच्या बाबतीत सदा डुम्बरे 'लेफ्ट ऑफ द सेंटर' म्हणता येईल असे वाटतात; पण त्यांचा खरा पिंड लिबरल विचारवंताचा आहे, असे मला तरी वाटते. त्यांच्या आस्थाविषयांचा आवाका स्तिमित करणारा आहे. त्यांच्या बहुमितीय प्रज्ञेचा तो आविष्कार आहे.

ह्या पुस्तकातील अनेक लेख त्यांच्या व्यापक अनुभवविश्वाचा प्रत्यय देणारे आहेत. जागतिक आवाका असलेल्या एका प्रगल्भ संपादकाने केलेले हे लेखन सामाजिक प्रश्नांविषयीची आपली जाण अधिक समृद्ध करणारे आहे. ते वाचून वाचकाचे विविध सामाजिक प्रश्नांबाबतचे आकलन अधिक सखोल होते; वेगळ्या दिशांनी विचार करायला तो प्रवृत्त होतो. वाचकांचा उत्तम प्रतिसाद या पुस्तकाला मिळेल, अशी आशा व्यक्त करतो.

– भानू काळे, संपादक, अंतर्नाद

● पुस्तक खरेदीसाठी संपर्क : ७७२२००५०८१ ● GooglePay 🅖 7722005081

गुगल पे करा आणि पुस्तक घरपोच मिळवा.

(भारतात पोस्टेज खर्च नाही.)

पुस्तकाची किंमत 'गुगल-पे'वरून पाठवा आणि त्याचा स्क्रीन शॉट वरील क्र.वर शेअर करा.

www.ingramcontent.com/pod-product-compliance
Lightning Source LLC
LaVergne TN
LVHW020133230825
819400LV00034B/1139

* 9 7 8 8 1 9 5 1 6 3 7 8 6 *